# The Best Vocabulary Builder
## for the Japanese-Language Proficiency Test N2

話題別コーパス研究会
Wadaibetsu Koopasu Kenkyuukai

JLPT
N2

ミニストーリーで覚える
# 日本語能力試験
# ベスト単語
# 合格2400

Learn using mini stories to
make your studying more fun
and efficient!

the japan
times
PUBLISHING

D1446246

ミニストーリーで覚える
JLPT 日本語能力試験ベスト単語 N2 合格 2400
The Best Vocabulary Builder for the Japanese-Language Proficiency Test N2

2022 年 11 月 5 日　初版発行
2024 年 11 月 5 日　第 2 刷発行

著　者：話題別コーパス研究会
　　　　（中俣尚己・李在鉉・乾乃璃子・大谷つかさ・岡崎渉・加藤恵梨・小口悠紀子・
　　　　帖佐幸樹・寺田友子・道法愛・濵田典子・藤村春菜・三好優花）
発行者：伊藤秀樹
発行所：株式会社 ジャパンタイムズ出版
　　　　〒 102-0082　東京都千代田区一番町 2-2　一番町第二 TG ビル 2F
ISBN978-4-7890-1796-1

First edition: November 2022
2nd printing: November 2024

Narrators: Shogo Nakamura and Mai Kanade
Recordings: Studio Glad Co., Ltd.
Translations: Amitt Co., Ltd (English) / Yu Nagira (Chinese) / Nguyen Do An Nhien (Vietnamese)
Chapter title illustrations: Yuko Ikari
Layout design and typesetting: guild
Cover design: Shohei Oguchi + Tsukasa Goto (tobufune)
Printing: Koho Co., Ltd.

Published by The Japan Times Publishing, Ltd.
2F Ichibancho Daini TG Bldg., 2-2 Ichibancho, Chiyoda-ku, Tokyo 102-0082, Japan
Website: https://jtpublishing.co.jp

ISBN978-4-7890-1796-1

Printed in Japan

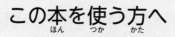

# この本を使う方へ

ほん　　つか　　かた

For Users of This Book

致使用此书的各位读者

Gửi các bạn sử dụng quyển sách này

# 本書について

　私たちが言葉を使うとき、必ず話題があります。あるときは食べ物の話題、あるときはテレビの話題。話題によってよく使う単語は異なります。また、よく使う単語は話題によってまとめられると言えるでしょう。

　この単語帳は、日本語能力試験 N2 レベルの単語を 23 種類の話題に分けたものです。日本人の会話のデータをたくさん集めて、どの単語がどの話題に多く使われるのかを計算し、科学的に分類しました。

　最初は、自分が得意だな、興味があるな、と思う話題から学習してみてください。興味のある話題の方が学習がスムーズです。それから、他の話題についても学習していきましょう。迷ったときは、小さな番号の課から学習してください。

　単語を覚えるときは例文を活用してください。単語と例文はアプリを使って音声を聞くことができます。文字を見ずに音声を聞いて場面を想像したり、シャドーイングしたりするのもいいでしょう。単語は必ず文の中で使われ、そして文は場面の中で使われます。その単語はどんな話題を話すときに、どんな場面で使われるのか。そして、他のどんな語と一緒に使われるのか。これらは必ず、単語を覚えるときのヒントになるはずです。

著者一同

# About This Book

Whenever we use words, there is always a topic. Sometimes the topic is food, sometimes the topic is television. Frequently used words vary depending on the topic. Also, it can be said that frequently used words are grouped by topic.

This vocabulary book is a collection of JLPT N2-level words divided into 23 topics. We collected a lot of Japanese conversation data, calculated which words are often used in each topic and scientifically classified them.

First, try learning from topics that you think you are good at or are interested in. Learning from topics of interest can make studying much easier. Then, try learning about other topics as well. When in doubt, learn from the lesson with the smaller number.

When learning vocabulary words, please make use of the example sentences. You can listen to audio of the vocabulary words and example sentences using the app. It is also a good idea to listen to the audio without looking at the words and picture the scene or practice shadowing what is being said. Vocabulary words will be used in the sentences, and those sentences will be used in the scenes. What kind of topic is each word used with and when is it used? And what other words are used with it? These questions will serve as hints for learning new words.

The authors

## 关于此书

在我们使用语言的同时，也绝对会衍生出话题。有时候是关于食物的话题，而有时候是关于电视的话题。使用的单词也会因为话题的不同而改变。但，其实可以把常用的单词，做话题分类来归类。

这本单词本，是把日本语能力测试 N2 等级的单词分成 23 种类型的话题。我们搜集了大量日本人对话的数据，以科学的方式归类，分析出哪一个单词，会最常被用于哪一个话题内。

刚开始，您可以从自己本身最常用，最有兴趣的话题开始学习，从有兴趣的话题学习，是最容易上手的。然后再开始学习其他话题，如果您不知道该从哪里开始，可以顺着号码的顺序学习。

背单词时，您可以运用例文来学习。您可以使用 APP 听有声的单词和例文。然后不看文字，用听声音的方式来想象场景，也可以做跟读练习。文章中一定会使用到单词，而这些文章实际上也会出现在现实场景中。所以您记单词时，可以同时学习到这个单词会被使用在什么样的话题中，会出现在什么样的场景，又会和什么单词一起使用。这些都能够是您在学习过程中得到启发。

作者一同谨识

# Giới thiệu về quyển sách này

Khi chúng ta sử dụng từ ngữ, bắt buộc phải có đề tài. Khi thì đề tài về món ăn, khi thì đề tài về tivi. Tùy theo đề tài mà từ vựng thường sử dụng sẽ khác nhau. Bên cạnh đó, cũng có thể nói từ vựng thường dùng sẽ được tóm tắt theo đề tài.

Sổ tay từ vựng này chia các từ vựng ở cấp độ N2 của Kỳ thi Năng lực tiếng Nhật thành 23 đề tài. Chúng tôi đã thu thập rất nhiều dữ liệu hội thoại của người Nhật và tính xem từ vựng nào thường được dùng nhiều trong đề tài nào để phân loại một cách khoa học.

Thời gian đầu, bạn hãy thử học từ đề tài mà mình cảm thấy tự tin hoặc có hứng thú xem. Đề tài mà bạn có hứng thú sẽ giúp cho việc học thuận lợi hơn. Sau đó, bạn hãy học cả những đề tài khác. Khi phân vân, hãy học từ bài có số nhỏ trước.

Khi ghi nhớ từ vựng, hãy sử dụng câu ví dụ thật hiệu quả. Bạn có thể sử dụng ứng dụng để nghe tệp âm thanh từ vựng và câu ví dụ. Cũng có thể không nhìn chữ mà nghe, rồi tưởng tượng tình huống và bắt chước lặp lại. Từ vựng chắc chắn được sử dụng trong câu, và câu sẽ được sử dụng trong tình huống. Từ vựng đó được sử dụng khi nói về đề tài nào, ở tình huống nào. Và được sử dụng cùng với từ nào khác. Chắc chắc những điều này sẽ là gợi ý giúp bạn ghi nhớ từ vựng.

Nhóm tác giả

# この本の使い方
### ほん　つか　かた

How to Use This Book / 此书的使用方法 / Cách sử dụng quyển sách này

● **単語番号** Vocabulary number
たん ご ばんごう
单词号码
Số thứ tự của từ vựng

● **トラック番号** Track number
ばんごう
音档号码
Số track tệp âm thanh

(�))5

A：なんか煙くない？
　　けむ

B：確かに…あ、焦げてる！この黒い塊、何？
　　たし　　　　　こ　　　　　　くろ　かたまり　なに

A：うーん…たぶん、ホルモン…。

| 24 煙い けむ | イ smoky/烟气呛人/mùi khói |
|---|---|
| 25 焦げる こ | 動2自 burn/烧焦/cháy |
| 26 ◎ 焦がす こ | 動1他 burn (something)/烧焦/làm cháy |
| 27 塊 かたまり | 名 chunk, lump/成块/cục, miếng, tảng |

A: Can't you smell smoke? B: I sure can… Oh, it's burning! What are these black chunks? A:
Hmmm… it's probably offal…/A: 怎么感觉有点烟气呛人？ B: 确实…啊，烧焦了！这个黑
色成块的是什么？ A: 嗯～…大概是，牛的内脏…。/A: Như đâu có mùi khói phải không? B:
Đúng rồi... A, cháy rồi! Cái cục đen này là gì vậy? A: Ừm, chắc là lòng non ...

| ◎ 直前の単語に対応する 他動詞／自動詞 ちょくぜん たん ご たいおう た どう し じ どう し | transitive/intransitive verb that goes with the preceding word / 对应之前单词的他动词/自动词 / tha động từ / tự động từ đi với từ vựng ngay trước đó |
|---|---|
| = 似ている意味の単語 に い み たん ご | words with similar meanings / 近义词 / từ đồng nghĩa |
| ↔ 反対の意味の単語 はんたい い み たん ご | words with the opposite meaning / 反义词 / từ trái nghĩa |
| + 一緒に覚えてほしい単語 いっしょ おぼ たん ご | additional words you should learn / 希望一起学习的单词 / từ nên nhớ cùng với nhau |

## 品詞
ひんし
Parts of speech / 品词 / Từ loại

| | | |
|---|---|---|
| 名 | 名詞<br>めいし | noun / 名词 / danh từ |
| イ | イ形容詞<br>けいようし | *i*-adjective / イ形容词 / tính từ loại I |
| ナ | ナ形容詞<br>けいようし | *na*-adjective / ナ形容词 / tính từ loại Na |
| 動 | 動詞<br>どうし | verb / 动词 / động từ |
| 動2他 | グループ2の<br>他動詞<br>たどうし | group 2 transitive verbs / 群组2的他动词 / tha động từ nhóm 2 |
| 動1自 | グループ1の<br>自動詞<br>じどうし | group 1 intransitive verbs / 群组1的自动词 / tự động từ nhóm 1 |
| 副 | 副詞<br>ふくし | adverb / 副词 / phó từ |
| 感 | 感動詞<br>かんどうし | interjection / 感叹词 / từ cảm thán |
| 接続 | 接続詞<br>せつぞくし | conjunction / 接续词 / từ nối |
| 連 | 連体詞<br>れんたいし | adnominal adjective / 连体词 / liên thể từ |
| 接頭 | 接頭語<br>せっとうご | prefix / 接头词 / tiếp đầu ngữ |
| 接尾 | 接尾語<br>せつびご | suffix / 接尾词 / tiếp vị ngữ |
| 句 | 句<br>く | phrase / 句子 / câu, cụm từ |

# もくじ

Contents / 目录 / Mục lục

# 音声ダウンロード方法
### おんせい　　　　　　　　　　　　　ほうほう

How to Download the Audio Files / 有声下载方法 / Cách tải tệp âm thanh

本書の音声は、以下 3 つの方法でダウンロード／再生することができます。すべて無料です。
### ほんしょ　おんせい　　い　か　　　　　　　　　　　ほうほう　　　　　　　　　　さいせい
### む りょう

The audio files for this book can be downloaded/listened to free of charge in the following three ways.

此书的有声音档可以使用以下3种方法下载/播放。完全免费。

Bạn có thể tải / mở tệp âm thanh của quyển sách này bằng 3 cách sau. Tất cả đều miễn phí.

## ① アプリ 「OTO Navi」 でダウンロード

Download them on the OTO Navi app / 下载「OTO Navi」APP / Tải bằng ứng dụng "OTO Navi"

右のコードを読み取って、ジャパンタイムズ出版の「OTO Navi」をスマートフォンやタブレットにインストールし、音声をダウンロードしてください。
### みぎ　　　　　　　よ　と　　　　　　　　　　　　　　　　　　しゅっぱん
### おんせい

Scan the QR code to the right to download and install the Japan Times Publishing's OTO Navi app to your smartphone or tablet. Then, use that to download the audio files. / 使用手机或平板扫描右方二维码，就能够安装The Japan Times出版的「OTO Navi」APP，下载有声音档。/ Vui lòng đọc mã QR bên phải, cài đặt "OTO Navi" của NXB Japan Times vào điện thoại thông minh hoặc máy tính bảng để tải tệp âm thanh.

## ② ジャパンタイムズ出版のウェブサイトからダウンロード
### しゅっぱん

Download them from the Japan Times Bookclub / 在The Japan Times出版的官方网站下载 / Tải từ trang chủ của NXB Japan Times

パソコンで以下の URL にアクセスして、mp3 ファイルをダウンロードしてください。
### い か

Access the site below using your computer and download the mp3 files. / 使用电脑访问以下链接，下载MP3档。/ Vui lòng truy cập vào đường dẫn URL sau bằng máy tính để tải tệp mp3 xuống.

## https://bookclub.japantimes.co.jp/jp/book/b614339.html

## ③ YouTube で再生
### さいせい

Play them on YouTube / 使用YouTube播放 / Mở bằng YouTube

YouTube にアクセスして、「ジャパンタイムズ出版　ベスト単語　N2」で検索してください。
### しゅっぱん　　　　　　　　たんご
### けんさく

Search for "ジャパンタイムズ出版　ベスト単語　N2" on YouTube. / 直接访问YouTube网站，搜寻「ジャパンタイムズ出版　ベスト単語　N2」。/ Vui lòng truy cập vào YouTube rồi tìm kiếm bằng "ジャパンタイムズ出版　ベスト単語　N2".

# テストのダウンロード方法
<ruby>方<rt>ほう</rt></ruby><ruby>法<rt>ほう</rt></ruby>

How to download tests / 測試的下載方法 / Cách tải bài thi xuống

「ベスト<ruby>単<rt>たん</rt></ruby><ruby>語<rt>ご</rt></ruby>」シリーズでは、２種類のテスト (PDF) が BOOK CLUB よりダウンロードできます。どちらも<ruby>無料<rt>むりょう</rt></ruby>、<ruby>登録不要<rt>とうろくふよう</rt></ruby>です。
① <ruby>書籍<rt>しょせき</rt></ruby>に<ruby>掲載<rt>けいさい</rt></ruby>している<ruby>文章<rt>ぶんしょう</rt></ruby>を<ruby>穴抜<rt>あなぬ</rt></ruby>き<ruby>問題<rt>もんだい</rt></ruby>にした「<ruby>空所補充<rt>くうしょほじゅう</rt></ruby>テスト」
② JLPT <ruby>形式<rt>けいしき</rt></ruby>の「<ruby>模擬<rt>もぎ</rt></ruby>テスト」

Two tests (in PDF format) from the "The Best Vocabulary Builder" series are available to download from BOOK CLUB. Both are free and no registration is required.
(1) Fill-in-the-blanks test containing questions based on the sentences in the book
(2) JLPT practice test

『最佳词汇』系列的2种测试（PDF）可在 BOOK CLUB 下载。皆为免费，无需注册。
① 节选书籍文章进行填空补充的"填空测试"
② JLPT形式的"模拟测试"

Bạn có thể tải xuống hai loại bài thi (PDF) của sê ri "Từ vựng hay nhất" từ BOOK CLUB. Cả hai bài thi này đều miễn phí và không cần đăng ký.
① "Bài thi điền vào chỗ trống" sử dụng các câu trong sách làm câu hỏi yêu cầu điền vào chỗ trống
② "Bài thi thử" có hình thức như JLPT

## ダウンロードはこちらから

Download here / 在此下载 / Có thể tải xuống từ đây

**https://bookclub.japantimes.co.jp/jp/book/b614339.html**

# Topic 1

# 食事
しょく じ

Eating / 进餐 / Ăn uống

No. 1-92

◀)) 1

A：先週行った駅前の創作料理の店、閉店するんだって。
　　せんしゅう い　　えきまえ　　そうさくりょうり　　みせ　　へいてん

B：え、あの店、食物アレルギーに対応したメニューもあって
　　　　　みせ　　しょくもつ　　　　　　　　たいおう
　　よかったのに。

A：ね。駅前は、チェーンのファミレスも多いし、やっぱり、小
　　　　えきまえ　　　　　　　　　　　　　おお
　　さい店がそういう大きい店と勝負するのは難しいのかもね。
　　　みせ　　　　おお　　みせ　しょうぶ　　　　むずか

| 1 | 創作[する]<br>そうさく | 名 動3他 creative, create/创作[创作]/sự sáng tạo, sáng tạo |
|---|---|---|
| 2 | 食物<br>しょくもつ | 名 food/食物/thực phẩm, đồ ăn |
| 3 | 勝負[する]<br>しょうぶ | 名 動3自 victory, compete/胜负[一决胜负]/sự cạnh tranh, cạnh tranh |

A: I heard that the creative cuisine restaurant by the station that we went to last week is closing. B: What? That restaurant was great—it had a menu for people with food allergies. A: Yeah. There are lots of franchise family restaurants near the station, and it's probably difficult for a smaller restaurant to compete with such large places./A: 上周去的那家车站前创作料理的店，听说要关门了。 B: 诶，那家店还有应对过敏的菜单，我觉得很不错的。 A: 对呀。车站前有很多连锁店的家庭餐厅，看来小店要和那种大企业一决胜负还是很困难的。/A: Cái quán ăn sáng tạo trước nhà ga mình đi tuần trước, nghe nói sẽ đóng cửa. B: Ủa, cái quán đó có thực đơn cho người dị ứng thực phẩm tốt vậy mà. A: Thì đó. Trước nhà ga nhiều tiệm ăn gia đình nhượng quyền thương hiệu, nên đúng là mấy quán nhỏ khó mà cạnh tranh lại mấy quán lớn như vậy ha.

日本の米は、品種によって<u>粒</u>の大きさ、甘<u>み</u>、食感などが異なる。
300ｇの少量<u>パック</u>も売っているので、いろいろと試してみる
のもいいだろう。保存するときは、温かいうちに１<u>人前</u>ずつ<u>ラッ
プ</u>で包むのが大切だ。<u>冷めたら</u>さらに<u>アルミホイル</u>で包んで冷
凍庫に入れれば、おいしいまま冷凍できる。

| 4 | 粒 <br> つぶ | 名 grain/米粒/hạt |
|---|---|---|
| 5 | ～み | 接尾 ～ness/～味/vị ～ |
| 6 | パック[する] | 名 動3他 pack, package/包[打包]/gói, đóng gói |
| 7 | ～人前 <br> にんまえ | 接尾 ～ portion/～人份/phần ～ người |
| 8 | ラップ[する] | 名 動3他 plastic wrap, to wrap/保鲜膜[封保鲜膜]/màng bọc thực phẩm, bọc lại |
| 9 | 冷める <br> さ | 動2自 cool down/凉/nguội |
| 10 | ⑩ 冷ます <br> さ | 動1他 cool (something) down/冷却/làm nguội |
| 11 | アルミホイル | 名 aluminum foil/铝箔纸/giấy tráng nhôm |

Japanese rice varies in grain size, sweetness, and texture, depending on the variety. Small 300 gram packs are available, so it's a good idea to try different varieties. When storing rice, it's important to wrap it in single portions in plastic wrap while it's still warm. After they cool, wrap them in aluminum foil and put them in the freezer to freeze them while they are still full of flavor./日本的米，因品种不同，米粒大小，甜味，嚼劲等都有差异。也有卖300克的少量包装，可以试试看各种品种。保存时最重要的就是在米饭还热的时候用保鲜膜包成一人份的分量。凉了后再用铝箔纸包起来放到冰库里冷冻就可以保持美味。/Gạo Nhật khác nhau về độ lớn của hạt gạo, vị ngọt, cảm giác khi ăn v.v. tùy vào chủng loại. Vì có bán theo gói nhỏ 300g nên thử nhiều loại cũng hay. Khi bảo quản, quan trọng là dùng màng bọc thực phẩm để bọc từng phần 1 người ăn trong lúc còn ấm. Nếu nguội rồi thì bọc bằng giấy tráng nhôm rồi cho vào tủ đông, sẽ giữ đông với nguyên vị ngon.

🔊 3

> A：あそこのラーメン屋、どうだった？
>
> B：うーん。<u>あっさり</u>してて、ちょっと<u>物足りない</u>と思った。やっぱり、ラーメンは<u>脂</u>が<u>たっぷり</u>入ってるのが<u>好み</u>だなあ。
>
> A：ああ、そうだね。
>
> B：あ、でも、チャーシューが<u>あぶって</u>あったのはよかったね。

| | | | |
|---|---|---|---|
| 12 ☐ | あっさり | 副 | lightly, plainly, simply/清淡/nhẹ nhàng, đơn giản |
| 13 ☐ | 物足りない<br>もの た | イ | lacking, unsatisfying/不过瘾/cảm thấy thiếu thiếu, không đã |
| 14 ☐ | 脂<br>あぶら | 名 | fat/油/chất béo, mỡ |
| 15 ☐ | たっぷり | 副 | generously, plentifully/很多/nhiều, đẫy |
| 16 ☐ | 好み<br>この | 名 | preference/喜欢/ý thích, sở thích |
| 17 ☐ | ＋好む<br>この | 動1他 | prefer/喜欢/yêu thích |
| 18 ☐ | あぶる | 動1他 | roast, sear/烤/nướng, quay |

A: How was that ramen shop? B: Hmmm. Well, I found it rather light and unsatisfying. Personally, I prefer ramen with plenty of fat. A: Oh, right. B: But the roasted pork was nicely seared./A: 那一家拉面店怎么样？ B: 嗯～我觉得有点清淡，吃着不过瘾。我还是喜欢比较多油的拉面。 A: 啊～也对。 B: 啊，不过叉烧肉有烤过，我觉得很好。/A: Tiệm mì ramen đằng kia, cậu thấy sao? B: Ừm, nhẹ nhàng, nhưng tớ thấy hơi thiếu thiếu gì đó, không đã lắm. Đúng là mì ramen thì tớ thích béo nhiều. A: Ờ, đúng ha. B: À, mà thịt xíu nướng vừa tới thì ngon nhỉ.

🔊 4

> A：ご注文はお決まりですか。
>
> B：えっと、日替わりランチ。
>
> A：はい、では、こちらから<u>メイン</u>をお選びください。
>
> B：あ、じゃ、<u>ミックス</u>フライで。
>
> A：はい。サラダのドレッシングはいかがなさいますか。
>
> B：あ、<u>和風</u>ドレッシングで。<u>それと</u>、抹茶パフェお願いします。

| 19 | メイン | 名 main dish/主菜/món chính, chủ yếu |
| 20 | ミックス[する] | 名 動3他 mix, to mix/拼盘[混合]/hỗn hợp, trộn |
| 21 | 和風 <br> わ ふう | 名 Japanese-style/日式/kiểu Nhật |
| 22 | ＋洋風 <br> よう ふう | 名 western-style/西式/kiểu Tây |
| 23 | それと | 接 and also/还有/với lại, thêm nữa |

A: Have you decided what you want to order? B: Let's see, the daily lunch. A: Right, well, please choose your main dish here. B: Oh, well, I'll have the mixed deep-fry plate. A: Got it. What kind of dressing would you like for your salad? B: Um, Japanese-style dressing. And also, the green tea parfait, please./A: 请问要点餐了吗? B: 嗯…我要每日午餐。 A: 是, 请从这里面点主菜。 B: 啊, 那我要炸物拼盘。A: 是。请问要哪种沙拉酱汁? B: 啊, 我要日式酱汁。还有我要抹茶芭菲。/A: Anh gọi món gì ạ? B: Ờ, cho tôi phần cơm trưa theo ngày ạ. A: Dạ, mời anh chọn món chính từ đây ạ. B: À, vậy lấy đồ chiên hỗn hợp đi. A: Dạ, nước sốt rau trộn thì anh chọn loại nào ạ? B: À, nước sốt kiểu Nhật. Với lại, cho tôi parfait trà xanh.

◀) 5

> A：なんか煙くない？
> B：確かに…あ、焦げてる！この黒い塊、何？
> A：うーん…たぶん、ホルモン…。

| 24 | 煙い <br> けむ | イ smoky/烟气呛人/mùi khói |
| 25 | 焦げる <br> こ | 動2自 burn/烧焦/cháy |
| 26 | ⓔ 焦がす <br> こ | 動1他 burn (something)/烧焦/làm cháy |
| 27 | 塊 <br> かたまり | 名 chunk, lump/成块/cục, miếng, tảng |

A: Can't you smell smoke? B: I sure can… Oh, it's burning! What are these black chunks? A: Hmmm… it's probably offal…/A: 怎么感觉有点烟气呛人? B: 确实…啊, 烧焦了! 这个黑色成块的是什么? A: 嗯~…大概是, 牛的内脏…。/A: Như đâu có mùi khói phải không? B: Đúng rồi... A, cháy rồi! Cái cục đen này là gì vậy? A: Ừm, chắc là lòng non ...

17

◀)) 6

> この店の名物は、皮付きのりんごが丸々1個入ったアップルパ
> イだ。芯をくりぬいた部分には、スポンジがぎっしりと詰まっ
> ている。見た目がかわいい上にとてもおいしく、大人気だ。

| 28 | 名物 めいぶつ | 名 specialty/特色菜/đặc sản |
|---|---|---|
| 29 | 丸々 まるまる | 副 entirely, wholly/整个/trọn, toàn bộ |
| 30 | 芯 しん | 名 core/芯/lõi, nhân, tâm |
| 31 | ぎっしり（と） | 副 tightly, fully/满满（的）/đầy ắp, chật cứng |
| 32 | 見た目 み め | 名 appearance, look/看起来/bề ngoài |

This store's specialty is apple pie, made from an entire apple with the skin left on. The core is hollowed out and packed full of sponge cake. The pie looks cute, tastes really great, and is very popular./这家店的特色菜苹果派里面有整个带皮的苹果在里面。芯挖掉的部分都是满满的海绵蛋糕。看起来可爱而且还很好吃，很受欢迎。/Đặc sản của cửa tiệm này là bánh táo, trong đó có trọn 1 quả táo còn vỏ. Phần đã khoét lõi được nhét bánh xốp đầy ắp. Bề ngoài dễ thương, hơn nữa lại rất ngon nên nó rất được ưa chuộng.

◀)) 7

> A：今度の歓迎会だけど、焼肉食べ放題はどう？
> B：いいですね。でも、胃がもたれそうだな。
> A：え、まだ若いのに。じゃあ、このしゃぶしゃぶ屋はどう？
> 　　上等な肉が安く食べられるって口コミでも評判だよ。

| 33 | 食べ放題 た ほうだい | 名 all-you-can-eat/吃到饱/ăn tùy thích |
| 34 | ～放題 ほうだい | 接尾 all-you-can ~/～到饱/~ tùy thích |
| 35 | もたれる | 動2自 sit heavily/不消化/nặng bụng, đầy bụng |
| 36 | 上等な じょうとう | ナ high-end, top-quality/上好的/cao cấp |
| 37 | 口コミ くち | 名 word of mouth/评价/truyền miệng |

A: How about all-you-can-eat barbecue for the upcoming welcome party? B: Sounds good. But it'll probably sit too heavily in my stomach. A: What? You're still young. How about this shabu-shabu place? It's got great word-of-mouth for being inexpensive for top-quality meat./ A: 下次举办的迎新会，吃烤肉吃到饱怎么样？ B: 很好呀，可是肠胃会不好消化。 A: 诶，你还这么年轻。那这家涮涮火锅怎么样？ 我看评价上都是好评，说可以吃到便宜又上好的肉。/ A: Tiệc chào mừng sắp tới, ăn thịt nướng tùy thích em thấy sao? B: Thích nhỉ. Nhưng, xem ra hơi nặng bụng anh nhỉ. A: Ơ, em còn trẻ mà. Vậy tiệm lẩu shabushabu này thì sao? Người ta truyền miệng nói chỗ này thì được ăn thịt cao cấp giá rẻ đó.

🔊 8

一人暮らしをしていると、栄養が偏りがちだ。何か野菜を食べなければと思うが、今は野菜が高くて手に入れにくい。子どものときは好き嫌いが多く、母の作る料理が嫌だと思ったこともあったが、今となっては栄養たっぷりの母の手料理が恋しい。

| 38 | 偏る かたよ | 動1自 deviate, get imbalanced/不均匀/mất cân bằng, lệch |
| --- | --- | --- |
| 39 | + 偏り かたよ | 名 bias, imbalance/偏/sự mất cân bằng, sự lệch lạc |
| 40 | 手に入れる て い | 動2他 get, obtain/到手/mua được, sở hữu |
| 41 | ⊕ 手に入る て はい | 動1自 come into (one's) possession/入手/mua, có được |
| 42 | 好き嫌い[する] す きら | 名 動3自 likes and dislikes, to be fussy or particular/偏食[偏食]/sự kén chọn, kén chọn |
| 43 | 恋しい こい | イ longed for, missed/想念/thèm, nhớ |
| 44 | + 恋[する] こい | 名 動3自 love/恋爱[谈恋爱]/tình yêu, yêu |

When you live alone, your diet tends to get imbalanced. I probably need to eat some vegetables, but vegetables are expensive and hard to get nowadays. When I was a child, I was fussy about food and at times I disliked the food my mother cooked, but now I miss her healthy, nutritious cooking./一个人生活，营养就是容易不均匀。虽然想吃点青菜，但现在青菜太贵不好到手。小时候我很偏食，还讨厌吃母亲做得料理，但现在我真的很怀念母亲亲手做的那些饱含营养的料理。/Khi sống một mình, dinh dưỡng có khuynh hướng mất cân bằng. Biết là phải ăn rau cỏ gì đó vào nhưng bây giờ rau đắt, khó mua được. Lúc còn nhỏ thì lắm kén chọn, có khi tôi còn thấy ghét mấy món mẹ nấu nữa kìa, nhưng giờ thì thèm mấy món đầy đủ dinh dưỡng do chính tay mẹ nấu.

◀)) 9

冷蔵庫の中が<u>生臭い</u>と思ったら、きゅうりが腐って白い<u>液体</u>が
出ていた。普段、<u>賞味期限切れ</u>のお菓子などは気にせず食べて
いるが、これはさすがにやめておこう。せっかく母が<u>農薬</u>を使
わずに育てたからと送ってくれたのに、<u>粗末に</u>してしまって申
し訳ない。

| 45 | 生臭い<br>なまぐさ | **イ** stinking/腥臭味/mùi tanh, mùi hôi tanh |
|---|---|---|
| 46 | 液体<br>えきたい | **名** fluid, liquid/液体/chất dịch |
| 47 | 賞味期限<br>しょうみ きげん | **名** best-before date/保质期（食品的保鲜期限）/kỳ hạn thưởng thức |
| 48 | **＋** 消費期限<br>しょうひ きげん | **名** expiry date/保质期（安全食用的期限）/kỳ hạn sử dụng |
| 49 | ～切れ<br>ぎ | **接尾** ～ used up, run out, expired/～过期/hết ～ |
| 50 | 農薬<br>のうやく | **名** pesticides/农药/thuốc trừ sâu |
| 51 | 粗末な<br>そまつ | **ナ** coarse, careless/浪费/phí phạm, thô sơ |

I noticed something stinking in the refrigerator, but it turned out to be rotten cucumbers with white fluid oozing out of them. I usually don't mind eating expired snacks, but there's no way I'd eat this. My mother sent me these cucumbers she'd grown without using any pesticides, so I feel bad for treating them so carelessly./想说冰箱里怎么有腥臭味，结果是黄瓜坏掉了流出白色液体。平常我都不在意保质期，会吃过期的零食，但这个我还是别吃了。妈妈自己用无农药种的还特别寄来给我，我竟然这么浪费，真对不起她。/Nghĩ bụng trong tủ lạnh có mùi tanh, thì ra là dưa chuột bị thối, chảy dịch trắng. Bình thường, tôi hay ăn bánh kẹo này kia hết hạn thưởng thức mà không quan tâm lắm nhưng lần này thì đúng là phải dẹp thôi. Mất công mẹ tôi đã trồng không sử dụng thuốc trừ sâu vậy mà tôi lại phí phạm, thật có lỗi với mẹ.

◀)) 10

昨日、久しぶりに友だちとスイーツ<u>ビュッフェ</u>に行った。<u>壁一
面</u>がパステルカラーで、メニューには、カラフルなケーキや、<u>綿
あめ</u>がのったドリンクがあったりして、とてもかわいかった。

| 52 | ビュッフェ | **名** buffet/自助餐/ăn buffet |

| 53 一面<br>いちめん | 名 all over/一整面/một mặt |
| 54 綿<br>わた | 名 cotton/棉/bông, bông gòn |

Yesterday, for the first time in a while, I went to a dessert buffet with a friend. The walls were pastel-colored all over, and there were colorful cakes and drinks with cotton candy on the menu. It was really cute./昨天久违的和朋友去吃了甜点自助餐。一整面墙壁都使用柔和色彩，菜单又有绚丽多彩的蛋糕，加棉花糖的饮品，真的很可爱。/Hôm qua, tôi đi ăn buffet đồ ngọt với người bạn lâu ngày mới gặp. Cả một mặt tường toàn màu phấn nhẹ, thực đơn thì bánh kem đủ màu sắc, đồ uống có kẹo bông gòn ở trên, dễ thương cực.

◀))11

> A：クリスマスパーティーのケーキ、どうする？
>
> B：5人だよね？ 5等分って、難しいよね…。
>
> A：あ、じゃあ、大きいのひとつじゃなくて、めいめい好きなケーキを買う？
>
> B：いいね。私はフルーツタルトにしよっと。あの店のはフルーツがたくさんのってて豪華なんだよね。

| 55 ～等分<br>とうぶん | 接尾 ～ equal portions/～等分/～ phần bằng nhau |
| 56 ＋等分[する]<br>とうぶん | 名 動3他 equal portions, divide equally/等分[分]/phần bằng nhau, chia đều |
| 57 めいめい | 名 individual, respective/每个人/riêng, riêng lẻ |
| 58 豪華な<br>ごうか | ナ gorgeous/豪华/hoành tráng |

A: What do you want to do about a cake for the Christmas party? B: There are five of us, right? It's hard to divide a cake into five equal portions. A: Well, instead of one big cake, why don't we buy our own respective cakes? B: Great idea. I'll get a fruit tart. The one at that store is gorgeous with lots of fruit on it./A: 圣诞派对的蛋糕怎么办？ B: 5个人是吧？ 分5等分好难哦… A: 啊，那不要买大蛋糕，每个人买自己喜欢的？ B: 可以。我要买水果挞。那家店会放好多水果，很豪华呢。/A: Bánh kem cho tiệc Giáng sinh, cậu tính sao? B: 5 người đúng không? Chia 5 phần bằng nhau khó nhỉ ... A: Ờ, hay mình đừng mua một cái lớn mà mua riêng từng cái mà mỗi người thích. B: Được đó. Vậy tớ chọn bánh tart trái cây. Tiệm đó họ cho nhiều trái cây, hoành tráng lắm ha.

◀)) 12

A：今のうちに<u>各自</u>食事を<u>済ませて</u>おくように、だって。

B：そうなんだ。じゃ、一緒に<u>飯</u>、<u>食い</u>にいく？

A：いいね。どこ行く？

B：<u>駅前</u>の<u>定食屋</u>は？ あそこ、いつも<u>満席</u>だけど、この<u>時間</u>なら<u>空</u>いてそう。

A：そうだね。まだ<u>開店して</u>10分くらいだし。行こ、行こ。

| | | |
|---|---|---|
| 59 | 各自<br>かくじ | 名 each, individual/各自/tự mỗi người, tự từng người |
| 60 | 済ませる<br>す | 動2他 get out of the way, be done with/解決/làm xong |
| 61 | 飯<br>めし | 名 food, meal/饭/cơm |
| 62 | 食う<br>く | 動1他 eat/吃/ăn |
| 63 | 満席<br>まんせき | 名 full to capacity/满座/hết chỗ |
| 64 | ↔ 空席<br>くうせき | 名 vacant seats/空位/trống chỗ |
| 65 | 開店[する]<br>かいてん | 名 動3他 open, to open a store/开店[开店]/sự mở cửa tiệm, mở cửa |

A: He said we should each go ahead and get our meals out of the way now. B: Okay. So, do you want to go eat a meal with me? A: Great. Where do you want to go? B: How about that eatery right by the station? It's always full, but it's probably empty at this time of day. A: That's true. It's only been open for about 10 minutes. Let's go, let's go./A: 说趁现在各自解决吃饭。B: 是哦。那要一起去吃饭吗？ A: 不错。去哪儿吃？ B: 车站前的套餐店呢？ 那里虽然每次都满座，但这个时间应该有位子。 A: 说的对。开店10分钟左右，走吧走吧。/A: Nghe dặn là tự mỗi người tranh thủ bây giờ ăn uống cho xong đi á. B: Vậy à? Vậy cậu đi ăn cơm với tớ không? A: Được đó. Đi đâu đây? B: Tiệm cơm phần trước nhà ga cậu thấy sao? Chỗ đó lúc nào cũng hết chỗ nhưng giờ này chắc trống. A: Ừ nhỉ. Mới mở cửa được khoảng 10 phút thôi. Đi, đi thôi.

◀)) 13

A：なんか、<u>食卓</u>の下、<u>湿</u>ってない？

B：ああ。さっき、お<u>父</u>さんが<u>酔</u>っぱらってお<u>酒</u>こぼしちゃったの。

| 66 | 食卓<br>しょくたく | 名 table/餐桌/bàn ăn |
|---|---|---|
| 67 | 湿る<br>しめ | 動1自 get wet/湿/ướt, ẩm thấp |
| 68 | 酔っぱらう<br>よ | 動1自 get drunk/喝醉/say xỉn |
| 69 | ＋酔っぱらい<br>よ | 名 drunkard/醉酒/người say xỉn |

A: Hey, is it wet under the table? B: Yeah. Dad got drunk and spilled some alcohol earlier./A: 怎么餐桌下是湿的? B: 啊~刚才爸爸喝醉，把酒洒在地上了。/A: Sao dưới bàn ăn ướt ướt vậy ta? B: À, lúc lây ba say xỉn làm đổ rượu á.

◀)) 14

フランス料理はマナーが難しい。パンの<u>くず</u>は店の人が掃除するので自分で払ってはいけない。スープを飲むときは、皿の<u>縁</u>からスプーンを入れる。少なくなってきたら皿を<u>傾けて</u>もいいが、音をたててはいけない。ワインを注文するときは、はじめに少量だけ<u>つがれ</u>、味や香りをチェックすることになっている。

| 70 | くず | 名 crumbs, waste/屑/vụn |
|---|---|---|
| 71 | 縁<br>ふち | 名 edge/边缘/thành, viền |
| 72 | 傾ける<br>かたむ | 動2他 tilt/使之倾斜/làm nghiêng |
| 73 | ⑩ 傾く<br>かたむ | 動1自 incline, lean/倾斜/nghiêng |
| 74 | つぐ | 動1他 pour/倒/rót |

Etiquette for French cuisine is difficult. You shouldn't sweep away bread crumbs yourself, since the waiter will clean them up. When eating soup, you put the spoon in from the edge of the bowl. When there's only a little soup left, you may tilt the bowl, but you shouldn't make any noise. When you order wine, only a small amount of wine is poured at the start so you can check the flavor and aroma./法式料理的礼仪很难。面包屑不能自己拍，要等店员来清理。喝汤时要从盘子的边缘伸入汤匙，喝到少了后也可以把盘子略略倾斜，但不能发出声音。点红酒时一开始会倒人少许给你确认香味和味道。/Món ăn Pháp khó ở chỗ phép tắc. Vụn bánh mì sẽ do người của cửa tiệm dọn nên bạn không được tự mình gom dọn. Khi uống súp thì cho muỗng vào từ thành đĩa. Khi ít đi thì nghiêng đĩa cũng được nhưng không được gây tiếng động. Khi gọi rượu vang thì theo quy định là trước tiên chỉ được rót một chút, để kiểm tra vị và mùi hương.

🔊 15

私の<u>大好物</u>はこの店のラーメンだ。いつもニンニク・野菜<u>増し</u>
で<u>注文</u>している。<u>湯気</u>が出ている熱々の大盛りのラーメンを出
されると、<u>毎度</u>食べきれるか少し不安になる。ゆっくりと<u>味わっ</u>
<u>て</u>いる時間はない。麺がのびないうちに急いで食べる。そして、
帰りに<u>さっぱり</u>したアイスを買うのも欠かせない。

| | | |
|---|---|---|
| 75 | 好物<br>こうぶつ | 名 favorite/喜欢的食物/món yêu thích |
| 76 | 増し<br>ま | 名 addition, extra/追加/thêm, tăng |
| 77 | ＋増す<br>ま | 動1他 add to, increase/添加/gia tăng, làm tăng thêm |
| 78 | 湯気<br>ゆげ | 名 steam/热气/bốc khói, bốc hơi |
| 79 | 毎度<br>まいど | 名 副 always, every time/每次/mỗi lần, mọi lần |
| 80 | 味わう<br>あじ | 動1他 savor/品尝/thưởng thức |
| 81 | さっぱり | 副 refreshingly/爽口/tươi mát |

My favorite food is the ramen at this restaurant. I always order extra garlic and vegetables.
When I'm served a large bowl of hot, steamy ramen, I'm always a little nervous about whether
I'll be able to finish it. There's no time to savor it slowly. I eat it quickly before the noodles get
too soft. And on the way home, it's essential to buy a refreshing ice cream./我最喜欢的食物
就是这家店的拉面。每次我点的时候都要追加蒜头和青菜。然后热腾腾，冒着热气的大分量
拉面端来时，我每次都担心自己吃不完。并没有时间慢慢品尝。要赶在面条坨了之前吃完。
然后在回去的路上买爽口的雪糕也是不可欠缺的。/Món cực kỳ yêu thích của tôi là mì ramen
của tiệm này. Lúc nào tôi cũng gọi thêm tỏi, rau. Khi tô mì ramen đầy ắp, nóng hổi, bốc khói
được bưng ra, lần nào tôi cũng hơi lo không biết ăn hết không. Không có thời gian để chậm
rãi thưởng thức. Phải ăn nhanh trong lúc cọng mì không bị nở. Và một việc không thể thiếu
trên đường về là mua một que kem tươi mát.

🔊 16

「<u>胃下垂</u>」には、<u>食後</u>にお腹の<u>下</u>の<u>方</u>が<u>膨らむ</u>という<u>特徴</u>がある。
また、<u>消化</u>不良の<u>原因</u>にもなりうる。

| | | |
|---|---|---|
| 82 | 膨らむ<br>ふく | 動1自 bloat/膨胀/căng lên, phồng lên |
| 83 | ＋膨らます<br>ふく | 動1他 inflate, expand (something)/使之膨胀/làm cho<br>căng, làm phồng lên |

| 84 | 消化[する]<br>しょうか | 名 動3他 digestion, digest/消化[消化]/sự tiêu hóa, tiêu hóa |

Ikasui (gastric ptosis) is characterized by bloating in the lower abdomen after eating. It can also cause indigestion./「胃下垂」有饭后肚子下面膨胀的特征。还会导致消化不良的原因。/"Ikasui (bệnh sa dạ dày)" có đặc điểm là phần dưới bụng căng lên. Ngoài ra, còn có thể là nguyên nhân gây tiêu hóa không tốt.

🔊 17

ダイエット中は<u>カロリー</u>ばかり気にする人もいるが、<u>タンパク質</u>などの必要な栄養を<u>バランス</u>よくとることが大切だ。カロリーが少なすぎると<u>エネルギー</u>不足になり、やせにくくなってしまう。また、<u>主食</u>はパンよりも米を、デザートはケーキではなく<u>和菓</u>子を選ぶようにしたり、<u>塩分</u>をとりすぎないようにすると良い。

| 85 | カロリー | 名 calories/热量/calo |
| 86 | タンパク質<br>しつ | 名 protein/蛋白质/chất đạm |
| 87 | バランス | 名 balance/均衡/cân bằng |
| 88 | エネルギー | 名 energy/能量/năng lượng |
| 89 | 主食<br>しゅしょく | 名 staple food/主食/thực phẩm thiết yếu, món chính |
| 90 | ＋主〜<br>しゅ | 接頭 main 〜/主〜/〜 chính |
| 91 | 和〜<br>わ | 接頭 Japanese 〜/日式〜/〜 Nhật |
| 92 | 塩分<br>えんぶん | 名 salt content/盐分/muối |

Although some people are only concerned about calories when dieting, it's important to have a good balance of protein and other essential nutrients. Too few calories will result in a lack of energy, making it difficult to lose weight. It is also advisable to eat rice rather than bread as a staple food, to choose Japanese sweets for dessert instead of cakes, and to avoid excessive salt./有些人减肥中老是介意热量，但其实重要的是要均衡的摄取蛋白质等的必须营养。如果热量太少会导致能量不足，反而会瘦不下去。而且，主食比起面包，米饭更好。甜点不要选择蛋糕，日式甜点更佳。还有最好不要摄取太多盐分。/Cũng có người chỉ để ý calo trong khi ăn kiêng nhưng quan trọng là hấp thụ dinh dưỡng cần thiết như chất đạm v.v. sao cho cân bằng. Nếu calo quá ít thì sẽ thiếu năng lượng, khó ốm hơn nữa. Ngoài ra, thực phẩm thiết yếu thì cố gắng chọn cơm hơn là bánh mì, món tráng miệng thì chọn bánh Nhật hơn là bánh bông lan, và lưu ý không ăn muối nhiều quá là được.

25

# 家事
かじ

Housework / 家事 / Việc nhà

No. 93-189

◀))18

A：チョコレートは、刻んでから溶かしてね。

B：どうして？ いちいち刻まなくても熱湯で溶かせばすぐでしょ。
　　　　　　　　　　きざ　　　　　　ねっとう　　と

A：低い温度で早く溶かすために刻むんだよ。高い温度で溶か
　　ひく　おんど　はや　と　　　　　　きざ　　　　たか　おんど　と
　　すと味が悪くなるから。
　　　　　あじ　わる

| 93 | 刻む きざ | 動1他 chop up/切碎/cắt nhỏ |
| 94 | いちいち | 副 piece by piece, every single piece/特別/nhất nhất, chi li |
| 95 | 熱湯 ねっとう | 名 hot water, boiling water/热水/nước sôi |

A: You should chop up the chocolate before you melt it. B: Why? Even if you don't chop up every single piece, it will still melt in hot water. A: If you chop up the chocolate, it melts faster at a lower temperature. If you melt it at a higher temperature, it won't taste as good./A: 巧克力要切碎后再进行溶化。 B: 为什么？不用特别切碎，用热水一下就溶化了呀。 A: 这是为了要用低温让它尽快溶化。用高温溶化味道会变差。/A: Sô-cô-la thì anh cắt nhỏ rồi hòa tan nhé. B: Tại sao vậy? Không cần nhất nhất phải cắt nhỏ thì nó cũng tan liền bằng nước sôi mà? A: Cắt nhỏ là để hòa tan nhanh ở nhiệt độ thấp đó. Vì nếu hòa tan ở nhiệt độ cao thì vị sẽ dở đi.

Ａ：彼女がおうちに遊びに来るの、<u>いよいよ</u>明後日だね。もう
　　準備はしたの？
Ｂ：うーん、昼食の<u>献立</u>は決めたんだけど、まだ材料を<u>何も</u>
　　買ってないんだよね。
Ａ：そっか。そこの道路を<u>隔てた</u>ところにスーパーがあるんだ
　　けど、あそこはいい<u>品</u>がそろってるよ。

| 96 ☐ | いよいよ | 副 finally, after all this time/终于/sắp sửa |
|---|---|---|
| 97 ☐ | 献立 こんだて | 名 menu, arrangement/菜单/thực đơn |
| 98 ☐ | 何も なに | 副 none, not any/什么都/cái gì cũng |
| 99 ☐ | 隔てる へだ | 動2他 divide, separate/隔着/cách, ngăn cách |
| 100 ☐ | ⑩ 隔たる へだ | 動1自 be distant or separate/隔开/cách xa |
| 101 ☐ | 品 しな | 名 items, things/商品/hàng hóa |
| 102 ☐ | ＋ 品切れ[する] しな ぎ | 名 動3自 stock shortage, sell out/售完[售空]/sự hết hàng, hết hàng |

A: Your girlfriend is finally coming to visit you the day after tomorrow, right? Have you made all the preparations yet? B: Well, I worked out the lunch menu, but I haven't bought any ingredients yet. A: Right. There's a supermarket across the road, and they have some good things there./A: 终于，后天就是你女朋友要去你家玩的日子吧。你准备好了吗？ B: 嗯～，已经决定好午饭的菜单了，但什么材料还没买。 A: 是哦，在隔着那条路的地方有家超市，那里有很多好商品哦。/A: Sắp sửa đến ngày mốt là bạn gái cậu đến chơi rồi nhỉ. Chuẩn bị xong chưa? B: Ừm, tớ quyết xong thực đơn cho bữa trưa rồi nhưng nguyên liệu thì chưa mua gì cả. A: Vậy à? Cách con đường kia có cái siêu thị, chỗ đó có bán nhiều hàng hóa tốt đấy.

🔊 20

A：あ、ペットボトルと缶はその袋じゃなくて、別のごみ袋に
　　入れて！

B：え？ ペットボトルはプラスチックだから燃えないごみで
　　しょ？ 同じ分類じゃないの？

A：確かに両方とも燃えないごみだけど、袋は分けないと。

B：そうなの？ 面倒くさいなあ。

A：文句を言わずに、せっせと手を動かす！

| 103 | ごみ袋 | 名 trash bag, garbage bag/垃圾袋/túi đựng rác |
| 104 | プラスチック | 名 plastic/塑料/nhựa |
| 105 | 分類[する] | 名 動3他 category, separate/分类[分类]/sự phân loại, phân loại |
| 106 | 面倒くさい | イ hassle, troublesome/麻烦/phiền phức |
| 107 | 文句 | 名 complain/抱怨/cằn nhằn |
| 108 | せっせと | 副 busily, hard (at work)/赶紧/chăm chỉ, siêng năng |

A: Oh, put the plastic bottles and cans in another trash bag, not that one! B: What? Plastic bottles are non-burnable waste because they are plastic, right? Aren't they in the same category? A: Sure, both are non-burnable waste, but the bags have to be separated. B: Really? That's a hassle. A: Stop complaining and work harder!/A: 啊，宝特瓶和罐子不是那个袋子，要放到另外一个垃圾袋！ B: 诶? 宝特瓶是塑料所以是不可燃垃圾吧? 那就是同一个分类不是吗? A: 确实两种都是不可燃垃圾，但还是要分袋子。 B: 是哦? 好麻烦哦。 A: 别抱怨了！赶紧动手！ /A: À, chai nhựa với lon thì em cho vào túi đựng rác khác, không phải túi đó! B: Ơ? Chai nhựa là nhựa thì là rác không đốt được mà? Không phải phân loại giống nhau sao? A: Đúng là cả hai đều là rác không đốt được nhưng phải chia túi ra. B: Vậy sao? Phiền phức quá vậy. A: Đừng có cằn nhằn mà làm việc chăm chỉ đi!

🔊 21

A：ごめん、お皿落として割っちゃった…。掃除するから、ほ
　　うきとちりとり借りてもいいかな？

B：ああ、気にしないで。先に水をくんできて、布巾でじゅう
　　たんを拭いてもらえるかな？ 放っておくと染みになるから。

| 109 | ちりとり | 名 dustpan/簸箕/ki hốt rác |
|---|---|---|
| 110 | くむ | 動 1 他 scoop up, draw (water)/打/hứng, mang, gánh |
| 111 | 布巾<br>ふ きん | 名 cloth, rag/抹布/giẻ lau |
| 112 | じゅうたん | 名 carpet/地毯/thảm |
| 113 | 放る<br>ほう | 動 1 他 leave, neglect/放着/để mặc |
| 114 | 染み<br>し | 名 stain/污渍/vết ố |

A: Sorry, I dropped the plate and it broke... Can I borrow a broom and dustpan to clean up? B: Oh, don't worry about it. Can you go ahead and draw some water and wipe the carpet with a rag? If you leave it, it will become stained./A: 抱歉，我把盘子弄掉打碎了…。可以借我扫把扫簸箕吗？我来打扫。 B: 啊～不用介意。可以请你先打水来然后用抹布擦地毯吗？ 如果放着就会变成污渍。/A: Xin lỗi, tôi lỡ làm rơi, vỡ mất cái đĩa … Tôi sẽ quét dọn nên cho tôi mượn cái chổi và ki hốt rác được không? B: À, không sao đâu. Trước tiên, cậu hứng nước đem lại đây rồi lau thảm bằng giẻ giùm tôi được không? Vì để mặc vậy là sẽ thành vết ố.

◀)) 22

A：あれ？ 量が減ってる気がするんだけど、お父さん食べた？
B：味見してたら、食べすぎちゃって…。
A：もー！ あ、ワインの栓も開いてる！ お母さんに言い付けるよ！

| 115 | 味見[する]<br>あじ み | 名 動 3 他 tasting, taste/试吃[试吃]/sự ăn thử, ăn thử |
| 116 | 栓<br>せん | 名 stopper, cork/盖子/nút chai, khoen |
| 117 | 言い付ける<br>い つ | 動 2 他 tattle, tell (tales)/告状/mách, méc |

A: Huh? Looks like there's less now! Did you eat some, Dad? B: I was just tasting it, but I ate too much... A: No way! Oh, the cork—you opened the wine too! I'm telling mom!/A: 诶？我觉得量变少了，爸爸吃的吗？ B: 我只是试吃，结果吃太多了… A: 哎呀！ 啊，红酒的盖子也是开着的！ 我要跟妈妈告状！ /A: Ủa? Con thấy như bị thiếu á, bố ăn rồi à? B: Bố ăn thử ai dè lỡ ăn nhiều quá… A: Thiệt là! Á, nút chai rượu vang cũng bị khui rồi! Con mách mẹ đấy!

29

🔊 23

A：ケーキが膨らまない…。はかりも使ってレシピ通りの分量
　　で作ったのになあ。

B：卵とバターを混ぜるとき、卵を一度に全部入れたからかな？
　　一度に入れると、うまく混ざらなくて膨らみにくいらしい
　　けど。

A：しまった！それだ！

B：お菓子作りは分量だけじゃなく、過程も大切ってことだね。

| 118 □ | はかり | 名 measuring scale/磅秤/cái cân |
|---|---|---|
| 119 □ | レシピ | 名 recipe/食谱/công thức |
| 120 □ | 分量 ぶんりょう | 名 amount, quantity/分量/định lượng |
| 121 □ | しまった | 感 Oh no!/糟糕/Tiêu rồi!, Thôi chết! |
| 122 □ | 過程 かてい | 名 process/过程/quá trình |

A: The cake didn't rise... I used a measuring scale and followed the recipe, using the listed quantities. B: Maybe it's because you added all the eggs and butter at once when you mixed them? If you add them all at the same time, they don't mix well and the cake is less likely to rise, I think. A: Oh no! That's it! B: Baking isn't just about the quantities, but also the process./ A: 蛋糕都发不起来…。我明明按照食谱的分量用磅秤量做的呢。 B: 是不是因为搅拌鸡蛋和黄油的时候你把蛋液一次性的加进去了？ 一次性加进去的话，如果没有拌好好像就发不起来哦。 A: 糟糕！就是这样！ B: 可见做点心时不仅分量，过程也是很重要的。/A: Bánh bông lan không phồng lên … Tôi đã dùng cân, định lượng theo đúng công thức để làm rồi mà ta. B: Khi trộn trứng với bơ, cậu đã cho tất cả trứng vào một lần phải không? Nghe nói là nếu cho vào một lần thì không trộn đều được, bánh khó phồng á. A: Tiêu rồi! Đúng nó! B: Làm bánh thì không chỉ định lượng mà cả quá trình cũng quan trọng nhỉ.

🔊 24

A：息子さん、大きくなったね。この間までおむつ履いてたのに。

B：最近はお使いにも行ってくれるんだ。でも、まだ「おんぶ
　　してー」って言ってくることもあるよ。

| 123 □ | おむつ | 名 diapers/尿布/bỉm, tã |

| 124 | お使い[する]<br>つか | 名 動3他 errand, run errand, help out/跑腿[跑腿]/sự làm việc vặt, làm sai vặt |
| --- | --- | --- |
| 125 | おんぶ[する] | 名 動3他 piggyback, give a piggyback ride/背[背]/việc cõng, cõng |

A: Your son is so big now. He was wearing diapers just a little while ago. B: He even runs errands for me these days. But he still asks for a piggyback ride sometimes./A: 你儿子长大了耶。感觉前阵子还在包尿布的。 B: 最近他还会帮我跑腿呢。但还是会对我说"背我~"。/A: Con trai anh lớn quá rồi nhỉ. Mới hồi nào còn đóng bìm vậy mà... B: Gần đây, thằng nhỏ còn chịu đi làm việc vặt cho tôi nữa đấy. Nhưng, cũng có khi lại đòi "bố cõng con!".

◀)) 25

唐揚げは2回揚げるのがおすすめだ。まず、160度の油で4分間揚げ、油から出して4分待つ。待っている間に火を強め、油の温度を上げておき、180度の油でさっと揚げれば完成だ。特別な味付けをしなくても、この一手間でおいしくなる。

| 126 | 揚げる<br>あ | 動2他 fry/炸/chiên (ngập dầu) |
| --- | --- | --- |
| 127 | 強める<br>つよ | 動2他 make stronger, increase/开强/vặn lớn, mạnh, làm cho lớn/mạnh |
| 128 | ⑩ 強まる<br>つよ | 動1自 grow stronger/变强/trở nên mạnh |
| 129 | さっと | 副 quickly, immediately/一下/sơ qua |
| 130 | 味付け[する]<br>あじつ | 名 動3他 seasoning, add flavor/调味[调味]/việc ướp, ướp |
| 131 | 手間<br>て ま | 名 effort, step/工序/bước làm |

Frying chicken twice is recommended. First, fry in oil at 160°C for 4 minutes, then remove from oil and wait 4 minutes. While waiting, increase the heat to raise the temperature of the oil, then quickly fry the chicken at 180°C. This extra step adds flavor to the dish without any special seasoning./我推荐炸鸡就是要复炸。首先，先用160度的油炸4分钟，捞出来以后等4分钟。在等待的期间把火开强，让油的温度升高，用180度的油一下就完成了。并不需要什么特别的调味，光这道工序就会变得好吃。/Món gà tẩm bột chiên thì nên chiên 2 lần. Trước tiên, chiên 4 phút trong dầu 160 độ, vớt ra khỏi dầu rồi chờ 4 phút. Trong lúc chờ thì vặn lửa to, để dầu nóng hơn sẵn rồi chiên sơ với dầu 180 độ là hoàn thành. Không cần ướp gì đặc biệt cũng vẫn ngon nhờ một bước làm này.

🔊 26

A：そのカレー、<u>保温</u>調理で作ってみたんだけど、どうかな？
　　　　ほ おん ちょうり　　つく

B：おいしいよ。何か特別な<u>器具</u>を使ったの？
　　　　　　なに　とくべつ　き ぐ　つか

A：ううん、使ったのは<u>タイマー</u>くらい。まず、普段と同じよ
　　　　　　つか　　　　　　　　　　　　　　　　　ふ だん　おな
　　うに<u>熱した</u>鍋で具材を炒めて、少し煮るんだ。その後、タ
　　　　ねっ　　なべ ぐ ざい いた　　すこ に　　　　あと
　　オルで包んで30分待つだけ。母に教えてもらったの。
　　　　　　つつ　　ぶん ま　　　　はは おし

B：へえ。主婦の<u>知恵</u>は<u>偉大</u>だね。
　　　　しゅふ　ち え　　い だい

| 132 □ | 保温[する]<br>ほ おん | 名 動 3 他 thermal retention, retain heat/保温[保温]/sự giữ nhiệt, giữ nhiệt |
|---|---|---|
| 133 □ | ↔ 保冷[する]<br>ほ れい | 名 動 3 他 cold retention, retain cold/保冷[保冷]/sự giữ lạnh, giữ lạnh |
| 134 □ | 器具<br>き ぐ | 名 utensils/器具/dụng cụ |
| 135 □ | タイマー | 名 timer/计时器/đồng hồ hẹn giờ |
| 136 □ | 熱[する]<br>ねっ | 動 3 他 heat, heat up/热[发热]/nhiệt, làm nóng |
| 137 □ | 知恵<br>ち え | 名 wisdom/智慧/trí tuệ |
| 138 □ | 偉大な<br>い だい | ナ awesome, magnificent/伟大的/vĩ đại |

A: I made that curry using a heat-retaining cooking method, how do you like it? B: It's delicious. Did you use any special utensils? A: No, just a timer. First, I sauteed the ingredients in a heated pan as usual, and then simmered it a while. Then I just wrap it in a towel and wait 30 minutes. My mother taught me how. B: Wow. The wisdom of housewives is kind of awesome./A: 那个咖喱我是用保温调理的方式煮的，怎么样？ B: 很好吃，你用了什么特别的器具吗？ A: 没有，我只用了计时器吧。首先，我和平常一样热了锅后炒材料，然后煮了一下。之后我就用毛巾包起来等了30分钟而已。这是我妈妈教我的。 B: 是哦。主妇的智慧真是伟大。/A: Món cà ri đó, tôi đã thử làm bằng cách nấu giữ nhiệt, cậu thấy sao? B: Ngon đấy. Cậu dùng dụng cụ đặc biệt nào à? A: Không, có dùng thì chỉ đồng hồ hẹn giờ thôi. Trước tiên, như bình thường, tớ xào đồ trong nồi đã làm nóng, ninh một chút. Sau đó, chỉ dùng khăn quấn lại, chờ 30 phút. Tớ được mẹ chỉ đấy. B: Ồ, trí tuệ của người nội trợ vĩ đại nhỉ.

Ａ：そのお弁当、自分で作ったの？

Ｂ：そうそう。最近、節約のために自炊してて。

Ａ：確かに、自分で作る方が安いよね。

Ｂ：うん。食事の量もコントロールできるからいいよ。

Ａ：でも朝起きるの大変じゃない？

Ｂ：前は早起きが苦手だったけど、食事に気をつけ始めてから毎朝すっきり目覚められるようになったんだ。

| 139 | 節約[する]<br>せつやく | 名 動3他 cost-cutting, save money/节省[节省]/sự tiết kiệm, tiết kiệm |
| 140 | ＋節電[する]<br>せつでん | 名 動3自 saving electricity, conserve power/省电[省电]/sự tiết kiệm điện, tiết kiệm điện |
| 141 | 自炊[する]<br>じすい | 名 動3自 cooking for oneself, cook for oneself/自己煮[自己煮]/sự tự nấu ăn, tự nấu ăn |
| 142 | コントロール[する] | 名 動3他 control, control/控制[控制]/sự kiểm soát, kiểm soát |
| 143 | すっきり(と) | 副 cleanly, refreshed/清爽/sảng khoái, dễ chịu |
| 144 | 目覚める<br>めざ | 動2自 wake up/醒过来/tỉnh giấc, thức dậy |

A: Did you make that lunch box yourself? B: Yes, I did. I've been cooking for myself lately to save money. A: Right, it's cheaper to make it yourself. B: Yes. I can control the amount of food I eat. A: But isn't it hard to get up early in the morning? B: I used to find it hard getting up early, but since I started watching what I eat, I w[ake up refreshed every morning./A: 你那个便当是自己做的？ B: 对呀。最近我为了节省都自己煮。 A: 确实，自己煮便宜多了。 B: 嗯，而且还可以控制进食的分量，很不错。 A: 可是早起不会很辛苦吗？ B: 以前我早上都起不来，但自从我开始注意饮食习惯后，每天早晨都能很清爽的醒过来。/A: Hộp cơm đó em tự làm à? B: Dạ phải. Dạo này, em tự nấu ăn để tiết kiệm. A: Đúng là tự mình nấu thì rẻ hơn nhỉ. B: Dạ, còn kiểm soát được lượng thức ăn nên tiện lắm ạ. A: Nhưng sáng phải dậy sớm không vất vả sao? B: Lúc trước, em ngại dậy sớm lắm nhưng từ khi bắt đầu quan tâm đến bữa ăn thì sáng nào em cũng thức dậy sảng khoái được rồi.

🔊 28

A：どうしたの、この部屋。机の下には<u>紙くず</u>、キッチンには<u>洗い物</u>がいっぱい！洗濯物にも<u>しわ</u>がついてる…。

B：今週忙しくて…。

A：<u>ルームシェアして</u>るんだよね？一緒に住んでる人は怒らないの？

B：今旅行中で<u>不在</u>なんだ。もうすぐ帰ってくるよ。

A：じゃあ早く掃除しないと。ほら、その机<u>持ち上げて</u>！

| | | |
|---|---|---|
| 145 ☐ | **紙くず**<br>かみ | 名 paper scraps/纸屑/giấy vụn |
| 146 ☐ | **洗い物**<br>あら もの | 名 dirty dishes or clothing/要洗的东西/chén bát, đồ phải rửa |
| 147 ☐ | **しわ** | 名 wrinkle/皱纹/nếp nhăn |
| 148 ☐ | **ルームシェア[する]** | 名 動3自 sharing housing, share a place/合租[与人合租]/sự ghép phòng, ở ghép |
| 149 ☐ | **不在**<br>ふざい | 名 absence, gone away/不在/sự vắng nhà |
| 150 ☐ | **持ち上げる**<br>も あ | 動2他 lift up/抬起来（拿起来）/nâng lên |

A: What happened to your room? There are paper scraps under the desk, and the kitchen is full of dirty dishes! The laundry is all wrinkled too... B: I've been busy this week... A: You share this place, right? Won't the guy you live with get mad at you? B: He's away on a trip right now. But he'll be back soon. A: Then we have to clean up right away. Okay, lift up that desk!/ A: 这个房间怎么了？桌子底下都是纸屑，厨房要洗的东西也堆积如山！洗好的衣服也都是皱纹… B: 这个星期有点忙… A: 你不是跟人合租吗？跟你一起住的人不会生气吗？ B: 他现在去旅行不在。快要回来了。 A: 那要赶快打扫才行。来，把那张桌子抬起来！ /A: Sao vậy nè, cái phòng này? Dưới bàn là giấy vụn, bếp thì chén bát phải rửa đầy ra! Quần áo thì nhăn nhúm …B: Tháng này anh bận quá…A: Anh ở ghép mà đúng không? Người ở chung với anh không bực à? B: Giờ cậu ta đang đi du lịch nên vắng nhà. Cũng sắp về rồi á. A: Vậy anh còn không mau quét dọn đi. Kìa, nâng cái bàn đó lên!

A：このクッキーおいしい！ <u>ねじって</u>あって、形もかわいいね！

B：ありがとう。<u>粗く砕いた</u>アーモンドを入れてみたんだ。失敗したときの<u>予備</u>にたくさん作ったから、よかったらそこの<u>容器</u>に入れて持って帰って。

A：え、いいの？

B：うん。こんなに<u>大量</u>にあっても、<u>食べきれない</u>から。

| 151 ☐ | ねじる | 動1他 twist/纽结/xoắn |
|---|---|---|
| 152 ☐ | 粗い<br>あら | イ rough, coarse/粗粒/sơ, thô |
| 153 ☐ | 砕く<br>くだ | 動1他 crush, grind/打碎/giã, đập |
| 154 ☐ | 予備<br>よび | 名 extra, spare/预备/phòng hờ, dự bị |
| 155 ☐ | 容器<br>ようき | 名 container/容器/hộp đựng |
| 156 ☐ | 大量な<br>たいりょう | ナ large quantity/大量的（多）/nhiều |
| 157 ☐ | ～きる | 動1他 finish off ~, completely ~/～完/~ hết |

A: These cookies are delicious! The shape's so cute too, the way they're twisted! B: Thanks. I put coarsely ground almonds in them. Actually, I made a lot of spare cookies in case I messed up, so you can take some home in that container if you like. A: Oh, really? B: Yeah. I made so many, I could never finish them all off myself./A: 这个曲奇好好吃哦！ 还有纽结，形状也可爱！ B: 谢谢你，我还加了打碎的杏仁粗粒。我怕做失败，所以做了好多预备品。如果你喜欢就用那个容器装回去。 A: 诶？可以吗？ B: 嗯。这么多，我也吃不完。/A: Bánh quy này ngon quá! Xoắn lại, hình dáng cũng dễ thương nữa nhỉ! B: Cảm ơn cậu. Tớ thử cho hạt điều giã sơ vào đấy. Tớ có làm nhiều để phòng hờ khi làm hư nên nếu cậu thích thì cho vào hộp đựng này đem về ăn. A: Ơ, được sao? B: Ừm, nhiều như vậy tớ cũng không ăn hết được mà.

🔊 30

> 部屋をきれいに<u>保つ</u>ためには、物を増やさないことが重要だ。
> 物が少ないだけで部屋がきれいに見える。捨てることが難しい
> 場合、使わない物は<u>入れ物</u>にしまったり、<u>物置</u>に入れたりして、
> 物を少なく見せるのも<u>有効だ</u>。加えて、使ったものを元の場所
> に<u>収める</u>ことも大切である。

| 158 | 保つ<br>たも | 動1他 keep/保持/giữ, duy trì |
|---|---|---|
| 159 | 入れ物<br>い もの | 名 container/箱子（保管物品的容器）/tủ, đồ đựng |
| 160 | 物置<br>ものおき | 名 storage space/仓库/kệ, ngăn |
| 161 | 有効な<br>ゆうこう | ナ effective/有效的/hiệu quả, hữu hiệu |
| 162 | 収める／納める<br>おさ おさ | 動2他 store, place/收拾, 收纳/cất, cất vào |

To keep a room clean, it's important not to add more things. Having just a few items makes a room look cleaner. If you have trouble throwing things away, it's also effective to put unused items in a container or storage space to make the room look neater. Also, it's important to place anything you use back where it belongs./为了保持房间的整洁，重要的是不要让东西太多。东西少房间看起来就会干净。如果有不能丢的东西，可以收到箱子里，放到仓库里，让东西看起来不要那么多也是有效的。还有，用过的东西要物归原位也是很重要的。/Để giữ phòng ốc sạch sẽ, quan trọng là không làm tăng đồ đạc. Chỉ cần đồ đạc ít là cũng thấy phòng ốc sạch đẹp. Nếu khó vứt bỏ thì cất những gì không dùng đến vào tủ, cho vào kệ, làm sao cho thấy ít đồ đạc cũng là cách hiệu quả. Bên cạnh đó, cất đồ đã sử dụng vào lại chỗ cũ cũng rất quan trọng.

🔊 31

> A：最近、母が家事を手伝えってうるさくて。
> B：え？ 家事しないの？
> A：<u>自ら</u>進んでやることはないかも。<u>炊事</u>、洗濯、掃除は苦手
> 　だから、母に<u>任せて</u>仕事に集中したいな。
> B：いや、できる<u>範囲</u>でやりなよ。

| 163 | 自ら<br>みずか | 副 oneself/自动自发/tự mình |
| 164 | 炊事[する]<br>すい じ | 名 動3自 cooking, cook/煮饭[煮饭]/sự nấu ăn, nấu ăn |

| 165 | 任せる<br>まか | 動2他 leave up to/托付/phó mặc, giao phó |
| 166 | 範囲<br>はん い | 名 range, scope/范围/phạm vi |

A: Lately, my mother's been nagging me to help with the housework. B: What? You don't do housework? A: I just don't think to do it myself. I'm no good at cooking, washing clothes, or cleaning, so I prefer to leave it up to my mother and just concentrate on my work. B: That's no good. You should do as much as you can./A: 最近我妈妈一直烦着我要我帮忙做家务。 B: 诶? 你不做家务吗? A: 我不会自动自发的做吧。我不擅长煮饭，洗衣服，打扫什么的，所以我都托付给我妈妈，想集中精神工作。 B: 不是，至少你做你能力范围内的事呀。/A: Gần đây, mẹ tôi cứ nhắc nhở tôi giúp việc nhà. B: Ơ, anh không làm việc nhà sao? A: Hình như tôi chưa từng tự làm bao giờ. Tôi không giỏi nấu ăn, giặt giũ, quét dọn nên cứ phó mặc cho mẹ, chỉ muốn tập trung làm việc. B: Sao được, anh nên làm trong phạm vi có thể chứ.

🔊 32

最近、家事を論理的に行う方法が話題になっている。これは、
家事をする前に、やることや、やる順番を整理しておくという
ものだ。作業を順々に書き出すことで、時間の無駄なく家事が
できるのである。また、何をすべきかがはっきりするため、夫
婦で家事を分業しやすくもなる。

| 167 | 論理的な<br>ろん り てき | ナ logical/合乎逻辑的/một cách khoa học |
| 168 | ✛ 論理<br>ろん り | 名 logic/逻辑/khoa học, lý luận |
| 169 | 順々に<br>じゅんじゅん | 副 in order, successively/一点一点的/theo trình tự |
| 170 | 分業 [する]<br>ぶんぎょう | 名 動3他 division of labor, divide tasks/分担[分担]/sự phân chia công việc, phân chia công việc |

Recently, there's been a lot of discussion about the logical way to do household chores. The idea is to organize the tasks that need doing and the order in which they are to be done before starting the chores. By writing down the tasks in order, housework can be done without wasting time. This also makes it easier for couples to divide the household chores, because they know exactly what needs to be done./最近使用合乎逻辑的方法来处理家务衍生热议。这是在进行家务前先把要做的事，做的顺序先整理好的思路。把要做的事一点一点的写出来，就可以不浪费时间的进行家务。还有，这样也会把该做的事明确化，夫妻也可以轻松的分担家务。/Gần đây, phương pháp làm việc nhà một cách khoa học trở thành đề tài bàn luận. Đây là đề tài nói về việc sắp xếp những việc phải làm và trình tự trước khi làm việc nhà. Bạn có thể làm việc nhà mà không lãng phí thời gian bằng cách viết công việc phải làm theo trình tự. Ngoài ra, do làm rõ phải làm gì nên vợ chồng cũng dễ phân chia công việc hơn.

🔊 33

A：お掃除 完了！
そうじ かんりょう

B：おかげさまで あっという間 に終わったよ。頼って ばかりで
ま お たよ
ごめんね。

A：いいよいいよ。でも、かび が生えた服が出てきたときは、びっ
は ふく で
くりしたな。

B：うっ…。冬は服が乾きにくいから…。
ふゆ ふく かわ

A：エアコンをつけた部屋に つるして おくといいよ。部屋も乾
へや へや かん
燥しないし。
そう

| 171 ☐ | 完了 [する]<br>かんりょう | 名 動3他 completion, finish/完毕[完毕]/sự hoàn thành, hoàn thành, xong |
|---|---|---|
| 172 ☐ | あっという間<br>ま | 名 in no time/转眼间/trong nháy mắt, nhanh chóng |
| 173 ☐ | 頼る<br>たよ | 動1他 depend, rely/依赖/trông cậy, nhờ vả |
| 174 ☐ | かび | 名 mold/发霉/nấm mốc |
| 175 ☐ | つるす | 動1他 hang (something)/挂/treo |

A: And the cleaning is finished! B: Thanks to you, we got it done in no time. I'm always relying on you, sorry. A: That's all right. But I was surprised to find mold growing on your clothes. B: Uh... It's hard to dry clothes in winter... A: You can hang them in an air-conditioned room. It keeps the room dry too./A: 打扫完毕！ B: 多亏了你，转眼间就结束了。一直依赖你真抱歉。 A: 没事没事。可是我发现发霉的衣服时真的被吓到了。 B: 唔…。因为冬天衣服比较难晒干… A: 你可以把衣服挂在有空调的房间，这样房间里也不会干燥。/ A: Quét dọn xong! B: Nhờ em mà làm xong trong nháy mắt đấy. Xin lỗi vì toàn trông cậy vào em nhé. A: Thôi không sao. Nhưng đúng là giật cả mình khi lòi ra mở quần áo mọc đầy nấm mốc. B: Ừ… thì mùa đông quần áo khó khô mà… A: Anh treo ở phòng có mở máy lạnh á. Phòng cũng không khô nữa mà.

鶏胸肉はいろいろな料理に応用できるので、ゆでた鶏胸肉を裂
いて冷凍保存している人も多い。鶏胸肉は縮みやすいので、下
準備をしておく必要がある。例えば、加熱する前にフォークで
刺したり、棒でたたいたりするといい。また、袋に水と塩と砂
糖を入れ、その中に漬けておくのもおすすめだ。

| 176 | 応用[する]<br>おうよう | 名 動3他 application, use/应用[应用]/sự áp dụng, dùng vào |
| --- | --- | --- |
| 177 | 裂く<br>さ | 動1他 shred/撕开/xé |
| 178 | ⑩ 裂ける<br>さ | 動2自 rupture, split/裂开/bị, được xé |
| 179 | 縮む<br>ちぢ | 動1自 shrink, shrivel/缩小/ngót, rút, co lại |
| 180 | 加熱[する]<br>か ねつ | 名 動3他 heating, heat/加热[加热]/sự nấu chín, nấu chín |
| 181 | 棒<br>ぼう | 名 stick, rod/棒子/cái chày |
| 182 | 漬ける<br>つ | 動2他 marinate/腌渍/ngâm |

Chicken breasts can be used in a variety of dishes, so many people shred boiled chicken breasts and freeze them. Chicken breasts tend to shrink, so you need to prepare them in advance. For example, you can prick them with a fork or pound them with a heavy rod before heating. Marinating them in a bag with water, salt, and sugar is also recommended./鸡胸肉可以应用到各式各样的料理，也有人把鸡胸肉煮了以后撕开冷冻保存。鸡胸肉很容易缩小，所以需要事前处理。例如加热前可以先用叉子戳一戳，或者用棒子敲打也可以。还有，我推荐可以在袋子里放入水和盐，白糖进行腌渍。/Thịt ức gà có thể dùng vào nhiều món ăn khác nhau nên cũng có nhiều người xé thịt ức gà đã luộc rồi bảo quản đông lạnh. Thịt ức gà dễ bị ngót lại nên cần phải chuẩn bị trước. Ví dụ, trước khi nấu chín nên dùng nĩa để đâm, hay dùng cái chày để đập. Ngoài ra, cũng có cách đáng khuyến khích là cho nước, muối, đường vào túi rồi ngâm thịt trong đó.

🔊 35

A：そのマフラー、新しいよね？ 買ったの？

B：あ、これ自分で編んだんだ。

A：器用だなあ。私、編み物とか裁縫が苦手なんだよね。中学生のときエプロン作ったんだけど、ポケットを逆さまにつけちゃって、みんなに笑われちゃった。

| 183 | 編む<br>あ | 動1他 knit/编织/đan, móc |
|---|---|---|
| 184 | 器用な<br>きよう | ナ adept, skillful/巧/khéo tay, khéo léo |
| 185 | ↔ 不器用な<br>ぶきよう | ナ clumsy, unskilled/不巧/vụng về |
| 186 | 編み物<br>あ もの | 名 knitting/编织物/món đồ đan móc |
| 187 | 裁縫[する]<br>さいほう | 名 動3自 sewing, sew/裁缝[缝纫]/đồ thêu, thêu thùa |
| 188 | エプロン | 名 apron/围裙/tạp dề |
| 189 | 逆さまな／<br>逆さな<br>さか | ナ upside down/倒过来, 反的/ngược, lộn ngược |

A: That scarf is new, isn't it? Did you buy it? B: Oh, I knitted it myself. A: You're very skillful. I'm no good at knitting or sewing. When I was in junior high school, I made an apron, but I put the pockets on upside down and everyone laughed at me./A: 那条围巾是新的吧？你买的吗？ B: 啊，这是我自己编织的。 A: 手真巧。我很不擅长编织，裁缝什么的。中学时我做了围裙，但我口袋缝缝反了，结果被大家嘲笑了呢。/A: Cái khăn choàng đó là đồ mới phải không? Mới mua à? B: À, cái này tớ tự đan đấy. A: Khéo tay nhỉ. Tớ thì dở mấy món đan móc, thêu thùa lắm. Hồi cấp 2, tớ may tạp dề mà may túi ngược bị mọi người cười quá trời.

# Topic 3

# 買い物
か　　もの

Shopping / 购物 / Mua sắm

No. 190-246

◁)) 36

感染症の流行は、社会にさまざまな影響を与えている。例えば、
かんせんしょう りゅうこう しゃかい えいきょう あた
外出が制限されたため、旅行関係の支出は大きく減少した。ま
がいしゅつ せいげん りょこうかんけい し しゅつ おお げんしょう
た、感染症予防のマスク着用により、一気に万引きが増えた店
かんせんしょうよぼう ちゃくよう いっき まんび ふ みせ
もあるようだ。

| 190 □ | 支出[する]<br>し しゅつ | 名 動3他 expenses, spend/开销[开销]/sự chi tiêu, chi tiêu |
|---|---|---|
| 191 □ | 着用[する]<br>ちゃくよう | 名 動3他 wearing, wear/佩戴[佩戴]/sự đeo, đeo |
| 192 □ | 一気に<br>いっき | 副 suddenly, all at once/一口气/vọt lên, một lượt |
| 193 □ | 万引き[する]<br>まんび | 名 動3他 shoplifting, shoplift/盗窃[盗窃]/sự ăn cắp vặt, ăn cắp vặt |

The outbreak of infectious disease is affecting society in various ways. For example, travel-related spending has dropped significantly, due to restrictions on going out. Also, some stores have seen a sudden increase in shoplifting due to the wearing of masks to prevent infectious disease./感染症的蔓延，给社会上带来了各式各样的影响。例如外出会被限制，旅游方面的开销有了大幅度的减少。还有需要佩戴预防感染的口罩，据说有的店家一口气多了很多盗窃。/ Sự lưu hành của bệnh truyền nhiễm gây nhiều ảnh hưởng khác nhau đến xã hội. Ví dụ, do bị hạn chế đi ra ngoài nên chi tiêu liên quan đến du lịch đã giảm đi nhiều. Ngoài ra, nghe nói vì đeo khẩu trang để ngăn ngừa bệnh lây nhiễm mà có cửa hàng bị ăn cắp vặt tăng vọt.

🔊 37

A：こないだ会社の人たちと飲みに行ったとき、全員分僕が払っておいたんだよ。それで昨日、どうやって<u>精算しよう</u>かと思って先輩に相談してみたら「１円まできれいに分けてくれ」って言われちゃって…。

B：うわー、<u>けちだ</u>ねー。

A：その先輩だけが<u>高価な</u>お酒をたくさん飲んでたのに…。先月<u>賞与</u>が出て、やっと少し貯金ができたところなんだけど。

| 194 □ | 精算[する]<br>せいさん | 名 動3他 payment, settle (a bill)/算账[算账]/sự tính toán, tính toán |
|---|---|---|
| 195 □ | けちな | ナ stingy, tight (with money)/小气的/keo kiệt, bủn xỉn |
| 196 □ | 高価な<br>こうか | ナ expensive/高价的/đắt tiền |
| 197 □ | 賞与<br>しょうよ | 名 bonus (salary)/奖金/tiền thưởng |

A: The other night, I went out for drinks with some people from work and I paid for everyone. Yesterday, I asked a senior colleague for advice on how to settle the bill, and he told me to split it evenly, right down to the last yen... B: Wow, that's so stingy. A: And he was the only one drinking lots of expensive alcohol... Damn, I just got my bonus last month and finally saved up a little money./A: 上次我和公司同事一起去喝酒时，我付了所有人的分呢。然后昨天我还在想要怎么算账，找前辈商量，结果他竟然说「要算到一块钱都不能错」 B: 哇～好小气哦。 A: 只有那个前辈喝了很多高价的酒呢…。本来上个月发奖金，还以为可以存一点钱。/A: Hôm trước tôi đi uống với người trong công ty, tôi trả hết phần của mọi người luôn đấy. Cho nên hôm qua, nghĩ bụng không biết phải tính toán thế nào nên tôi thử trao đổi với đàn anh thì bị nói "cậu cứ chia cho đều từng yên một cho tôi"…B: Ôi trời, keo dữ vậy. A: Mà chỉ cái anh đó là uống rượu đắt tiền thật nhiều vậy mà… Mới tháng trước được thưởng, mãi mới tiết kiệm được một chút thì lại…

A：通販でコンロ買ったんだけど、包装をほどいてみたら、都
市ガス用だったの。うちでは使えないから返品しようと
思ったんだけど、箱に「不良品を除いて、開封済みの商品
の返品には、送料と手数料を頂戴します」って書いてあっ
たの。

B：そっか。まあ向こうも商売だもんね。

| 198 □ | 包装[する]
ほうそう | 名 動3他 packaging, pack/包装[包装]/bao bì, đóng gói |
| 199 □ | ほどく | 動1他 unpack, loosen, take off/拆开/mở, tháo |
| 200 □ | ⑩ ほどける | 動2自 come apart, become undone/松掉/được mở, được tháo |
| 201 □ | 返品[する]
へんぴん | 名 動3他 return, send back (an item)/退货[退货]/sự trả hàng, trả hàng |
| 202 □ | 不良品
ふりょうひん | 名 defective product/瑕疵品/hàng lỗi |
| 203 □ | 手数料
てすうりょう | 名 handling fee/手续费/tiền dịch vụ |
| 204 □ | 頂戴する
ちょうだい | 動3他 request, require/需要/thu, nhận |
| 205 □ | 商売[する]
しょうばい | 名 動3自 business, commerce, trade/生意[做生意]/sự kinh doanh, kinh doanh |

A: I bought a stove by mail order, but when I removed the packaging, I found it was designed to use city gas. Since I can't use that at home, I tried to return it, but on the box it said, "Unless a product is defective, a handling fee is required for the return of products that have been opened." B: Is that right? Well, I guess they're a business too./A: 我在线上购物买了煤气炉，结果我一拆开包装，发现竟然是天然气专用的。我们家没办法用我想说退货，结果看见箱子上写着「除了瑕疵品以外，开封后的商品需要退货都需要手续费和运费。」 B: 是哦，对方也是要做生意的呀。/A: Tôi mua bếp gas qua điện thoại nhưng khi mở bao bì thì là dùng cho gas đô thị. Nhà tôi không xài được nên định trả hàng nhưng trên hộp có ghi "Ngoại trừ hàng lỗi, chúng tôi xin phép thu cước phí và tiền dịch vụ trong trường hợp trả lại sản phẩm trong tình trạng đã khui hàng". B: Vậy à? Thì họ cũng kinh doanh mà nhỉ.

◀ 39

パソコン探しに困っていたら、<u>株式会社</u>値段ドットコムのホームページを見てみるといい。<u>各種</u>メーカー製品を<u>取り扱って</u>いて、<u>価格</u>やスペック、<u>売れ行き</u>など、さまざまな条件を指定して探すことができる。

| 206 □ | 株式会社<br>かぶしきがいしゃ | 名 incorporated company (Inc. or Co., Ltd.)/股份有限公司/công ty cổ phần |
|---|---|---|
| 207 □ | ＋株式<br>かぶしき | 名 shares, stocks/股份/cổ phần |
| 208 □ | 各種<br>かくしゅ | 名 all kinds, various/各种/các loại |
| 209 □ | 取り扱う<br>と あつか | 動1他 stock, deal, handle/经办/có bán, thao tác, xử lý |
| 210 □ | ＋取り扱い[する]<br>と あつか | 名 動3他 stocked product, deal, handle/操作[操作]/sự có bán, bán |
| 211 □ | 価格<br>かかく | 名 price/价格/giá cả |
| 212 □ | 売れ行き<br>う ゆ | 名 sales, demand/销售走势/mức bán ra |

If you're having trouble finding a computer, take a look at the Price.com Inc. website. They stock products from various manufacturers, and you can search by specifying various criteria such as price, specifications, and how well they sell./如果烦恼怎么选电脑，可以去看「KAKAKU.com股份有限公司」的网页。他经办了各种牌子的产品，还可以指定各种条件搜寻，例如价格，规格，销售走势等等。/Nếu gặp khó khăn trong việc tìm kiếm máy tính thì bạn nên xem trang web dot.com giá cả của công ty cổ phần. Bạn có thể chỉ định các điều kiện khác nhau để tìm kiếm như có bán các loại sản phẩm của nhà sản xuất, giá cả, cấu hình, mức bán ra v.v.

◀ 40

この商品はとても小さいので<u>小銭</u>入れに見えるが、実は<u>硬貨</u>だけでなく<u>紙幣</u>も入る。<u>泡</u>をつけて丁寧に洗えば、とてもきれいになるところもお気に入りだ。

| 213 □ | 小銭<br>こぜに | 名 coin/零钱/tiền lẻ |
|---|---|---|
| 214 □ | 硬貨<br>こうか | 名 coin, hard currency/硬币/tiền xu |

| 215 | 紙幣<br><ruby>し<rt></rt></ruby>へい | 名 banknote/纸钞/tiền giấy |
|---|---|---|
| 216 | 泡<br>あわ | 名 foam, lather/泡沫/bọt |

This product is so tiny it looks like a coin purse, but it actually holds banknotes as well as coins. It's also popular because it cleans up nicely when lathered up and washed carefully./这个商品很小，看起来像零钱包，但其实不仅硬币，也可以装纸钞。而且我最喜欢的就是只要用泡沫小心的清洗一下，就会很干净。/Sản phẩm này rất nhỏ nên trông như để bỏ tiền lẻ nhưng thật ra không chỉ tiền xu mà tiền giấy cũng vừa. Tôi cũng thích ở chỗ chỉ cần đánh bọt, rửa cẩn thận là sẽ sạch đẹp.

◀) 41

A：国内ではまだ販売されていない、海外の商品が購入できるサイトって知らない？

B：えっと、評価が高いのは KAIGAI MALL かな。でも、為替レートによって値段が変わりやすいし、関税がかかったりするんだよね。あと発送が遅いかも。

| 217 | 販売[する]<br>はんばい | 名 動3他 sale, sell/销售/việc bán, bán |
|---|---|---|
| 218 | 評価[する]<br>ひょうか | 名 動3他 evaluation, rating, rate/评价[评价]/sự đánh giá, đánh giá |
| 219 | 為替レート<br>かわせ | 名 exchange rate/外汇率/tỉ giá hối đoái |
| 220 | ✛ 為替<br>かわせ | 名 money exchange/外汇/hối đoái |
| 221 | 関税<br>かんぜい | 名 customs/关税/thuế quan |
| 222 | 発送[する]<br>はっそう | 名 動3他 shipping, deliver/发货[发货]/sự phát hàng, phát hàng |

A: Do you know any websites where you can buy overseas products not yet on sale in Japan? B: Well, I think Kaigai Mall is the most highly rated. But prices tend to change depending on the exchange rate, and there are Customs charges too. Also, shipping might be slow./A: 有没有什么国内还没开始销售的产品，但可以在国外购买的网站呀？ B: 嗯…评价比较高的是「KAIGAI MALL」吧。但会因为外汇率导致价格变动，还会被打关税什么的。而且发货也比较慢。/A: Cậu có biết trang nào mua được sản phẩm của nước ngoài chưa bán trong nước không? B: Ờ thì, được đánh giá cao là KAIGAI MALL thì phải. Nhưng giá cả dễ thay đổi theo tỉ giá hối đoái, lại tốn thuế quan. Với phát hàng cũng chậm không chừng.

🔊 42

> A：昨日足首のサポーターとスマホの充電器注文したんだけど、口座引き落としで支払おうとしたら、残高が足りなくて買えなくて…。Bさん、もしクレジットカード持ってたら立て替えてくれない？
>
> B：うーん、それはちょっと…。

| 223 ☐ | 足首<br>あしくび | 名 ankle/脚踝/cổ chân |
|---|---|---|
| 224 ☐ | ～器<br>き | 接尾 ~ device/～器/máy ~, đồ ~ |
| 225 ☐ | 引き落とし<br>ひ お | 名 direct debit, bank withdrawal/扣款/sự rút tiền |
| 226 ☐ | ＋引き落とす<br>ひ お | 動1他 pay by debit/扣款/rút tiền |
| 227 ☐ | 残高<br>ざんだか | 名 (account) balance/余额/số dư |
| 228 ☐ | 立て替える<br>た か | 動2他 pay on someone's behalf/代付/ứng (trả giùm) |

A: I ordered an ankle brace and a phone charging device yesterday, but when I tried to pay by direct debit, I couldn't because my account balance was too low... Hey B, if you have a credit card, could you pay it on my behalf? B: Hmmm, I'm not sure about that.../A: 昨天我订购了脚踝护具和手机的充电器，我本来想用账户扣款，但余额不足没买到…。B先生如果你有信用卡可不可以先替我代付一下？ B: 嗯～有点不方便。/A: Hôm qua, tôi đặt đồ hỗ trợ cổ chân với cục sạc điện thoại thông minh mà định rút tiền tài khoản trả tiền thì số dư không đủ nên không mua được. Cậu B, nếu có thẻ tín dụng thì ứng giùm tôi được không? B: Ừ~m, chuyện đó thì....

🔊 43

> A：もうすぐホワイトデーだから、彼女に花束とチョコを贈ろうと思ってて…これなんてどうかな？
>
> B：へー、かわいいね！かごに花とチョコが入ってるんだ。あ、今キャンペーン中で、いくらかボーナスでポイントもつくみたいだよ。

| 229 ☐ | 花束<br>はなたば | 名 bouquet, bunch of flowers/花束/bó hoa |
|---|---|---|

| 230 ☐ | **＋束**<br>たば | 名 bunch, bundle/束/bó |
| 231 ☐ | **かご** | 名 basket/篮子/giỏ, rổ |
| 232 ☐ | **いくらか** | 副 a few/一点/một ít |
| 233 ☐ | **ボーナス** | 名 bonus/奖励/thưởng |
| 234 ☐ | **ポイント** | 名 points/点数/điểm, điểm tích lũy |

A: It's almost White Day. I was thinking of getting my girlfriend a bouquet of flowers and some chocolates... How about this? B: Wow, that's cute! It's a basket with flowers and chocolates. Oh, there's a campaign on at the moment, so it looks like you can earn a few bonus points too./A: 快要到白色情人节了。我想送女朋友花束和巧克力…你觉得这个怎么样？ B: 是哦～，好可爱哦！篮子里有花还有巧克力。啊，现在还有活动说会附加一点奖励的点数呢。/A: Sắp tới ngày White Day rồi nên tôi định tặng bó hoa và sô-cô-la cho bạn gái… Cái này cậu thấy sao? B: Ôi, dễ thương quá! Hoa và sô-cô-la đựng trong giỏ à. A, giờ đang khuyến mãi nên còn thêm một ít điểm thưởng nữa đó.

🔊 44

> A：見てこれ。絶版になった本がオークションに出てるんだけど、
> 　　予算を<u>超えて</u>るんだよね。
> B：珍しいものは<u>大概</u>そうなるよね。
> 　　めずら　　　　たいがい

| 235 ☐ | **超える**<br>こ | 動2他 exceed, go over/超过/vượt hơn |
| 236 ☐ | **大概**<br>たいがい | 名 副 usual situation, generally speaking/大部分/đại khái, thường |

A: Look at this. There's an out-of-print book on auction, but it's over my budget. B: That's usually the case with rare items./A: 你看这个。绝版书在网上拍卖耶，但已经超出我的预算了。 B: 稀奇的东西大部分都是这样吧。/A: Nhìn cái này này. Quyển sách đã tuyệt bản xuất hiện trên sàn đấu giá màvượt ngân sách của tớ rồi. B: Mấy đồ hiếm thì thường vậy mà.

🔊 45

> A：あー、どうしよう。オークションの終了時間が迫ってる。
>
> B：予算オーバーって言ってもせいぜい500円でしょ。新品とそんなに差はないんだから、損得考えずに買っちゃいなよ。

| 237 | 迫る<br>せま | 動1自 approach, impend/紧迫/sắp, áp sát |
|---|---|---|
| 238 | せいぜい | 副 at most, to the utmost/最多/nhiều lắm cũng chỉ |
| 239 | 差<br>さ | 名 difference, discrepancy/差异/sự chênh lệch |
| 240 | 損得<br>そんとく | 名 gain and loss/得失/thiệt hơn |

A: Oh, what should I do? The end of the auction is approaching. B: Even if it's over your budget, it won't be more than 500 yen at most. That's not too different from a new one, so just buy it and don't worry about your monetary gain or loss./A: 啊～怎么办。拍卖结束的时间越来越紧迫了。 B: 你说超出预算也最多超出500日元吧。那和新的没差很多，还不如不考虑得失直接买下来。 / A: Ôi, tớ phải làm sao đây? Sắp hết giờ đấu giá rồi. B: Cậu nói là vượt ngân sách nhưng nhiều lắm cũng 500 yên thôi chứ gì. Không chênh lệch mấy với đồ mới nên đừng nghĩ thiệt hơn nữa mua cho rồi.

🔊 46

> A：あ、パソコン買ったの？
>
> B：欲しかったモデルがたまたま売ってて、つい買っちゃった。
>
> A：最新モデルだよね。高くなかった？
>
> B：展示品だったから値引きもされて、手頃な価格だったよ。不要なパソコンは買い取ってもらって、おまけで画面に貼るフィルムももらっちゃった。品質もいいし、大満足！

| 241 | つい | 副 inadvertently, on impulse/无意间/lỡ, thế là |
| 242 | 値引き [する]<br>ね び | 名 動3他 discount, discount (something)/减价[打折]/sự giảm giá, giảm giá |
| 243 | 手頃な<br>て ごろ | ナ affordable, reasonable (price)/划算的/phải chăng |
| 244 | 不要な<br>ふ よう | ナ not needed/中/không cần |

| 245 | おまけ[する] | 名 動3他 gift, incentive, offer as a gift/赠品[附送赠品]/ quà tặng thêm, tặng thêm |
|---|---|---|
| 246 | 品質 ひんしつ | 名 quality/品质/chất lượng |

A: Oh, did you buy a computer? B: The model I wanted was on sale, so I just bought it on impulse. A: It's the latest model, right? Wasn't it expensive? B: It was a display model, so I got a discount and it was a reasonable price. I exchanged it for a computer I didn't need, and got some protective film for the screen as a free gift. The quality is good, and I'm very satisfied!/
A: 啊，你买了电脑呀？ B: 刚好看见有在卖我想要的型号，无意间就买下来了。 A: 这是最新款的吧。不贵吗？ B: 因为是展示品所以给我减价了，蛮划算的。他们还买了我不要的电脑，还附送了画面保护贴的赠品。品质也好，我很满意！ /À: Chà, mua máy tính rồi à? B: Tình cờ họ có bán cái mẫu tớ thích nên thế là mua luôn. A: Mẫu mới nhất nhì. Không đắt sao? B: Vì là hàng trưng bày nên được giảm giá, nên giá phải chăng lắm. Máy không cần nữa thì được họ mua lại, còn được tặng thêm màng phim dán màn hình nữa. Chất lượng lại tốt nên tớ vừa ý lắm!

# ファッション

Fashion / 服装 / Thời trang

No. 247-338

🔊 47

A：この選手、確か<u>モデル</u>の女性と結婚したんだよね。

B：ああ、「笑わない男」って呼ばれてる人?

A：そう。でも本当はすごく優しくて、私服もすごくおしゃれ
でセンスいいんだって。

B：なるほど。<u>ギャップ</u>がある人はモテるって言うもんね。

| 247 モデル | 名 model/模特/người mẫu |
|---|---|
| 248 センス | 名 sense/品味/gu, cảm nhận |
| 249 ギャップ | 名 contradiction/反差/khoảng cách |

A: This athlete married his model girlfriend, didn't he? B: Oh, the one they call "the man who never smiles"? A: Yes. But actually, he seems very kind and in his private life, he has a stylish fashion sense. B: I see. They say people who have contradictions are more attractive./A: 这个选手好像是和女模特结婚的对吧。 B: 啊, 就是被称为「不会笑的男人」的那个人? A: 对呀。听说他其实是个很温柔, 私服也很时尚品味也好的人哦。 B: 原来如此。难怪大家都说有反差的人就是受欢迎呀。/A: Vận động viên này đúng là đã kết hôn với cô người mẫu nhỉ. B: Ờ, cái người được gọi là "người đàn ông không biết cười" đó hả? A: Đúng rồi. Nhưng nghe nói thật sự là cậu ấy hiền lành, trang phục đời thường cùng sành điệu, có gu lắm. B: Ra là vậy. Nghĩa là người có khoảng cách giữa khuôn mặt và tính cách như vậy mới đào hoa nhỉ.

Ａ：明日初デートなんだけど、この服どうかな？

Ｂ：全身、アウトドアブランドで揃えたのね。

Ａ：うん。ダサいかな？

Ｂ：うーん。流行を取り入れようとしてるのはいいと思うんだけど、だぶだぶなズボンはカジュアルすぎない？ スニーカーもその色はちょっと…。

Ａ：そっか。この靴、色違いで２足持ってるんだけど、黒い方ならいいかな？

| 250 | 全身 ぜんしん | 名 whole body/全身/toàn thân |
|---|---|---|
| 251 | アウトドア | 名 outdoor/户外/hoạt động ngoài trời |
| 252 | ブランド | 名 brand, label/品牌/thương hiệu |
| 253 | ダサい | イ unstylish, uncool/土/quê, quê mùa |
| 254 | 取り入れる と い | 動2他 incorporate/采纳/áp dụng, theo |
| 255 | だぶだぶな | ナ loose, baggy/宽松/lùng thùng |
| 256 | ～足 そく | 接尾 ~ pairs/～双/~ đôi |

A: I'm going on a first date tomorrow. What do you think about these clothes? B: The whole outfit is from outdoor brands, isn't it? A: Yes. Does it look unstylish? B: Hmmm. It's good that you're trying to incorporate the latest trends, but aren't the baggy pants a bit casual? I don't like the color of the sneakers either... A: Okay. I have two pairs of these shoes in different colors. Maybe the black ones would look better?/A: 明天是我第一次约会，你觉得这件衣服怎么样？ B: 全身都是户外品牌呀。 A: 嗯。土吗？ B: 嗯～我觉得采纳流行是件很好的想法，但宽松的裤子会不会太休闲了？ 运动鞋的颜色也有点…。 A: 是哦。这双鞋我有2双不同色的，黑色那双比较好吗？ /A: Ngày mai, anh hẹn hò, em thấy bộ đồ nào thế nào? B: Toàn thân đều đủ thương hiệu hoạt động ngoài trời nhỉ. A: Ừ, quê không? B: Ừ~m, em thấy theo mốt thì tốt nhưng cái quần lùng thùng thì có thường quá không? Cả đôi giày thể thao, màu đó có hơi … A: Ừ nhỉ, đôi giày này anh có 2 đôi khác màu, vậy màu đen thì ổn nhỉ?

🔊 49

A：このポーズは、背伸びする猫を表しています。

B：あ、これは簡単ですね。

A：そうですね。でも、ただポーズをまねするんじゃなくて、
　　呼吸を意識するのが大切ですよ。

| 257 | ポーズ | 名 pose/姿势/tư thế |
|---|---|---|
| 258 | 表す<br>あらわ | 動1他 express, represent/表现/thể hiện |
| 259 | ただ | 副 just, merely/只/đơn thuần, đơn giản |

A: This pose represents a cat stretching. B: Oh, this one is easy. A: Yes, it is. But it's important to stay aware of your breathing, not just imitate the pose./A: 这个姿势就是在表现伸懒腰的猫。 B: 啊，这个很简单。 A: 是的，但也不能只模仿姿势，重要的是要意识到呼吸哦。 /A: Tư thế này thể hiện con mèo duỗi lưng. B: À, cái này đơn giản nhỉ. A: Đúng vậy. Có điều, quan trọng là không phải bắt chước tư thế đơn thuần mà phải ý thức hơi thở nữa đấy.

🔊 50

A：ねえ、この写真見て。今若い人の間でこんなのはやってる
　　んだって。買ってみようかな。

B：いや…おまえ、いくつだよ。

A：ほら、最近のお母さんってみんな若々しいじゃない？

B：うーん、無理にそんな格好すると、逆に目立つと思うよ。

| 260 | おまえ | 名 you (familiar use)/你（对较于亲密的人使用的称呼）/ em, mình (cách gọi người khác thân mật) |
|---|---|---|
| 261 | 若々しい<br>わかわか | イ young-looking/年轻/trẻ trung |
| 262 | 格好<br>かっこう | 名 appearance, look/打扮/cách ăn mặc, bộ dạng |
| 263 | 逆に<br>ぎゃく | 副 conversely, on the contrary/反而/ngược lại |
| 264 | ＋ 逆<br>ぎゃく | 名 reverse/相反/ngược |

A: Hey, look at this photo. I heard this kind of thing is popular among young people these days. Maybe I should buy one. B: No way... How old are you? A: Hey, all the mothers these days look young, don't they? B: Well, if you dress to look like that, I think on the contrary, you'll actually stand out./A: 诶，你看这张照片。现在的年轻人在流行这样的呢。要不要买看看呢。 B: 不是…你都几岁了。 A: 你看，最近的妈妈们不是都很年轻吗？ B: 嗯～如果你勉强那样打扮，我觉得反而会很显眼呢。/A: Này, mình nhìn tấm ảnh này đi. Nghe nói bây giờ người trẻ thịnh kiểu này lắm. Hay em mua thử nhỉ. B: Không, em bao nhiêu tuổi rồi chứ hả? A: Ủa, chẳng phải gần đây mấy bà mẹ, ai cũng trẻ trung sao? B: Ừm, nhưng nếu cố ăn mặc kiểu đó thì ngược lại, anh thấy nổi quá đấy.

🔊 51

A：見て。たんすを整理したら、いらない服がこんなに出てきた。

B：駅前のデパートの婦人服売り場に、衣料品を回収する箱があったから持っていったら？アフリカに送るんだって。

A：うーん。でも最近アフリカでは、海外から届く服が余ってごみになることもあるみたいで、かえって問題になってるみたいだよ。

| 265 | たんす | 名 chest of drawers, closet/衣柜/tủ |
|---|---|---|
| 266 | 婦人<br>ふ じん | 名 woman, lady/妇女/phụ nữ |
| 267 | 衣料<br>い りょう | 名 clothing/服装/quần áo, trang phục |
| 268 | かえって | 副 conversely, on the contrary/反而/ngược lại |

A: Hey, look. I went through my closet and found so many clothes I don't need. B: There's a clothing collection box in the women's clothing section at the department store by the station. Why don't you take them there? They're going to send them to Africa. A: Hmmm. But recently, surplus clothing sent to Africa from overseas has been ending up as trash, and on the contrary, it actually seems to be causing problems./A: 你看，我整理衣柜时，整理出这么多不要的衣服。 B: 车站前的百货公司的妇女服装卖场有个回收旧衣服的箱子，你可以拿去呀？听说会寄到非洲去呢。 A: 嗯～可是听说最近从国外寄去非洲的衣服都剩好多，变成垃圾，反而引起问题呢。/A: Nhìn kia. Dọn dẹp tủ thì ra chừng này quần áo không cần đến đó. B: Quầy bán trang phục phụ nữ ở cửa hàng bách hóa trước nhà ga có để thùng thu gom quần áo, hay là đem đến đó? Nghe nói họ sẽ gửi đi châu Phi. A: Ừm. Nhưng hình như gần đây châu Phi dư thừa quần áo từ nước ngoài gửi đến, có khi thành rác nên ngược lại, nghe đâu thành vấn đề đó.

Topic 4 ● ファッション

🔊 52

A：ねえ、「ルッキズム」ってどういう意味？

B：Looks と ism を合わせた言葉で、人を見た目で判断する主義のことだよ。最近よく批判されてるね。

A：なるほど。昔から美人は得をするって言うもんね。それってなんかずるいもんね。

| 269 ☐ | 主義 <br> しゅ ぎ | 名 principle, "-ism"/主义/chủ nghĩa |
|---|---|---|
| 270 ☐ | ＋ 完璧主義 <br> かんぺきしゅ ぎ | 名 perfectionism/完美主义/chủ nghĩa hoàn hảo |
| 271 ☐ | 美人 <br> び じん | 名 beautiful people/美人/người đẹp |
| 272 ☐ | ずるい | イ unfair, sneaky/不公平, 狡猾/không công bằng, láu cá |

A: Hey, what does "lookism" mean? B: It's a combination of the words "looks" and "ism," and refers to the principle of judging people by their looks. It's widely criticized these days. A: Oh, I see. People have always said that beautiful people get a better deal. It's a bit unfair./A: 诶, 「Lookism」是什么意思呀？ B: 就是把「Looks」和「ism」合并起来的语言，也就是指以外表来判断一个人的主义思想。最近常常遭到批评呢。 A: 原来如此。从以前就说美人就是比较幸运。这说来还真不公平。/A: Này, "looksism" á, nghĩa là gì vậy? B: Là từ ghép "looks" và "ism", chỉ chủ nghĩa đánh giá người khác qua vẻ ngoài đấy. Gần đây hay bị phê phán lắm. A: Ra là vậy. Xưa giờ có nói người đẹp thì có lợi mà. Nói vậy thấy không bằng nhỉ.

🔊 53

A：妊婦さん向けの服や下着って、なぜか綿とかシルクが多いよね。

B：ああ、妊娠中は肌が敏感になる人が多いから、肌に優しい生地が好まれるんだと思うよ。

| 273 ☐ | ～向け <br> む | 接尾 made for ~, aimed at ~/适合 ~ /dành cho ~ |
|---|---|---|
| 274 ☐ | 綿 <br> めん | 名 cotton/棉/vải bông |
| 275 ☐ | ＝ コットン | 名 cotton/棉花/cotton |
| 276 ☐ | シルク | 名 silk/丝绸/lụa |

| 277 ☐ | 敏感な<br>びんかん | ナ sensitive/敏感/mẫn cảm |
|---|---|---|
| 278 ☐ | 生地<br>きじ | 名 fabric/布料/vải |

A: For some reason, clothes and underwear made for pregnant women are often cotton or silk, aren't they? B: Oh, I think it's because their skin gets more sensitive during pregnancy, so they prefer gentler fabrics./A: 适合孕妇的衣服还有内衣裤，不知道为什么很多都是棉和丝绸的。 B: 啊～有很多人怀孕时会变敏感性肌肤，所以对肌肤好的布料才会受欢迎呀。/A: Quần áo và đồ lót dành cho thai phụ á, sao nhiều đồ vải bông hay lụa nhỉ. B: Àa, em nghĩ vì có nhiều người da trở nên mẫn cảm khi mang thai nên vải thân thiện với làn da thì được yêu thích đó mà.

◀)) 54

A：あれ？ ばっさり切ったね。 イメチェン？
き
B：ははは。 実は、ヘアドネーションしたんだ。
じつ
A：病気で髪が抜けてしまった子どもたちのための、ウィッグ
びょう き　かみ ぬ　　　　　　　　　　こ
になるんだっけ。
B：そう。 できるだけきれいな髪でいるために、巻いたり、染
かみ　　　　　　　　　　ま　　　そ
めたりするのも我慢してたんだ。
が まん

| 279 ☐ | イメチェン／<br>イメージチェン<br>ジ[する] | 名 動3他 change of image, change one's image/改变形象[改变形象]/sự thay đổi hình tượng, thay đổi hình tượng |
|---|---|---|
| 280 ☐ | ＋チェンジ[する] | 名 動3他 change/改变[改变]/sự thay đổi, thay đổi |
| 281 ☐ | 巻く<br>ま | 動1他 curl, roll/卷/cuốn, cuộn |
| 282 ☐ | 染める<br>そ | 動2他 dye (something)/染/nhuộm |
| 283 ☐ | ⑩ 染まる<br>そ | 動1自 change color, be stained/染色, 受影响/được nhuộm |

A: Whoa! You've had your hair cut so short. Changing your image? B: Ha ha ha. Actually, I donated my hair. A: You mean, to make wigs for children who have lost their hair due to illness? B: Yes. I had to stop myself curling or dyeing my hair to keep it as nice as possible./A: 诶？ 你剪这么短。改形象？ B: 哈哈哈。其实我捐赠头发了。 A: 好像是为了生病的孩子们，会被拿去做成假发对吧。 B: 对。为了保持头发的品质，我一直忍着没染也没卷。/A: Ủa? Cắt gọn quá nhỉ. Thay đổi hình tượng à? B: Ha ha ha, thật ra thì tớ hiến tóc đấy. A: Có phải là làm tóc giả cho trẻ em bị rụng tóc vì bệnh không? B: Đúng rồi. Để có được mái tóc càng đẹp càng tốt, tớ đã phải nhịn cả việc cuốn lên hay nhuộm tóc đấy.

🔊 55

A：この前京都で買った<u>くし</u>、どうだった？

B：あ、あれね！ 髪をとかすだけで本当に<u>さらさら</u>になるの。
一緒に買ったオイルをつけると、自然な艶が出ていい感じだよ。

| 284 ☐ | くし | 名 comb/梳子/cái lược |
|---|---|---|
| 285 ☐ | さらさらな | ナ smooth/光滑/mượt |
| 286 ☐ | 艶 つや | 名 gloss, shine/亮丽/bóng |

A: What do you think of the comb you bought in Kyoto the other day? B: Oh, that! Just brushing my hair with it made it feel really smooth. And when I used the oil I bought with it, it gave my hair a nice natural shine./A: 上次在京都买的梳子，怎么样？ B: 啊，那个呀！ 我拿来梳头后真的会变得光滑呢。再擦上一起买的油，头发亮丽的很自然，很不错。/A: Cái lược mua ở Kyoto lúc trước sao rồi? B: À, cái đó hả? Chỉ cần chải tóc thôi là tóc mượt thật luôn. Nếu mà xức thêm loại dầu mua chung nữa thì bóng tự nhiên, cảm giác thích lắm.

🔊 56

A：これ<u>試着して</u>みない？ 似合うと思う。

B：サイズいくつ？

A：えっと、7<u>号</u>だね。

B：無理無理！ 私いつも11号だよ。<u>ウエスト</u>が入らないよ。

| 287 ☐ | 試着[する] しちゃく | 名 動3他 fitting, try on (clothing)/试穿[试穿]/sự mặc thử, mặc thử |
|---|---|---|
| 288 ☐ | ＋試食[する] ししょく | 名 動3他 sample, try (food)/试吃[试吃]/sự ăn thử, ăn thử |
| 289 ☐ | ～号 ごう | 接尾 size ~/～号/số ~ |
| 290 ☐ | ウエスト | 名 waist/腰围/eo, vòng eo |

A: Wanna try this on? I think it'd suit you. B: What size is it? A: Let's see, it's a size 7. B: No way! I'm usually a size 11. I'll never fit into the waist./A: 你要试穿这个吗？ 我觉得会很适合。B: 尺寸多大？ A: 嗯~7号。 B: 不行不行！ 我都穿11号的。腰围穿不下。/A: Mặc thử cái này không? Anh nghĩ là hợp đấy. B: Size mấy vậy? A: Ờ, size số 7 đó. B: Không, không được! Em lúc nào cũng số 11 mà. Eo đâu có vừa.

A：いかがですか。

B：この縞のデザインが気に入ってるんですが、客観的に見て
　　派手すぎませんか。

A：お似合いですよ。ジャケットと組み合わせればオフィスに
　　も着ていけますし。

B：そうですか。あと、丈がちょっとだけ長いかな。

A：丈の長さは、このベルトで調節できますよ。

| 291 | 縞 | 名 stripe/线条/sọc |
| 292 | 客観的な | ナ objective/客观的/một cách khách quan |
| 293 | ↔ 主観的な | ナ subjective/主观的/một cách chủ quan |
| 294 | 組み合わせる | 動2他 combine/组合起来/phối, kết hợp |
| 295 | ＋ 組み合わせ | 名 combination/组合/sự kết hợp |
| 296 | 丈 | 名 length/长度/thân |
| 297 | 調節[する] | 名 動3他 adjustment, adjust/调节[做调节]/sự điều chỉnh, chỉnh |

A: How do you like it? B: I like the stripe design, but objectively speaking, it's a bit flashy, isn't it? A: It looks good on you. And combined with a jacket, you could even wear it to the office. B: Do you think so? The length might be slightly too long. A: You can adjust the length with this belt./A: 请问感觉怎么样？ B: 我很喜欢这个条纹的设计，但客观的来看，会不会太花俏了？ A: 我觉得很适合。和西装外套组合起来，也可以穿去办公室。 B: 这样呀。还有，我觉得长度有点长。 A: 长度可以用这个腰带调节的。 /A: Anh thấy sao ạ? B: Tôi thích mẫu sọc này nhưng khách quan mà nói nhìn thấy hơi diêm dúa nhỉ? A: Rất hợp đấy ạ. Nếu phối với áo khoác thì có thể mặc ở công sở nữa. B: Vậy à? Với lại, thân hơi dài nhỉ. A: Chiều dài thân thì có thể chỉnh bằng dây nịt này ạ.

◀)) 58

A：あれ？ 眼鏡変えた？
　めがね か

B：ああ、これサングラスなの。今まで<u>単なる</u>眼鏡しか持って
　　　　　　　　　　　　　　　いま　たん　　　めがね　　も
　　なかったんだけど、外に出ると<u>まぶしくて</u>。
　　　　　　　　　　　そと　で

A：へえ。<u>透明な</u> <u>レンズ</u>でも効果あるの？
　　　　とうめい　　　　　　　こうか

B：あ、このレンズ、よく見ると薄い茶色なんだよ。
　　　　　　　　　　み　うす　ちゃいろ

| 298 □ | 単なる<br>たん | 連 mere, simple/只是/đơn thuần |
|---|---|---|
| 299 □ | まぶしい | イ too bright, dazzling/刺眼/chói |
| 300 □ | 透明な<br>とうめい | ナ transparent/透明的/trong suốt |
| 301 □ | レンズ | 名 lens/镜片/tròng kính |

A: Hey, did you get new glasses? B: Oh, these are sunglasses. I used to have just simple normal glasses, but when I went outside it was always too dazzling. A: Really? Do the transparent lenses work? B: Well, if you look closely, these lenses are pale brown./A: 诶？你换了眼镜？ B: 啊～这是太阳眼镜呀。以前我戴的只是普通眼镜，但外出时就很刺眼。 A: 是哦，透明镜片也有效果吗？ B: 啊，这个镜片你仔细看，其实是淡咖啡色的。/A: Ủa? cậu đổi mắt kính à? B: À, cái kính râm này hả? Trước giờ tớ chỉ đeo mắt kính bình thường thôi nhưng đi ra ngoài chói quá nên .. A: Ố, tròng kính trong suốt cũng có hiệu quả sao? B: À, cái tròng này, nhìn kỹ thì là màu nâu nhạt đấy.

◀)) 59

A：腕の傷、どうしたの？
　うで　きず

B：ああ、これ…。私、腕の毛が<u>割と</u>濃いから、毎日<u>かみそり</u>
　　　　　　　わたし　うで　け　わりと　こ　　　まいにち
　　で剃ってるんだけど、昨日切っちゃって…。
　　そ　　　　　　きのう　き

A：大変だね。
　たいへん

B：脱毛するっていう手もあるんだけど、<u>美容</u>にお金かけたく
　だつもう　　　　　て　　　　　　びよう　　かね
　　ないんだよね。

| 302 □ | 割と<br>わり | 副 rather, comparatively/比较/khá là, tương đối |
|---|---|---|
| 303 □ | かみそり | 名 razor/剃胡刀/dao cạo |
| 304 □ | 美容<br>び よう | 名 beauty/美容/việc làm đẹp |

A: Hey, how did you cut your arm? B: Oh, that... I have rather thick hair on my arms, so I shave them every day with a razor, but yesterday I cut myself... A: That's awful. B: There are other ways to remove hair, but I don't want to spend a lot of money on beauty treatments./A: 你手臂的伤是怎么了？ B: 啊 ，这是…。找手毛比较多，每天都用剃须刀刮，昨天刮伤的… A: 真辛苦。 B: 其实也可以考虑去脱毛，但我不想在美容上花钱。/Vết thương ở cánh tay là sao vậy? B: À, cái này … Do lông cánh tay của tôi khá là đậm nên tôi dùng dao cạo để cạo mỗi ngày, hôm qua lỡ cắt trúng… A: Vất vả nhỉ. B: Cũng có cách triệt lông nhưng tôi không thích tốn tiền vào việc làm đẹp đâu.

🔊 60

Topic 4 ● ファッション

A：最近ＳＮＳでヒョウ柄の服をよく見るんだけど、私は普段
無地の服しか着ないから、ちょっと抵抗あるんだよね。

B：そう？ キャップとかバッグとか、小物をちょっと付け加え
るだけでいいアクセントになるんじゃない？ この写真みた
いに。

A：なるほど。よく見るといろんなパターンがあるんだね。

| 305 | 柄 (がら) | 名 pattern/花纹/họa tiết, hoa văn |
| 306 | 無地 (むじ) | 名 plain, solid (colors)/素色/trơn |
| 307 | 抵抗[する] (ていこう) | 名 動3自 resistance, resist/抵抗[反抗]/sự chống đối, chống đối, không thích |
| 308 | キャップ | 名 cap/帽子/cái mũ |
| 309 | 付け加える (つ くわ) | 動2他 add, supplement/添加/thêm vào, gắn thêm |
| 310 | パターン | 名 pattern/样式/kiểu |

A: I've been seeing a lot of clothes in leopard-print patterns on social media lately, but I usually only wear plain, solid colors, so I'm a bit resistant to it. B: Really? I think just adding a cap, bag, or some other small accessory creates a nice accent. You know, like in this photo. A: Oh, right. If you look closely, you can see there are many different patterns./A: 最近常常在社交软件看见豹纹花纹的衣服，我平常都只穿素色的，所以我会觉得有点抵拒。 B: 会吗？你看，像这张照片。可以添加一些像帽子，包包，小饰品等等，会有很好的强调效果吧？ A: 原来如此。仔细一看有各式各样的样式呢。/A: Gần đây, tôi hay thấy quần áo họa tiết da báo trên mạng xã hội, mà tôi thường ngày chỉ mặc quần áo trơn nên có hơi không thích lắm. B: Vậy à? Mũ hay túi xách mà thêm một chút gì nho nhỏ thì thành điểm nhấn mà? Đây, giống bức ảnh này vậy. A: Thì ra là vậy. Nhìn kỹ thì thấy có nhiều kiểu nhỉ.

59

🔊 61

大統領夫人は、知的なイメージが強く、幅広い世代から人気が
ある。ここ数年は、上品なヘアスタイルと独特なファッション
が世界各国のデザイナーから注目されている。

| | | |
|---|---|---|
| 311 ☐ | 夫人<br>ふじん | 名 wife/夫人/phu nhân |
| 312 ☐ | 知的な<br>ちてき | ナ intellectual/知性的/có tính trí tuệ, tri thức |
| 313 ☐ | 幅広い<br>はばひろ | イ extended, wide-ranging/广泛/rộng khắp, nhiều |
| 314 ☐ | 上品な<br>じょうひん | ナ elegant, stylish/高雅的/sang trọng |
| 315 ☐ | ↔ 下品な<br>げひん | ナ inelegant/低俗的/tầm thường, hạ cấp |
| 316 ☐ | 独特な<br>どくとく | ナ unique/独特的/độc đáo |

The First Lady has a strongly intellectual image and she has found popularity among a wide
range of ages. In recent years, her elegant hairstyle and unique fashion sense have attracted
the attention of designers from around the world./总统夫人就是很知性的印象，受到广泛年龄
层的欢迎。在这几年，她高雅的发型和独特的打扮，受到世界各国的设计师瞩目。/Phu nhân
tổng thống có hình ảnh trí tuệ mạnh mẽ nên được nhiều thế hệ rộng khắp yêu thích. Mấy
năm gần đây, bà còn được các nhà thiết kế khắp các quốc gia trên thế giới quan tâm về kiểu
tóc sang trọng và thời trang độc đáo nữa.

🔊 62

A：新しい会社で、ひげはだめだって注意されたよ。日本のビ
ジネスマナーって難しいね。

B：そっか。欧米ではひげを生やしててもいいもんね。

A：ひげは個性の一つだからね。

| | | |
|---|---|---|
| 317 ☐ | ビジネス | 名 business/商业/kinh doanh |
| 318 ☐ | ＋ビジネス<br>パーソン | 名 businessperson/商业伙伴/doanh nhân |
| 319 ☐ | 欧米<br>おうべい | 名 Europe and the USA/欧美/Âu Mỹ |
| 320 ☐ | 生やす<br>は | 動1他 grow (hair, beard, etc.)/留/để (râu) |

A: I was warned to avoid growing a beard at my new company. Business etiquette in Japan can be tricky. B: Is that right? In Europe and the USA, it's fine to grow a beard, isn't it? A: A beard is a way to express your personality./A: 新公司叫我不能留胡子了。日本的商业礼仪真的好难搞。B: 是哦。在欧美是可以留胡子的呀。 A: 胡子算是一种个性吧。/A: Ở công ty mới, tôi đã bị nhắc nhở là không được để râu. Phép ứng xử trong kinh doanh của Nhật thật khó nhỉ. B: Vậy à? Tức là ở Âu Mỹ để râu cũng được nhỉ. A: Râu là một đặc trưng cá nhân mà.

🔊 63

先日行われたアンケートでは、日本の大学生の<u>大半</u>が、３カ月に１度以上ファストファッションを購入していると<u>回答した</u>。しかし、近年ではファストファッションが客のニーズを満たすために<u>衣服</u>を過剰に生産しているという批判の声も<u>多数</u>聞かれる。

せんじつおこな にほん だいがくせい たいはん かいとう
いふく かじょう せいさん ひはん こえ たすうき

| 321 | 大半 たいはん | 名 副 majority/大部分/quá nửa |
|---|---|---|
| 322 | 回答[する] かいとう | 名 動3自 response, answer/回答[进行回答]/câu trả lời, trả lời |
| 323 | 衣服 いふく | 名 clothing/衣服/quần áo, trang phục |
| 324 | 多数 たすう | 名 many, plenty/多数/đa số |
| 325 | ＋ 多数決 たすうけつ | 名 majority decision, decide by majority/多数表决[多数表决]/sự biểu quyết theo đa số, biểu quyết |

In a recent survey, the majority of Japanese university students answered that they purchase fast fashion at least every three months. However, in recent years, many have apparently criticized fast fashion for overproducing clothing to satisfy customer demand./前几天的问卷调查显示，日本大学生的大部分都回答3个月就买一次快时尚衣服。但近年有多数批评的声音表示，快时尚为了满足客户的需求，过度生产衣服。/Trong đợt khảo sát tổ chức hôm trước, quá nửa sinh viên của Nhật đã trả lời là cứ 3 tháng mua thời trang nhanh 1 lần trở lên. Nhưng cũng được nghe đa số ý kiến phê phán cho rằng những năm gần đây, để thỏa mãn nhu cầu của khách hàng, thời trang nhanh đã sản xuất quần áo quá nhiều.

Topic 4 ● ファッション

🔊 64

> A：今日の服、和服っぽくてかわいいね。
> きょう ふく　わふく
>
> B：ありがとう。おばあちゃんの着物を、普段着られるように
> きもの　　　　ふだんき
> リメイクしたんだ。
>
> A：へえ、さすが。
>
> B：絹だから、ちょっと手入れが大変だけどね。
> きぬ　　　　　　てい　たいへん

| 326 | 和服<br>わふく | 名 traditional Japanese clothes/和服/đồ Nhật |
|---|---|---|
| 327 | 普段<br>ふだん | 副 normally, usually/平常/thường ngày |
| 328 | 絹<br>きぬ | 名 silk/丝绸/lụa |
| 329 | 手入れ[する]<br>てい | 名 動3他 care, look after/保养[保养]/sự chăm sóc/giữ gìn, chăm sóc/giữ gìn |

A: Your clothes look so cute today, like traditional Japanese clothes. B: Thanks. I remade my grandmother's kimono so I can wear it normally. A: Wow, that's great.
B: It's silk, so it's a little difficult to look after./A: 今天的衣服好像和服好可爱哦。 B: 谢谢你。这是我把奶奶的和服拿来重改成平常也可以穿的款式。 A: 是哦，真厉害。 B: 因为是丝绸，所以比较不好保养。/A: Bộ đồ hôm nay ra dáng đồ Nhật, để thương ta. B: Cảm ơn cậu. Là đồ làm lại từ kimono của bà tớ để có thể mặc thường ngày đấy. A: Ồ, quả là giỏi. B: Vì là lụa nên giữ gìn có hơi vất vả."

🔊 65

> A：わ、玄関が靴だらけ！
> げんかん　くつ
>
> B：どれも長時間履いてると痛くって、どんどん新しいの買っ
> ちょうじかん は　　　いた　　　　　　あたら　　か
> ちゃうんだよね。
>
> A：Bさんの足は人差し指が一番長いから、先がとがってるパ
> あし　ひとさ　ゆび　いちばんなが　　　さき
> ンプスが足に合うと思うよ。靴が合わないと姿勢が悪くな
> あし　あ　おも　　くつ　あ　　　しせい　わる
> るから気をつけて。
> き

| 330 | 〜だらけ | 接尾 all over ~, full of ~, covered with ~/全都是~/chỉ toàn ~ |
|---|---|---|
| 331 | とがる | 動1自 be pointed/尖的/nhọn |
| 332 | 姿勢<br>しせい | 名 posture/姿势/tư thế |

A: Hey, the hallway is full of shoes! B: They all hurt when I wear them for too long, so I keep buying new ones. A: Since your second toe is the longest on your foot, I think pumps with a pointed toe will suit your feet best. If your shoes don't fit, your posture will get worse, so be careful./A. 哎！么天全都是鞋子！ B: 每双都穿久了就痛，不自觉的就一直买新的。 A: 你的脚是食指最长，所以我觉得应该要那种前端是尖的皮鞋才适合你。如果鞋子不和很容易导致姿势变坏，你要小心哦。/A: Ôi, lối vào chỉ toàn là giày! B: Đôi nào cũng là do mang lâu ngày bị đau nên cứ mua mới tới tới vậy á. A: Chân của B do ngón trỏ dài nhất nên tôi nghĩ giày bít mũi nhọn hợp đấy. Giày mà không vừa chân thì tư thế không đúng, phải lưu ý.

🔊 66

4月は初めての人と会う機会が多いので、服装には気を遣う。明るい色の服を着たり、襟付きのシャツを着たりして、だらしない印象を与えないように気をつけている。

| 333 | 気を遣う | 動1自 take care, be careful/注意/giữ ý |
| --- | --- | --- |
| 334 | 襟 | 名 collar/领子/cổ áo |
| 335 | だらしない | イ sloppy, untidy/邋遢/luộm thuộm |

April offers many opportunities to meet people for the first time, so we tend to be careful about how we dress. I take care to avoid giving an untidy impression by wearing brightly colored clothes and collared shirts./4月份会有很多和人第一次见面的机会，所以我很注意服装。穿明亮一点的衣服，或者穿有领子的衬衫，我会小心不给人邋遢的印象。/Vì tháng 4 có nhiều dịp lần đầu gặp người khác nên tôi giữ ý trong trang phục. Tôi mặc áo sáng màu, áo sơ-mi có cổ và cẩn thận để không gây ấn tượng luộm thuộm

🔊 **67**

A：お母さん、この制服のズボン、お尻のあたりがパンパンで
　　破けそう。

B：あ、本当だね。入学したときはぶかぶかだったのに…。卒
　　業まであと半年か。買い替えるか微妙なところだね。

| 336 ☐ | 破ける<br>やぶ | **動2自** rip, tear/撕破/rách |
|---|---|---|
| 337 ☐ | ぶかぶかな | **ナ** baggy, too big/宽松的/rộng thùng thình |
| 338 ☐ | 微妙な<br>び みょう | **ナ** unsure, delicate, questionable/微妙的/phí, nhạy cảm, khó nói |

A: Mom, my school uniform pants are so tight around my waist, they're about to rip.
B: Oh, you're right. And they were so baggy when you first started school... Now there's only six months until you graduate. I'm unsure whether to buy you new ones or not./A: 妈妈，这个制服的裤子，屁股那里好紧，都快撑破了。 B: 啊，真的耶。刚入学时还那么宽松的…。到毕业只剩半年。买新的也很微妙呀。 /A: Mẹ ơi, cái quần đồng phục này, chỗ mông chật căng, muốn rách rồi. B: À, đúng rồi nhỉ. Lúc nhập học rộng thùng thình vậy mà… Còn nửa năm mới tốt nghiệp sao. Mua mới thì hơi phí nhỉ."

# Topic 5

# テクノロジー

Technology / 科技 / Công nghệ

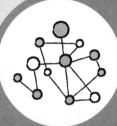

No. 339-460

🔊 68

A：新しいパソコン、どう？
B：うん。旧モデルに比べて多少大きくなったけど、反応も速いから、重たいデータ使った作業もスムーズにできるよ。

| 339 | 旧〜<br>きゅう | **接頭** former ~, previous ~/旧~/~ cũ |
|---|---|---|
| 340 | 多少<br>たしょう | **名 副** slightly, a little/多少/hơi, ít nhiều |
| 341 | 反応[する]<br>はんのう | **名 動3自** response, respond, handle/反应[做出反应]/sự phản ứng, phản ứng |
| 342 | 重たい<br>おも | **イ** heavy, weighty/重/nặng |
| 343 | スムーズな | **ナ** smooth/顺利的/trôi chảy, trơn tru |

A: How do you like your new computer? B: Hmm,. It's a little bigger than the previous model, but it also responds faster, so it can handle heavy amounts of data smoothly./A: 新的电脑怎么样？ B: 嗯，比起旧型号来说多少有点大，但反应也快，就算使用很重的数据作业，也很顺利。/A: Cái máy tính mới thế nào? B: Ừm, so với mẫu cũ thì có hơi lớn chút ít nhưng phản ứng nhanh nên công việc dùng dữ liệu nặng cũng trơn tru hơn.

A：授業の資料をダウンロードしたんだけど、開けなかったの。

B：圧縮フォルダだからじゃない？ 解凍すればいいよ。

A：あ、そっか。あと、ここに書いてある漢字って何て読むの？
読み方が分からないから入力できなくて…。

B：ええと…難しいね。こういうときは手書き機能を活用しよう。

| 344 ☐ | フォルダ | 名 folder/文件夹/thư mục |
|---|---|---|
| 345 ☐ | 解凍[する]<br>かいとう | 名 動3他 decompression, unzip (literally, "defrost")/解冻[解冻]/sự giải nén, giải nén |
| 346 ☐ | 入力[する]<br>にゅうりょく | 名 動3他 input, enter/输入[输入]/sự nhập/gõ, nhập/gõ |
| 347 ☐ | ↔ 出力[する]<br>しゅつりょく | 名 動3他 output, output/输出[输出]/sự truy xuất, truy xuất |
| 348 ☐ | 手書き[する]<br>て が | 名 動3他 handwriting, write by hand/手写[手写]/sự viết tay, viết tay |
| 349 ☐ | 機能[する]<br>きのう | 名 動3自 function, function/功能[机能]/chức năng, vận hành |
| 350 ☐ | ＋ 機能的な<br>きのうてき | ナ functional/很大功能的/tính chức năng |
| 351 ☐ | 活用[する]<br>かつよう | 名 動3他 utilization, use, apply/利用[利用]/sự sử dụng, sử dụng |

A: I downloaded the class materials, but I couldn't open them. B: Maybe that's because it's a compressed folder. Just unzip it. A: Oh, I see. Also, how do you read the kanji characters written here? I don't know how to read them, so I can't input them... B: Well... that's more difficult. In this case, let's use the handwriting function./A: 我下载了上课的资料，但打不开。B: 因为是压缩文件夹吧？解冻就好了呀。 A: 啊，对哦。还有，写在这里的汉字怎么念呀？我不知道怎么念就不能输入…。 B: 呃…难那。像这种时候你可以利用手写功能呀。/A: Tớ tải tài liệu học về rồi mà mở không được. B: Có phải vì thư mục nén không? Giải nén là được đấy. A: À, đúng rồi. Còn nữa, chữ Kanji viết ở đây đọc là gì vậy? Tớ không biết cách đọc nên không nhập được … B: Ờ, khó nhỉ. Những lúc như vậy thì mình sử dụng chức năng viết tay đi.

インターネットを通して、世界中の情報が手軽に手に入れられるようになった。それによって社会・経済に大きな革命が起きたことをIT革命という。

| 352 ☐ | 手軽な<br>て がる | ナ easily, readily/轻松/dễ dàng, đơn giản |
|---|---|---|
| 353 ☐ | ＩＴ<br>アイティー | 名 IT (information technology)/互联网技术/CNTT |
| 354 ☐ | 革命<br>かくめい | 名 revolution/革命/cuộc cách mạng |

Through the Internet, information from all over the world has become readily available. This has led to a major social and economic revolution, known as the IT revolution./通过互联网，现在全世界的资讯都可以轻松到手。因而引起了社会上，经济上的革命被称为「互联网技术革命」。/Thông qua mạng internet, chúng ta đã có thể có được thông tin khắp thế giới một cách dễ dàng. Việc xảy ra cuộc cách mạng lớn trong xã hội, kinh tế nhờ đó gọi là cuộc cách mạng CNTT.

◀ )) 71

「リモートワークしなきゃいけないんだけどパソコンが苦手」「ソフトの使い方がよく分からないから、常に電卓を使っている」「作業の無駄を省きたいけど、何をしたらいいか分からない」そのコンプレックス、パソコン市民講座で解消しませんか？

| 355 ☐ | リモートワーク<br>[する] | 名 動3自 remote work, work remotely/远端工作[远端工作]/sự làm việc từ xa, làm việc từ xa |
|---|---|---|
| 356 ☐ | ＋リモート | 名 remote/远端/từ xa |
| 357 ☐ | 常に<br>つね | 副 constantly/一直在/thường, thường xuyên |
| 358 ☐ | 電卓<br>でんたく | 名 calculator/计算机/máy tính điện tử |
| 359 ☐ | 省く<br>はぶ | 動1他 omit, eliminate/省略/lược bỏ |
| 360 ☐ | コンプレックス | 名 complex, concern/自卑感/mặc cảm |

"I need to work remotely, but I'm not good with computers," or "I don't know how to use software, so I'm constantly using calculators" or "I want to eliminate work-related waste, but I don't know how"—if you have concerns like this, why not solve it by taking a community computer class?/"需要远端工作但不擅长用电脑"「因为不太懂怎么使用软件所以一直在用计算机」「我想要省略作业上的麻烦，但不知道该怎么做」您的这些自卑感，要不要借由电脑市民讲座消除呢？/"Tôi phải làm việc từ xa nhưng không giỏi máy tính", "Tôi không rành cách sử dụng phần mềm nên thường dùng máy tính điện tử", "Tôi muốn giản lược những thao tác lãng phí nhưng không biết nên làm gì thì được" - Bạn có muốn xóa bỏ những mặc cảm đó qua lớp học máy tính cho người dân không?

◀)) 72

A：ねえ見て、メールで先生に課題を提出したら「欲で汚いようです」ってコメントがついてて…。

B：それ、「よくできた内容です」っていうメッセージじゃない？あの先生、漢字の変換ミスが多いよね。

| 361 ☐ | コメント[する] | 名 動3自 comment, leave a comment/留言[留言]/lời nhận xét, nhận xét |
|---|---|---|
| 362 ☐ | メッセージ | 名 message/讯息/thông điệp, tin nhắn |
| 363 ☐ | 変換[する]<br>へんかん | 名 動3他 conversion, convert/转换[转换]/sự hoán chuyển, hoán chuyển |

A: Hey, look. I submitted an assignment to my teacher via email and she left the comment yoku de kitanai yodesu ("This seems greedy and dirty") …B: But isn't her message actually saying yoku dekita naiyo desu ("This is well written content")? She makes a lot of kanji conversion errors, doesn't she?/A: 你看，我用邮件把作业发给老师，留言竟然写着「欲又脏」…。 B: 那是「内容很好」的讯息吧? 那位老师老是会把汉字转换错误。/A: Này xem này, tớ nộp bài tập cho thầy qua e-mail thì có nhận xét là "có vẻ bẩn vì tham"… B: Đó chắc là thông điệp "nội dung tốt lắm" á? Thầy đó hay mắc lỗi hoán chuyển chữ Kanji lắm.

◀)) 73

A：こないだCさんがSNSに上司の悪口書いてたのって見た？

B：うん、見たよ。

A：あの投稿、Cさんの後輩がシェアして、上司の本名ばらしちゃったんだって。それでCさんのアカウントが会社から特定されたらしくて…Cさん、近々会社やめるらしいよ。

B：それは、不運だったね…。

| 364 ☐ | 投稿[する]<br>とうこう | 名 動3他 post, post/发文[发文]/bài đăng, đăng bài |
|---|---|---|
| 365 ☐ | シェア[する] | 名 動3他 sharing, share/分享[分享]/sự chia sẻ, chia sẻ |
| 366 ☐ | 本名<br>ほんみょう | 名 actual name, real name/实名/tên thật |
| 367 ☐ | 特定[する]<br>とくてい | 名 動3他 identification, identify, specify/特定[特定]/sự xác định, xác định |
| 368 ☐ | 不運な<br>ふうん | ナ unfortunate/不幸的/không may, xui xẻo |

A: Did you see that Mr. C wrote some awful things about his boss on social media the other day? B: Yes, I saw. A: His junior colleague shared the post and revealed his boss's real name. It seems that Mr. C's account was identified by the company... and it looks like Mr. C will be quitting the company soon. B: Well, that's unfortunate.../A: 你有看见上次C先生在社交软件上写上司的坏话吗？ B: 嗯，看见了。 A: 那个发文，听说C先生的后辈分享后还透露了上司的实名。然后C先生的公司就特定到了那个账号…据说C先生最近就要辞职了。 B: 那还真是不幸。/A: Mới đây cậu có xem mạng xã hội cậu C nói xấu sếp không? B: Ừm, có xem. A: Bài đăng đó, đàn em của cậu C chia sẻ, làm lộ tên thật của sếp. Thế là tài khoản của cậu C bị công ty xác định được …Nghe nói cậu C sắp tới sẽ nghỉ việc đó. B: Đúng là không may nhỉ …

A：パソコンの充電器、壊れちゃったんだけど、充電器は修理の対象外だから、こういうケースは買い替えるしかないんだって。電圧とか電力とかよく分からないんだけど、どれ買えばいいかな？

B：えっと…60Wだね。パソコンと同じメーカーのがいいよ。ただ、高いけどね。

| 369 ☐ | ～外 <br> がい | 接尾 not included in ~, outside the scope of ~/～除外/không thuộc ~, ngoài ~ |
|---|---|---|
| 370 ☐ | ケース | 名 case/情况/trường hợp |
| 371 ☐ | 電圧 <br> でんあつ | 名 voltage/电压/điện áp |
| 372 ☐ | 電力 <br> でんりょく | 名 electrical power/电力/điện lực |
| 373 ☐ | ただ | 接続 but, however/只不过/có điều, tuy nhiên |

A: The charger for my computer broke, but chargers aren't included in repairs, so in this case I just have to buy a new one. I don't know much about voltage or power. Which one should I buy? B: Let's see... it's 60W. You should get one from the same manufacturer as your computer. But they're expensive./A: 电脑的充电器坏掉了，但充电器是修理除外品，像这种情况听说只能买过新的。但我也不清楚电压，电力什么的，要买哪个好呢？ B: 诶…60W吧。最好买和电脑一样的品牌。只不过很贵。/A: Cục sạc máy tính của tôi bị hỏng mất rồi mà cục sạc thì không thuộc đối tượng sửa chữa nên họ nói trong trường hợp như vậy chỉ có cách mua mới. Tôi không rành điện áp, điện lực lắm nên phải mua cái nào đây? B: Để xem… là 60W. Loại của hãng sản xuất giống máy tính là được. Có điều, đắt thôi.

◀)) 75

A：オンラインで、他の人と同時にファイルを<u>編集できる</u>方法
　　　　　　　ほか　ひと　どうじ　　　　　　　　へんしゅう　　　　　ほうほう
　　ないかな。

B：ウェブアプリを使えば、ファイルを<u>共有する</u>だけで<u>やりと</u>
　　　　　　　　つか　　　　　　　　　きょうゆう
　　<u>り</u>しながら共同作業ができるよ。データが<u>修正されたら</u>、
　　　　　　きょうどう さ ぎょう　　　　　　　　しゅうせい
　　リアルタイムで保存されるんだ。
　　　　　　　　　ほ ぞん

A：<u>要するに</u>、内容が<u>上書きされて</u>いくってことだね。
　　よう　　　　ないよう　うわ が

| 374 □ | 編集[する]<br>へんしゅう | 名 動3他 editing, edit/编辑[编辑]/sự biên tập, biên tập |
|---|---|---|
| 375 □ | 共有[する]<br>きょうゆう | 名 動3他 sharing, share/共享[共享]/sự chia sẻ, chia sẻ |
| 376 □ | やりとり[する] | 名 動3自 exchange, exchange/互换[互换]/sự trao đổi, trao đổi |
| 377 □ | 修正[する]<br>しゅうせい | 名 動3他 amendment, modify, correct/改改[做修改]/sự chỉnh sửa, chỉnh sửa |
| 378 □ | 要するに<br>よう | 副 in short, to sum up/也就是说/tóm lại là |
| 379 □ | 上書き[する]<br>うわ が | 名 動3他 overwriting, overwrite/覆盖[覆盖]/sự viết đè, viết đè lên |

A: Is there any way I can edit a file online with another person at the same time? B: If you use a web app, you can collaborate just by sharing files to exchange them. Whenever data is modified, it's saved in real time. A: So in short, the content is overwritten./A: 有没有在线上可以同时和其他人一起编辑文件的方法呀？ B: 用网络APP，不仅可以共享文件，还可以边互换边共同作业。只要数据被修改，会即时存档的。 A: 也就是说，内容会被覆盖着去的意思。/ A: Có cách nào có thể biên tập tập tin trực tuyến cùng lúc với người khác không nhỉ? B: Nếu dùng ứng dụng web thì chỉ cần chia sẻ tập tin rồi vừa trao đổi vừa làm chung được đó. Dữ liệu được chỉnh sửa rồi thì được lưu ở thời gian thực luôn. A: Tóm lại là, nội dung cứ được viết đè lên đúng không.

◀)) 76

年齢別のパソコン<u>普及率</u>を<u>探った</u>研究によると、人口の多数を
ねんれいべつ　　　　　　ふ きゅうりつ　さぐ　　けんきゅう　　　　　じんこう　た すう
<u>占める</u>30 ～ 59 歳と 60 歳以上の普及率は 60% 以上で、前年
し　　　　　　　　さい　　　　さい いじょう　ふ きゅうりつ　　　　　　　　　　ぜんねん
に比べて大きく増加したそうだ。テレワークやオンライン学習
　くら　　おお　　ぞうか　　　　　　　　　　　　　　　　　　　　がくしゅう
が進んでいるため、<u>さらに</u>パソコンやタブレットの<u>需要</u>は増え
　すす　　　　　　　　　　　　　　　　　　　　　　　　じゅよう　ふ
ていくと思われる。
　　　　おも

| 380 ☐ | 普及 [する] <br> ふきゅう | 名 動3他 uptake, penetration/普及[普及]/sự phổ cập, phổ cập |
|---|---|---|
| 381 ☐ | 探る <br> さぐ | 動1他 explore, seek/探索/tìm hiểu, tìm kiếm |
| 382 ☐ | 占める <br> し | 動2他 account for, comprise/占/chiếm |
| 383 ☐ | さらに | 副 further/更加/hơn nữa |
| 384 ☐ | 需要 <br> じゅよう | 名 demand/需要/nhu cầu |

According to a study that explored penetration rates for computers by age, the penetration rates for the 30–59 and 60+ age groups, which account for the majority of the population, were over 60%, a significant increase over the previous year. Demand for PCs and tablets is expected to increase further due to remote working and online learning./探索各个年龄层的电脑普及率的研究显示，占人口多数的是30～59岁，60岁以上的普及率都是百分之60以上。和前年相比增加了。远端工作和线上教学也渐渐进步，我觉得电脑和平板的需要会更加的增加。/Theo nghiên cứu tìm hiểu tỉ lệ phổ cập máy tính theo độ tuổi thì tỉ lệ phổ cập của độ tuổi 30~59 tuổi và 60 tuổi trở lên chiếm đa số trong dân số là 60% trở lên, so với năm trước là tăng rất nhiều. Do làm việc từ xa và học trực tuyến phát triển nên nhu cầu máy tính mà máy tính bảng được cho là sẽ tăng hơn nữa.

🔊 77

> A：もしハードウェアに不具合があった場合、一旦店舗にお持ちください。分解等されますと、保証が受けられなくなります。
>
> B：はい、分かりました。

| 385 ☐ | ハードウェア | 名 hardware/硬件/phần cứng |
|---|---|---|
| 386 ☐ | 一旦 <br> いったん | 副 once, for now, for the moment/一次/tạm |
| 387 ☐ | 分解 [する] <br> ぶんかい | 名 動3他 disassembly, disassemble/分解[分解]/sự tháo/phân giải, tháo bung, phân giải |
| 388 ☐ | 保証 [する] <br> ほしょう | 名 動3他 warranty, guarantee/保固[保固]/sự bảo hành, bảo hành |

A: If you have any hardware problems, just bring it back to the store for the moment. If you disassemble it, etc., you will lose your warranty. B: Yes, I understand./A: 如果硬件有故障，请拿来店里一次。如果你分解等等，就无法使用保固了。 B: 好的，我知道了。/A: Nếu phần cứng gặp trục trặc thì anh tạm đem đến cửa hàng ạ. Nếu anh tháo bung máy ra thì không được bảo hành nữa. B: Vâng, tôi hiểu rối.

◀)) 78

A：期末試験の採点結果をリストにしたんだけど、ファイルが
　　見つからなくて…。

B：保存せずに終了したとか？

A：そうかも…また作成するしかないかな。

B：自動保存をオンにしておくといいよ。そうすれば、改行で
　　も挿入でも削除でも、更新するたびに勝手に保存されるよ。

| 389 採点[する] さいてん | 名 動3他 score, grade/打分[打分]/sự chấm điểm, chấm điểm |
|---|---|
| 390 リスト | 名 list/列表/danh sách |
| 391 作成[する] さくせい | 名 動3他 creation, prepare/作成[作成]/sự soạn thảo, soạn thảo |
| 392 改行[する] かいぎょう | 名 動3他 line break, create line break/换行[换行]/sự xuống dòng, xuống dòng |
| 393 挿入[する] そうにゅう | 名 動3他 insertion, insert/插入[插入]/sự chèn, chèn vào |
| 394 削除[する] さくじょ | 名 動3他 deletion, delete/删除[删除]/sự xóa, xóa |
| 395 更新[する] こうしん | 名 動3他 update, renew/更新[更新]/sự cập nhật, cập nhật |
| 396 勝手な かって | ナ automatic, selfish, for oneself/擅自的, 自动的/tự động, tùy tiện |

A: I made a list of the final exam scores, but I can't find the file...B: Did you exit without saving it or something? A: Maybe... I'll have to create it again. B: You should turn on auto-save. That way, every time you update, whether it's a line break, insertion, or deletion, it will save automatically./A: 我把期末考的打分结果做成列表。但我找不到文件…。 B: 你没保存就关了？ A: 可能是…只能再作成一次吗？ B: 你可以把自动保存打开。这样的话，不管换行，插入，删除，只要有更新它就会自动保存了。/A: Tôi đã liệt kê kết quả chấm điểm thi cuối kỳ thành danh sách rồi mà không tìm thấy tập tin… B: Có khi nào chị làm rồi không lưu không? A: Có thể lắm…. Chỉ còn cách soạn lại lần nữa thôi sao. B: Chị nên mở lưu tự động đi. Làm vậy thì dù xuống dòng, chèn hình, hay xóa, cứ mỗi lần cập nhật là nó tự lưu hết.

◀)) 79

このシステムの設定の変更を反映させるためには、パソコンを
再起動する必要がある。

| 397 | システム | 名 system/系统/hệ thống |
|---|---|---|

| 398 | 設定[する]<br>せってい | 名 動3他 settings/设置[设置]/sự cài đặt, cài đặt |
|---|---|---|

| 399 | 反映[する]<br>はんえい | 名 動3他 reflection, reflect, take effect/反映[反映]/sự phản ánh, phản ánh |
|---|---|---|

| 400 | 再起動[する]<br>さいきどう | 名 動3他 reboot, restart/重启[重启]/sự khởi động lại, khởi động lại |
|---|---|---|

| 401 | ＋ 起動[する]<br>きどう | 名 動3他 start-up, start up/启动[启动]/sự khởi động, khởi động |
|---|---|---|

In order for these changes to system settings to take effect, the computer must be rebooted./为了反映这个系统的设置更改，必须要重启电脑。/Để phản ánh sự thay đổi trong cài đặt của hệ thống này, cần khởi động lại máy tính.

◀» 80

A：ＡＩは人より優れた点がたくさんあるんだね。
エーアイ　　ひと　　　すぐ　　　てん

B：そうだね。もう少し時間が経ったら、ＡＩが人間を超える
　　　　　　　　　すこ　じかん　た　　　　　エーアイ　にんげん　こ
　んじゃないかな。

A：それは否定できないね。そのうち人類はＡＩに支配されるっ
　　　　　ひてい　　　　　　　　　じんるい　エーアイ　しはい
　て言う人もいるもんね。
　　　い　ひと

| 402 | 優れる<br>すぐ | 動2自 be superior/优秀/ưu việt, xuất sắc |
|---|---|---|

| 403 | 経つ<br>た | 動1自 pass, elapse (time)/经过/trôi qua |
|---|---|---|

| 404 | 否定[する]<br>ひてい | 名 動3他 denial, deny/否定[否定]/sự phủ định, phủ định |
|---|---|---|

| 405 | ↔ 肯定[する]<br>こうてい | 名 動3他 affirmation, affirm/肯定[肯定]/sự khẳng định, khẳng định |
|---|---|---|

| 406 | 支配[する]<br>しはい | 名 動3他 domination, dominate/统治[统治]/sự chi phối, chi phối |
|---|---|---|

A: In many ways, AI is superior to humanity. B: Yes, it is. I think that after some time has passed, AI will probably surpass humans. A: That's undeniable. Some people even think that AI will eventually come to dominate humanity./A: AI有很多地方都比人类优秀。 B: 对呀，再经过一段时间，AI可能会超越人类吧。 A: 这个也不能否定。也有人说到时候人类就会被AI统治。/A: AI có nhiều điểm ưu việt hơn con người nhỉ. B: Ừ đúng. Thêm một chút thời gian trôi qua nữa là không chừng AI vượt cả con người ấy chứ. A: Điều đó thì không thể phủ định rồi. Có cả người nói là chẳng mấy chốc loài người sẽ bị AI chi phối mà.

◀)) 81

メールに<u>添付する</u>ファイル<u>容量</u>は 3MB <u>未満</u>とすることを覚え
ておこう。ファイルの容量が 3MB を<u>超過する</u>と、メールが届
かない<u>可能性</u>がある。

| | | |
|---|---|---|
| 407 ☐ | 添付[する]<br>てんぷ | 名 動3他 attachment, attach/添付[添加]/sự đính kèm, đính kèm |
| 408 ☐ | ＋添付ファイル<br>てんぷ | 名 attached file/添付文件/tập tin đính kèm |
| 409 ☐ | 容量<br>ようりょう | 名 size, capacity, volume/容量/dung lượng |
| 410 ☐ | 超過[する]<br>ちょうか | 名 動3他 excess, exceed/超过[超过]/sự vượt quá, vượt quá |

Try to remember that the size of a file attached to an email should be less than 3MB. If the file size exceeds 3MB, the email may not arrive./请记住，邮件的添加文件最高只能添加到3MB未满的容量。文件容量超过3MB的话，邮件可能会收不到。/Hãy nhớ là dung lượng tập tin đính kèm trong e-mail là dưới 3MB. Nếu dung lượng tập tin vượt quá 3MB thì có thể không gửi e-mail đi được.

◀)) 82

A：スマートスピーカーって持ってる？
B：うん。うちは家電と<u>つないで</u>るから、毎日使ってるよ。あ
とは家族との音声<u>通信</u>に使ったり、<u>宅配</u>頼んだり…。うち
の夫なんて<u>親しい</u>友人みたいに、よくAIとおしゃべりし
てるよ。
A：そっか、便利なんだね。今<u>売り出して</u>るやつ、買ってみよ
うかな。

| | | |
|---|---|---|
| 411 ☐ | つなぐ | 動1他 connect, link/接/kết nối |
| 412 ☐ | 通信[する]<br>つうしん | 名 動3他 communications, communicate/通讯[通讯]/sự liên lạc, liên lạc, truyền tin |
| 413 ☐ | 宅配[する]<br>たくはい | 名 動3他 home delivery, deliver to home/快递[送快递]/sự chuyển phát tận nhà, chuyển phát tận nhà |
| 414 ☐ | 親しい<br>した | イ close, familiar/亲密/thân, thân thiết |
| 415 ☐ | 売り出す<br>う だ | 動1他 offer on sale, promote for sale/推出/bán ra |

74

A: Do you own a smart speaker? B: Yes. I use it every day because it's linked to my home appliances. I also use it for voice communications with my family, ordering home deliveries... My husband often chats with the AI like a close friend. A: Right. It seems very handy. I think I'll buy one of those offered on sale at the moment./A: 你有智能音箱吗？ B: 嗯，我们家的是接在家电上，每天都在用呢。还有和家人语音通讯，叫快递什么的…。我丈夫还常常跟它说话，就像在和亲密朋友聊天一样。 A: 是哦，真方便。我在考虑要不要买现在推出的。/A: Chị có loa thông minh không? B: Ừm, nhà tôi nối với đồ điện nên ngày nào cũng sử dụng. Với lại, dùng để liên lạc gọi điện với gia đình, kêu chuyển phát tận nhà… Chồng tôi còn thường nói chuyện với AI như là người bạn thân thiết nữa đấy. A: Vậy à, tiện nhỉ. Hay là tôi cũng mua thử loại đang bán ra.

A：すみません、ノートパソコンを探しているんですが。

B：どのような用途でしょうか。

A：WEB 開発です。

B：でしたら、こちらはいかがですか。外部のモニターとも接続しやすい、拡張性が高い製品です。新しいモデルに劣らない、クリエイターの方に適したパソコンです。

| 416 | 用途 ようと | 名 use, application/用途/mục đích, ứng dụng |
| --- | --- | --- |
| 417 | 外部 がいぶ | 名 external/外部/bên ngoài |
| 418 | 接続[する] せつぞく | 名 動3他 connection, connect/连接[连接]/sự kết nối, kết nối |
| 419 | 劣る おと | 動1自 not as good as , inferior/逊色/thua kém |
| 420 | 適する てき | 動3自 be suitable for/适合/phù hợp |

A: Excuse me, I'm looking for a laptop computer. B: What will you use it for? A: Web development. B: Okay, then how about this one? It's a very extensible model that can easily be connected to an external monitor. It's just as good as the new models and very suitable for creators./A: 不好意思，我在找笔记本电脑。 B: 请问您是什么用途？ A: 网站开发。 B: 那这一款您觉得如何呢？ 和外部屏幕也很好连接，是个可扩展性很高的产品。比起新款也不逊色，是很适合创作者使用的电脑。/A: Xin lỗi. Tôi đang tìm máy tính xách tay… B: Mục đích sử dụng như thế nào ạ? A: Phát triển web. B: Nếu vậy thì anh thấy cái này thế nào ạ? Đây là sản phẩm dễ kết nối với màn hình bên ngoài, tính mở rộng cao. Đây là máy tính phù hợp với người sáng tạo không hề thua kém mẫu mới.

🔊 84

A：昨日、ＳＮＳで相互フォローしてる人が動画の配信してた
から見てみたんだけど、以前一緒に撮った写真が許可なく
使われてて…。

B：え！それはプライバシーをきちんと守ってほしいね。

A：うん。ショックだったから、その直後に連絡しておいた。

| 421 | 相互<br>そうご | 名 mutual, each other/互相/lẫn nhau |
|---|---|---|
| 422 | 配信[する]<br>はいしん | 名 動3他 streaming, stream/发布[发布]/sự phát, phát đi |
| 423 | プライバシー | 名 privacy/隐私/quyền riêng tư |
| 424 | 直後<br>ちょくご | 名 right after/之后马上/ngay sau |
| 425 | ↔ 直前<br>ちょくぜん | 名 right before/之前/ngay trước |

A: Yesterday, someone on social media— we follow each other—was streaming a video, so I watched it, but she used a photo we'd taken together previously without asking my permission... B: What? I would have thought she'd respect your privacy. A: Yes. I was shocked, so I contacted her right after that./A: 昨天我社交软件互相关注的人发布了新视频我就在看，发现他没经我同意就用了我们以前拍的照片…。 B: 诶！我觉得还是要保护好隐私呀。 A: 嗯，我受了打击，之后马上就联系他了。 /A: Hôm qua, vì người bạn có theo dõi lẫn nhau trên mạng xã hội phát video nên tôi xem thử mà hình chụp chung lúc trước bị cô ấy sử dụng không xin phép.. B: Ơ! Chuyện đó thì mong họ bảo vệ quyền riêng tư đàng hoàng chứ nhỉ. A: Ừm, vì sốc quá nên ngay sau đó tôi đã liên lạc rồi.

🔊 85

「インスタ映え」とは、一言でいえば、「インスタグラムに写真
をアップロードした際に、華やかで写真がよく映える」という
意味である。

| 426 | 一言<br>ひとこと | 名 single word, in a word/一句话/ngắn gọn, một tiếng |
| 427 | アップロード<br>[する] | 名 動3他 upload, upload/上传, 连接, [上传, 连接]/sự tải lên, tải lên |
| 428 | 華やかな<br>はな | ナ gorgeous, spectacular/华丽/long lanh, hoành tráng |

| 429 ☐ | 映える<br>は | 動2自 look, appear/网美/lên hình, phản chiếu |
|---|---|---|

In a word, "Instagrammable" means "something gorgeous that would look good uploaded as a photo on Instagram."/用一句话来解释「INS网美图」就是把照片上传到Instagram时，照片拍的很美很华丽的意思。/"Ăn ảnh trên insta", nói ngắn gọn có nghĩa là "khi tải hình ảnh lên instagram thì hình ảnh long lanh và lên hình đẹp".

🔊 86

A：サブスクの契約をしたいんだけど、この「同意する」ボタンがなぜか押せないんだよね。

B：ああ、ページを最後までスクロールすれば、実行できると思うよ。契約上の注意点をちゃんと読まないとトラブルにつながるから、簡単に「同意する」ボタンを押せないように工夫してあるんだね。

| 430 ☐ | サブスク(リプション) | 名 subscription/订阅/đăng ký |
|---|---|---|
| 431 ☐ | 契約[する]<br>けいやく | 名 動3他 contract, sign up/合同[签合同]/hợp đồng, làm hợp đồng |
| 432 ☐ | スクロール[する] | 名 動3他 scrolling, scroll/滚动[滚动]/sự cuộn, cuộn xuống |
| 433 ☐ | 実行[する]<br>じっこう | 名 動3他 implementation, execute, do/实行[实行]/sự thực hiện, thực hiện |
| 434 ☐ | つながる | 動1他 lead to/引起/dẫn đến |
| 435 ☐ | ⑩ つなげる | 動2他 link, join/连接/kết nối |

A: I want to sign up for a subscription, but for some reason I can't click the "I agree" button. B: Oh, if you scroll to the end of the page, I think you can do it. If you don't properly read over the contractual terms and conditions, it can lead to trouble, so they've made it so that you can't just press the "I agree" button./A: 我想签订阅的合同，可是我就是按不了这个「同意」按键。 B: 啊～你只要滚动到网页的最后，就可以实行了。因为怕不看清楚合同内的注意点，就会引起纠纷，故意下功夫不让你轻易按「同意按键」呢。/A: Tôi muốn làm hợp đồng đăng ký nhưng nút "Đồng ý" này sao lại không bấm được nhỉ. B: À, tôi nghĩ nếu cuộn xuống cuối trang thì thực hiện được đấy. Vì nếu không đọc kỹ các điểm lưu ý trong hợp đồng sẽ dẫn đến rắc rối nên họ có cách để không thể bấm nút "Đồng ý" một cách đơn giản được.

🔊 87

ノート型パソコンの場合は多くは、本体の側面や底から熱を逃がす構造になっている。発熱は処理速度などのパソコンの性能に関わるので、本体と机の間を空けておくことが重要だ。

| 436 ☐ | 底<br>そこ | 名 floor, bottom/底面/đáy |
|---|---|---|
| 437 ☐ | 性能<br>せいのう | 名 performance/性能/tính năng |
| 438 ☐ | 関わる<br>かか | 動3自 connect, relate to/相关/liên quan |

Many laptop computers are designed to allow heat to escape from the sides and bottom. Heat build-up is related to the performance of the computer—for example, processing speed—so it's important to leave space between the computer and the desk./笔记本电脑大部分都是从本体的侧面或者底面排热的构造。发热是和处理速度还有电脑性能相关的，所以重要的是要在本体和桌子之间留下空间。/Phần lớn máy tính xách tay đều có cấu hình thoát nhiệt từ mặt bên và đáy của thân máy. Vì phát nhiệt liên quan đến tính năng của máy tính như tốc độ xử lý v.v. nên quan trọng là phải để hở giữa thân máy và bàn.

🔊 88

風景より人物をしっかり目立たせたい画像は、背景の焦点をぼかすといい。アプリを使えば容易に加工できる。

| 439 ☐ | 風景<br>ふうけい | 名 scenery/风景/phong cảnh |
|---|---|---|
| 440 ☐ | 画像<br>がぞう | 名 image/图片/hình ảnh |
| 441 ☐ | 背景<br>はいけい | 名 background/背景/bối cảnh |
| 442 ☐ | 焦点<br>しょうてん | 名 focus/焦点/tiêu điểm |
| 443 ☐ | 容易な<br>ようい | ナ easy/容易的/đơn giản, dễ dàng |
| 444 ☐ | 加工[する]<br>かこう | 名 動3自 process, process/加工, 处理,[加工, 处理]/sự gia công/chế biến, gia công/chế biến |
| 445 ☐ | + 加工食品<br>かこうしょくひん | 名 processed food/加工食品/thực phẩm chế biến |

78

For images where you want the people to stand out more than the scenery, you can blur the background focus. This can easily be processed using an app./和风景相比，想要突出人物的图片，可以模糊背景的焦点。用APP很容易就能处理。/Hình ảnh mà bạn muốn làm cho nhân vật nổi bật rõ ràng hơn phong cảnh thì chỉ cần làm nhòa tiêu điểm bối cảnh là được. Nếu dùng ứng dụng thì có thể gia công một cách dễ dàng.

◀) 89

> 化粧や画像の加工によって、自分の外見をよりよく見せること
> を「盛る」という。これらを支援する技術は、シンデレラテク
> ノロジーと命名されている。

| 446 | 盛る<br>も | 動1他 enhance, exaggerate/夸大/tút tát, làm đầy, làm đẹp |
| --- | --- | --- |
| 447 | 支援[する]<br>し えん | 名 動3他 support, support/支援[支援]/sự hỗ trợ, hỗ trợ |
| 448 | 命名[する]<br>めいめい | 名 動3自 name, be called/命名[命名]/tên gọi, đặt tên |

The term "enhance" refers to the process of improving one's appearance through cosmetics or image manipulation. Technology that supports this is called Cinderella technology./化妆还有加工图片，把自己的外表显得更好看的行为被称作「夸大」。支援这些行为的技术也被命名为「灰姑娘科技」。/Việc cho xem vẻ ngoài của bản thân đẹp hơn bằng cách trang điểm và gia công hình ảnh gọi là "tút tát". Công nghệ hỗ trợ việc này được đặt tên là công nghệ Lọ Lem.

A：印刷された<u>活字</u>資料を、データ化してテキストファイルに
　　したいんだけど、どうするのがいいかな。

B：んー、<u>ざっと</u>説明すると、まず資料をスキャンして、その
　　後ソフトを使って文字を<u>読み込めば</u>いいよ。よく、文字が
　　間違っていたり、いらない<u>記号</u>が入ったりしちゃうんだけ
　　ど、そういうときはテキスト編集ソフトで<u>除いて</u>いけば、
　　<u>最終的に</u>きれいなデータになるよ。

| 449 ☐ | 活字<br>かつじ | 名 type, letter/活字/chữ in |
| 450 ☐ | ざっと | 副 quickly, briefly/简单的/sơ một lượt |
| 451 ☐ | 読み込む<br>よ こ | 動1他 load, read (data)/读取/đọc (đưa vào máy) |
| 452 ☐ | 記号<br>き ごう | 名 symbol/符号/ký hiệu |
| 453 ☐ | 除く<br>のぞ | 動1他 remove/去除/loại bỏ |
| 454 ☐ | 最終的に<br>さいしゅうてき | 副 finally/最后就/cuối cùng |
| 455 ☐ | ＋ 最終<br>さいしゅう | 名 last/最终/cuối, cuối cùng |

A: I'd like to convert typed, printed documents into data and text files. How can I do that?
B: Well, to explain briefly, you scan the material first, and then use software to read the text.
There will often be incorrect characters or unwanted symbols, but if you remove them using
text editing software, you'll finally end up with clean data./A: 我想把活字印刷的资料，数据
化后做成文本文件，怎么做比较好呢？　B: 嗯～简单说明一下就是，首先你扫描资料，然后
用软件读取文字。常常会读错文字或者读取到不要的符号，但只要再用文本编辑软件去除，最
后的数据就会很漂亮。/A: Tôi muốn dữ liệu hóa tài liệu chữ được in để làm thành tập tin văn
bản nhưng làm sao thì được nhỉ? B: Ừm, giải thích sơ một lượt thì trước tiên, quét lại tài liệu,
sau đó, dùng phần mềm để đọc chữ vào máy là được. Cách này thường bị nhầm chữ hoặc có
ký hiệu không cần thiết nhưng lúc đó thì loại bỏ bằng phần mềm biên tập là cuối cùng sẽ có
dữ liệu sạch đẹp.

A：先週の売り上げの<u>速報</u>メール、見た？
　　　<small>せんしゅう</small>　　<small>う</small>　<small>あ</small>　　<small>そくほう</small>　　<small>み</small>
B：さっき見た。またＣさんがトップだったね。
　　　　<small>み</small>
A：Ｃさんは会社の<u>行き帰り</u>によく一緒になるんだけど、本当
　　　　　　　<small>かいしゃ</small>　<small>い</small>　<small>かえ</small>　　　　<small>いっしょ</small>　　　　　　<small>ほんとう</small>
　　に聞き上手だよね。お客さんの希望に<u>沿って</u>、商品を提案
　　　<small>き じょうず</small>　　　<small>きゃく</small>　　<small>きぼう</small>　<small>そ</small>　　<small>しょうひん ていあん</small>
　　するのが上手なんだろうな。あと、<u>顧客</u>データをＡＩに分
　　　　　<small>じょうず</small>　　　　　　　<small>こきゃく</small>　　　　　<small>エーアイ</small>　<small>ぶん</small>
　　析させて、効率的に営業してるんだって。
　　<small>せき</small>　　<small>こうりつてき</small>　<small>えいぎょう</small>
B：セールテックってやつか。Ｃさん、さすが部長<u>候補</u>だね。
　　　　　　　　　　　　　　　　　　　　　<small>ぶちょうこう ほ</small>

| 456 □ | 速報<br><small>そくほう</small> | 名 bulletin, quick report/快报/tin nhanh |
|---|---|---|
| 457 □ | 行き帰り<br><small>い　かえ</small> | 名 to and from/往返, 上下班/đi và về |
| 458 □ | 沿う<br><small>そ</small> | 動1自 follow along, be in line with/配合/dựa theo |
| 459 □ | 顧客<br><small>こ きゃく</small> | 名 customer/顾客/khách hàng |
| 460 □ | 候補<br><small>こう ほ</small> | 名 candidate/候选/ứng viên |

A: Did you see the email with last week's sales bulletin? B: I just saw it. Ms. C was at the top of the list again. A: I often travel with Ms. C on the way to and from work, and she's a really good listener. I think she's good at recommending products in line with what the customer wants. Also, she gets AI analysis of customer data to make her sales more efficient. B: Sales tech, they call it. Now I know why she's a candidate for department manager./A: 你看了上周的销售快报邮件吗？ B: 刚才看了，又是C小姐第一名。 A: 我上下班时常常和C小姐一起，她真的是个很好的聆听者。能够配合客户的需求，很好的提议产品。还有，听说她还让AI分析顾客数据，做有效率的推广。 B: 这就是销售技术吧。C小姐，不愧是部长候选人呀。/A: Cậu xem mail tin nhanh doanh thu tuần trước chưa? B: Lúc nãy tôi xem rồi. Chị C lại đứng đầu nhỉ. A: Tôi thường đi làm và về chung với chị ấy, đúng là chị ấy biết cách lắng nghe. Chắc là chị ấy rất giỏi đề xuất sản phẩm dựa theo nguyện vọng của khách hàng lắm. Với lại, nghe nói còn cho AI phân tích dữ liệu khách hàng để bán hàng thật hiệu quả. B: Là công nghệ bán hàng à? Chị C xứng danh ứng viên trưởng phòng nhỉ.

# Topic 6

# 流行
りゅう こう

Trends /
流行 /
Sự lưu hành/phổ biến

No. 461-604

音楽ゲーム、略して「音ゲー」はリズムに合わせて太鼓やボタ
おんがく        りゃく        おと        たいこ
ンをたたくゲームで、多くのゲームセンターに置いてある。最
おお        お        さい
近では、リズムに合わせてタップするゲームがスマホアプリで
きん        あ
たくさんリリースされている。

| 461 | 略す<br>りゃく | 動1他 abbreviate/略称/gọi tắt, giản lược |
|---|---|---|
| 462 | リズム | 名 rhythm/节奏/nhịp điệu |
| 463 | 太鼓<br>たいこ | 名 drum/鼓/trống |
| 464 | タップ[する] | 名 動3他 tap, tap/点击[点击]/sự chạm, chạm |
| 465 | リリース[する] | 名 動3他 release, release/推出[推出]/sự tung ra, tung ra |

Musical rhythm games, often abbreviated in Japanese as "otoge", are games in which players tap drums or buttons to a musical rhythm. They can be found in many game arcades. Recently, many games in which players tap to the rhythm have been released as smartphone apps./音乐游戏简称「音游」是配合节奏用按键或者敲鼓的游戏。有很多游戏场里都有。最近也推出了很多手机APP，是配合节奏点击手机的游戏。/Trò chơi âm nhạc, gọi tắt là "otoge" là trò chơi đánh trống và các nút bấm theo nhịp điệu, thường có ở nhiều trung tâm trò chơi. Gần đây, nhiều trò chơi chạm theo nhịp điệu được tung ra trên ứng dụng điện thoại thông minh.

A：このゲーム、最初の城で詰まったんだけど。

B：武器は何使ってる？ 最初の敵は銃よりも剣に弱かった気がする。

A：そこが弱点なんだね。でも、近づくと攻撃に当たっちゃうんだけど。

B：あの城は、裏の壁に穴が開いてるから、そこからこっそり入って、背中から剣で斬るんだよ。

A：なんて卑怯な…。

| 466 | 詰まる<br>つ | 動1自 be stuck/卡住/khựng lại, cụt đường |
| 467 | 武器<br>ぶき | 名 weapon/武器/vũ khí |
| 468 | 銃<br>じゅう | 名 gun/枪/súng |
| 469 | 剣<br>けん | 名 sword/剑/kiếm |
| 470 | 弱点<br>じゃくてん | 名 weakness, vulnerability/弱点/nhược điểm |
| 471 | こっそり（と） | 副 sneakily/悄悄（的）/lén, lén lút |
| 472 | 卑怯な<br>ひきょう | ナ cowardly/卑鄙的/hèn, ti tiện |

Topic 6 ● 流行

A: I'm stuck in the first castle in this game. B: What weapon are you using? I think the first enemies are more vulnerable to swords than guns. A: That's their weakness, right. But when I get too close, I get hit by their attacks. B: There's a hole in the back wall of the castle, so I sneak in through there and stab them in the back with my sword. A: That's so cowardly.../A: 这个游戏，我在一开始的城堡就卡住了。 B: 你武器用什么？ 一开始的敌人用枪还不如用剑。 A: 这就是弱点呀。可是一靠近就会被攻击呀。 B: 那个城堡墙壁后面有洞，可以从那里悄悄进去，然后从背后用剑斩。 A: 这么卑鄙的…。/A: Cái game này, tôi bị khựng lại ở lâu đài đầu tiên. B: Cậu dùng vũ khí gì? Tôi có cảm giác kẻ địch đầu tiên ngại kiếm hơn súng. A: Đó là nhược điểm nhỉ. Nhưng đến gần thì trúng tấn công của nó nên.. B: Lâu đài đó hở lỗ trên tường sau nên lẻn vào từ đó, đâm dao từ sau lưng. A: Sao hèn vậy…

🔊94

A：ライバルってすごく重要な要素だと思う。

B：分かる。名作ってだいたいライバルが主人公より人気あるよね。最初強かった敵が、味方になる。まさかあのキャラクターが仲間になってくれるなんて！ってわくわくする。

A：でも、主人公にふさわしい敵として最後まで戦うのもいいよね。

| 473 | ライバル | 名 rival, rivalry/对手/đối thủ |
|---|---|---|
| 474 | 要素 ようそ | 名 factor, element/要素/yếu tố |
| 475 | 主人公 しゅじんこう | 名 main character, protagonist/主角/nhân vật chính |
| 476 | 味方[する] み かた | 名 動3自 ally, take sides with/伙伴[成为伙伴]/đồng minh, ủng hộ, đứng về phía |
| 477 | わくわくする | 動3自 be excited/兴奋不已/hồi hộp |
| 478 | ふさわしい | イ suitable, worthy/旗鼓相当/tương xứng, phù hợp |

A: I think rivalry is a very important element. B: I agree. In lots of great movies, rivals are more popular than the main characters. Someone who was a powerful enemy at first later becomes an ally. And you never expect that character to become a friend! It's exciting! A: But it's also great when they fight to the very end as an enemy worthy of the main character./A: 我觉得对手是个很重要的要素。 B: 我懂。名作大部分对手都比主角受欢迎呢。一开始很强的敌人就会成为伙伴。没想到那个角色竟然会成为伙伴！就感到兴奋不已。 A: 可是和主角旗鼓相当的敌人战斗到最后也很不错呀！ /A: Tôi nghĩ đối thủ là một yếu tố cực kỳ quan trọng. B: Tôi hiểu. Trong mấy danh tác, đại khái đối thủ được yêu thích hơn cả nhân vật chính nhỉ. Địch thủ mạnh nhất lúc đầu lại trở thành bạn bè. Nhân vật đó lẽ nào mà thành đồng minh sao, thấy hồi hộp ha. A: Nhưng mà, chiến đấu tới cùng với tư cách là địch thủ tương xứng với nhân vật chính cũng hay nhỉ.

🔊95

高いところからジャンプして登場する。戦う前に勇ましいせりふを言う。これらは日本のヒーローの特徴である。ロボットに乗って戦う場合も、パイロットは必殺技を撃つときに、技の名前を叫ぶのだ。

| 479 | ジャンプ[する] | 名 動3自 jumping, jump/跳[跳]/cú nhảy, nhảy |
|---|---|---|
| 480 | 勇ましい<br>いさ | イ heroic/勇敢/dũng cảm |
| 481 | せりふ | 名 line, dialog/台词/lời nói, lời thoại |
| 482 | パイロット | 名 pilot/飞行员/phi công |
| 483 | 撃つ<br>う | 動1他 fire off, discharge/射击/bắn, đánh |

Jumping down from somewhere high to make a dramatic entrance. Saying heroic lines before fighting. These are the characteristics of Japanese heroes. Even when fighting in a giant robot, the pilot has to shout the name of the technique when firing off a killer technique./从高空跳下来登场。战斗时会说一些勇敢的台词。这些都是日本英雄的特征。如果是坐机器人战斗的时候，飞行员要射击绝招前，还一定会喊出招式的名字。/Xuất hiện bằng cách nhảy từ trên cao. Trước khi chiến đấu, nói những câu dũng cảm. Đây là đặc trưng của những người anh hùng Nhật Bản. Cả trường hợp leo lên robot để chiến đấu, người phi công phải hét lên tên của chiêu thức khi đánh đòn sát thủ.

🔊 96

ヒミコという名前はいろいろなマンガに登場するが、これは古代の日本の女王の名前である。男が王だった時代は、ずっと争いが続いていた。しかし、女王が国を治めるようになると、争いは止まったと言われている。

| 484 | 女王<br>じょおう | 名 queen/女王/nữ vương |
|---|---|---|
| 485 | 争い<br>あらそ | 名 conflict, strife/争斗/chiến tranh |
| 486 | + 争う<br>あらそ | 動1他 fight, struggle/争执/chiến đấu, cạnh tranh |
| 487 | 治める<br>おさ | 動2他 rule, reign over/治/thống trị, trị vì |

Himiko is the name of an ancient Japanese queen, and her name appears in various manga comics. When men were kings, there was constant conflict. However, it's said that when a queen ruled the land, the fighting ceased./在很多漫画中出现的「HIMIKO」这个名字，是日本古代女王的名字。在男人还是国王的时代，一直有争斗。但传言当女王开始治国后，争斗就结束了。/Cái tên Himiko xuất hiện trong nhiều bộ truyện tranh khác nhau, đây là tên của nữ vương thời cổ đại của Nhật. Thời đại mà đàn ông làm vua thì đánh nhau kéo dài triền miên. Nhưng người ta cho rằng khi nữ vương trị quốc thì chiến tranh chấm dứt.

🔊97

この映画では悪役の演技が素晴らしく、数々の名シーンを生んだ。評論家も絶賛した。しかし、あまりにも醜い役を演じたためか、役者はその後、亡くなってしまった。

| | | |
|---|---|---|
| 488 ☐ | 悪役<br>あくやく | 名 bad guy, villain/反派/vai phản diện |
| 489 ☐ | 演技[する]<br>えんぎ | 名 動3自 performance, perform/演技[演戏]/diễn xuất, diễn |
| 490 ☐ | 名〜<br>めい | 接頭 famous ~, great ~/名〜/~ nổi tiếng |
| 491 ☐ | シーン | 名 scene/场面/cảnh |
| 492 ☐ | 評論家<br>ひょうろんか | 名 critic/评论家/nhà bình luận |
| 493 ☐ | ＋ 評論[する]<br>ひょうろん | 名 動3他 criticism, criticize/评论[评论]/sự đánh giá, bình luận, đánh giá |
| 494 ☐ | 醜い<br>みにく | イ ugly, unpleasant/丑/xấu xí, ghê rợn |
| 495 ☐ | 役<br>やく | 名 role/角色/vai |
| 496 ☐ | 役者<br>やくしゃ | 名 actor/演员/diễn viên |

The villain's performance in this film was excellent, which made for lots of great scenes. Critics also praised it. However, perhaps because the role was so unpleasant, the actor had passed away./这部电影的反派，演技真的很棒，还诞生了很多名场面。连评论家都赞不绝口。但是，因为他演的角色太丑，之后演员逝世了。/Bộ phim này, diễn xuất của vai phản diện tuyệt vời, tạo ra nhiều cảnh nổi tiếng. Các nhà bình luận cũng tán thưởng. Nhưng không biết có phải vì diễn vai xấu quá không mà diễn viên sau đó đã mất.

🔊98

小学生の頃、私はいろいろ空想して、漫画を描くことが好きだった。中学生になると、家族たちはくだらないとか、そんな幼稚なことはやめろと言ってきた。しかし、私は高校でも大学でも漫画を描くことはやめなかった。そして25才のとき、ついに私の描いた漫画が雑誌に載った。

| | | |
|---|---|---|
| 497 ☐ | 空想[する]<br>くうそう | 名 動3自 fantasy, fantasize/幻想[幻想]/sự không tưởng, tưởng tượng không thực tế |
| 498 ☐ | くだらない | イ silly, pointless/无聊/nhảm nhí |
| 499 ☐ | 幼稚な<br>ようち | ナ childish/幼稚的/trẻ con |
| 500 ☐ | ついに | 副 finally/终于/cuối cùng thì |
| 501 ☐ | 載る<br>の | 動1自 post, publish/刊载/đăng, đăng tải |

When I was in elementary school, I liked to fantasize about all kinds of things and draw manga comics. When I entered junior high school, my family told me it was silly and that I should stop doing such childish things. But I never stopped drawing manga, even in high school and in college. Finally, when I was 25, a magazine published a manga comic that I'd drawn./小学生时，我会有各式各样的幻想，因为我很喜欢画漫画。到了中学生时，家人们都说我很无聊，叫我别这么幼稚的事。但是我到了高中，大学还是没有放弃画漫画。然后到了25岁时，我觉得漫画终于被杂志刊载了。/Thời tiểu học, tôi rất thích tưởng tượng đủ thứ không thực tế và vẽ truyện tranh. Khi trở thành học sinh cấp 2, người nhà tôi nói tôi thôi đi vì nào là nhảm nhí, nào là con nít. Nhưng ở cấp 3 và cả đại học tôi vẫn không từ bỏ vẽ truyện tranh. Và khi 25 tuổi, cuối cùng thì truyện tranh tôi vẽ đã được đăng tạp chí.

◀)) 99

演劇の面白さは、粗筋は同じでも、演出によって全く異なる作品になることである。さらに、同じメンバーでも日によって芝居は少しずつ変化する。

| | | |
|---|---|---|
| 502 ☐ | 演劇<br>えんげき | 名 theater/戏剧/vở kịch, diễn kịch |
| 503 ☐ | 粗筋<br>あらすじ | 名 broad outline, summary/概要/kịch bản phác thảo, nét chính |
| 504 ☐ | 芝居[する]<br>しば い | 名 動3自 show, play, perform/演技[演戏]/cách diễn, biểu diễn |

The fascinating thing about theater is that even if the broad outline of a play stays the same, it can become a completely different work depending on how it's directed. Moreover, even with the same cast, the show will vary slightly from day to day./戏剧有趣的地方，就是就算概要相同，但会因为演出而变成完全不同的作品。而且，就算是同一班演员，每天的演技都有变化。/Sự thú vị của diễn kịch là dù kịch bản phác thảo giống nhau thì sẽ tùy vào diễn xuất mà trở thành tác phẩm khác. Hơn thế nữa, dù cùng thành viên nhưng tùy ngày mà cách diễn sẽ biến hóa từng chút một.

🔊 100

私は最初、その漫画を、<u>単に</u>街を<u>脅かす</u>巨人を<u>やっつける</u>だけ
の漫画だと思っていた。しかし、さまざまな<u>謎</u>があることに気
づき、インターネット上で議論しながら<u>展開</u>を予想するように
なった。

| 505 | 単に<br>たん | 副 simply/只是/đơn thuần |
|---|---|---|
| 506 | 脅かす<br>おびや | 動1他 threaten/威胁/đe dọa |
| 507 | やっつける | 動2他 slay, vanquish/打倒/đánh đuổi |
| 508 | 謎<br>なぞ | 名 mystery/谜题/bí ẩn |
| 509 | 展開[する]<br>てんかい | 名 動3他 development, develop/展开[展开]/sự tiến triển, triển khai |

At first, I thought this manga was simply a comic book about slaying giants that threaten the city. However, I later became aware of various mysteries and began to try to predict story developments through discussions on the Internet./我一开始以为那个漫画只是打倒威胁城市安全的巨人。但是我发现隐藏了各式各样的谜题，现在我会在网络边议论边猜测今后的展开。/Lúc đầu, tôi nghĩ bộ truyện tranh đó là bộ truyện chỉ đơn thuần là đánh đuổi người khổng lồ đe dọa thành phố. Nhưng khi nhận ra có nhiều bí ẩn khác nhau, thì tôi đã vừa bàn luận trên internet và dự đoán tiến triển.

🔊 101

元<u>刑事</u>が<u>殺人</u>をしたと言って警察にやってきた。そんなシーン
から始まるこの小説は、当初、<u>批評</u>家の評価は高くなかった。
しかし、読者の人気は高く、映画やドラマが<u>制作された</u>。

| 510 | 刑事<br>けいじ | 名 detective/刑警/cảnh sát hình sự |
|---|---|---|
| 511 | 殺人<br>さつじん | 名 murder/杀人/sự giết người, kẻ sát nhân |
| 512 | 批評[する]<br>ひひょう | 名 動3他 critique, criticize, review/批评[批评]/sự phê bình, phê bình |
| 513 | 制作[する]<br>せいさく | 名 動3他 production, produce/制作[制作]/sự chế tác, chế tác |

A former detective comes to the police, claiming to have committed a murder. The novel, which begins with this scene, was not well received by critics at first. But it was very popular with readers, and a movie and drama series were later produced /警察来找我说前刑警察人了。从这个场景刀始的这本小说，当初评论家的评价并不高。但受读者欢迎，还被制作成电影和电视剧。/Nguyên cảnh sát hình sự đến sở cảnh sát nói mình đã giết người. Cuốn tiểu thuyết này bắt đầu từ cảnh đó nên lúc đầu các nhà phê bình đánh giá không cao. Nhưng lại được độc giả yêu thích nhiều và được chế tác thành phim điện ảnh, phim truyền hình.

🔊 102

娯楽作品では、探偵は人気のある職業だが、泥棒も人気があったりする。泥棒のキャラクターはダイヤなどの宝を盗むが、お金には興味なく、盗んだものを返却することも多い。また、考えてみれば不思議なことだが、しばしば銃からトランプを発射して戦ったりする。

| 514 | 娯楽 ごらく | 名 entertainment/娱乐/giải trí |
|---|---|---|
| 515 | 探偵 たんてい | 名 detective, investigator/侦探/thám tử |
| 516 | ダイヤ | 名 diamond/钻石/kim cương |
| 517 | 宝 たから | 名 treasure, riches/宝物/kho báu |
| 518 | 返却[する] へんきゃく | 名 動3他 return, return/归还[归还]/sự trả lại, trả lại |
| 519 | トランプ | 名 playing card/扑克牌/bộ bài |
| 520 | 発射[する] はっしゃ | 名 動3他 discharge, fire, shoot/发射[发射]/sự bắn ra, bắn ra |

In fictional works of entertainment, private investigators are popular characters, but thieves can also be popular. Thief characters steal diamonds and other riches, but they're often not interested in money and sometimes even return what they steal. It's odd when you think about it, but they often fight by firing playing cards from guns./在娱乐作品中，侦探是个很受欢迎的职业，但小偷也很受欢迎。小偷的角色虽然会盗窃钻石等的宝物，但对金钱没兴趣，盗窃的东西很多时候也会归还回去。还有，想想也很不可思议，常常会有战斗是从枪里喷射扑克牌的。/Trong các tác phẩm giải trí, thám tử là nghề được yêu thích nhưng ăn trộm cũng được ưa chuộng. Nhân vật ăn trộm lấy cắp kho báu như kim cương v.v. nhưng không quan tâm đến tiền, thường trả lại đồ đã lấy cắp. Ngoài ra, nếu thử nghĩ thì thật là chuyện kỳ lạ, đó là thỉnh thoảng bắn bộ bài từ súng để chiến đấu.

🔊 103

炎を出したり、翼を生やしたり、漫画・アニメには超能力がよ
く登場する。その不思議なパワーを手に入れる方法も様々だ。
有名な漫画では、奇妙な形の実を食べることで、力を手に入れ
る。しかも、その実の図鑑があり、食べる前からどんな力が手
に入るのかわかるのだ。

| 521 | 炎<br>ほのお | 名 flame/火焰/lửa |
| --- | --- | --- |
| 522 | 翼<br>つばさ | 名 wing/翅膀/đôi cánh |
| 523 | パワー | 名 power/力量/năng lượng |
| 524 | 奇妙な<br>きみょう | ナ strange, odd/奇妙的/kỳ dị |
| 525 | 実<br>み | 名 fruit, nut/果实/trái, quả |
| 526 | しかも | 接続 what's more, on top of that/而且/hơn nữa |
| 527 | 図鑑<br>ずかん | 名 picture book, illustrated book/图鉴/tranh minh họa, hình vẽ |

The ability to produce flames, grow wings, and other supernatural powers often appear in
manga comics and anime. There are also various ways to obtain these mysterious powers.
In one well-known manga, powers are obtained by eating strangely shaped fruit. And what's
more, there's even an illustrated book of these fruit, so you know what sort of power you'll get
before you eat it./喷火焰，长翅膀，在动漫中会出现很多超能力。想要把那些不可思议的力量
弄到手的方法也是各式各样的。在某有名漫画中，吃了奇妙的形状的果实，就能够拥有力量。
而且，那个果实还有图鉴，在吃之前就可以知道会到手什么样的力量。/Trong truyện tranh,
phim hoạt hình thường xuất hiện siêu năng lực như khạc ra lửa, mọc cánh. Cách có được
các năng lượng kỳ bí đó cũng rất nhiều. Trong bộ truyện tranh nổi tiếng, có thể có được sức
mạnh nhờ ăn loại quả có hình dáng kỳ dị. Chưa kể, còn có tranh minh họa loại quả đó, có
thể biết được sẽ có năng lực như thế nào từ trước khi ăn.

🔊 104

A：ホラー映画って苦手だな。幽霊に恐怖は感じないんだけど、
　大きな音で驚かされるのが嫌いなんだ。
B：私は推理ものとかでも、死体が映っているとだめですね。
　気味が悪いから。

| 528 ☐ | 幽霊<br><sub>ゆうれい</sub> | 名 ghost/幽灵/ma quỷ |
|---|---|---|
| 529 ☐ | 恐怖[する]<br><sub>きょうふ</sub> | 名 動3他 fear, be afraid of/恐怖[可怕]/nỗi sợ, sợ |
| 530 ☐ | 驚かす<br><sub>おどろ</sub> | 動1他 surprise, startle/吓/làm cho giật mình |
| 531 ☐ | 死体<br><sub>したい</sub> | 名 dead body, corpse/尸体/thi thể, xác chết |
| 532 ☐ | 映る<br><sub>うつ</sub> | 動1自 appear, be shown/拍到/chiếu |
| 533 ☐ | ⓿ 映す<br><sub>うつ</sub> | 動1他 show, project/映出/chiếu lên |
| 534 ☐ | 気味が悪い<br><sub>き み わる</sub> | イ creepy, uneasy/恶心/cảm giác ghê rợn |

A: I don't like horror movies. I'm not afraid of ghosts, but I don't like being startled by loud noises. B: I don't like to see dead bodies shown in thriller movies . It gives me a creepy feeling./A: 我不喜欢鬼片。幽灵我是不觉得恐怖，但我很讨厌被大音量吓到。 B: 我是悬疑片那些，如果有拍到尸体我就不行了。我觉得恶心。/A: Phim kinh dị á, tôi không thích lắm. Tuy tôi không cảm thấy sợ vì ma quỷ nhưng ghét bị làm cho giật mình vì tiếng động lớn. B: Tôi cũng không chịu được cảnh chiếu xác chết trong phim trinh thám. Vì cảm giác ghê rợn quá.

🔊 105

ある人気漫画は 36 巻、ストーリーの途中で止まってしまっ<br><sub>にん き まん が</sub>　　　　　　　　　　　　　　　<sub>と ちゅう と</sub><br>ている。しかし、もうすぐ再開するとうわさされている。<br>　　　　　　　　　　　<sub>さいかい</sub>

| 535 ☐ | ～巻<br><sub>かん</sub> | 接尾 ~ volumes, ~ instalments/~集/tập ~ |
|---|---|---|
| 536 ☐ | ストーリー | 名 story/故事/câu chuyện |
| 537 ☐ | 再開[する]<br><sub>さいかい</sub> | 名 動3他 restart, resume/重新开始[重新开始]/trở lại, bắt đầu lại |
| 538 ☐ | うわさ[する] | 名 動3他 rumor, be rumored/传言[讲闲话]/lời đồn, đồn đại |

A certain popular manga has stopped at 36 volumes, and it's only partway through the story. However, it's rumored that it will resume soon./那个受欢迎的漫画的第36集，故事就在途中停掉了。但是，传言说马上就会重新开始。/Bộ truyện tranh được yêu thích nọ dừng giữa chừng câu chuyện ở tập 36. Nhưng nghe đồn là sắp trở lại rồi.

🔊 106

RPG、ロールプレイングゲームが日本で発売されたとき、大ブームが起こった。多くの若者が剣と魔法の世界での冒険に熱中した。当時は徹夜してプレイした人も多かった。

| 539 | ブーム | 名 boom/热潮/sự bùng nổ |
|---|---|---|
| 540 | 魔法 まほう | 名 magic/魔法/ma thuật |
| 541 | 冒険[する] ぼうけん | 名 動3自 adventure, go adventuring/冒险[展开冒险]/cuộc phiêu lưu, phiêu lưu |
| 542 | 熱中[する] ねっちゅう | 名 動3自 enthusiasm, be absorbed/热衷[热衷于]/sự say mê, say mê |
| 543 | 当時 とうじ | 名 副 at that time/当时/đương thời, thời đó |
| 544 | 徹夜[する] てつや | 名 動3自 all-nighter, stay up all night/熬夜[熬夜]/sự thâu đêm, thức trắng đêm |
| 545 | プレイ[する] | 名 動3他 playing, play/打[打]/sự chơi, chơi |

When role-playing games, or RPGs, were first released in Japan, there was a huge RPG boom. Many young people were absorbed in adventures in sword and magical worlds. At that time, many people stayed up all night to play./RPG，角色扮演游戏自从在日本销售后引起了很大热潮。很多年轻人热衷于剑与魔法世界的冒险。当时有很多人都熬夜打游戏。/Khi RPG, trò chơi đóng vai được bán ở Nhật, đã gây bùng nổ. Đông đảo người trẻ đã say mê cuộc phiêu lưu trong thế giới của kiếm và ma thuật. Đương thời, cũng đã có nhiều người chơi thâu đêm.

🔊 107

このゲームの請求書は、あらゆる端末から見ることができます。「発行する」のボタンを押すと、PDFがダウンロードでき、印刷することもできます。

| 546 | 請求書 せいきゅうしょ | 名 billing statement, invoice/请款单/giấy yêu cầu thanh toán |
| 547 | + 請求[する] せいきゅう | 名 動3他 invoice, request payment/请款[请款]/sự yêu cầu, yêu cầu thanh toán |
| 548 | あらゆる | 連 any kind of, all kinds of/所有/tất cả, mọi |
| 549 | 端末 たんまつ | 名 device, terminal/设备/thiết bị đầu cuối. |

| 550 ☐ | 発行[する]<br>はっこう | 名 動3他 issue, publish/签发[签发]/sự phát hành, phát hành |
|---|---|---|

The billing statement for this game can be viewed from any kind of device. You can also download a PDF file and print it out by clicking the "Issue" button./这个游戏的请款单，可以用所有的设备来观看。只要按下「签发」按键后，就可以下载PDF，还可以打印。/Giấy yêu cầu thanh toán game này có thể xem từ mọi thiết bị đầu cuối. Khi bấm nút "Phát hành" thì có thể tải pdf, và cũng có thể in.

🔊 108

A：シリーズ最新作、3月に上映だってね。今から超楽しみ。
さいしんさく　がつ　じょうえい　　　　いま　ちょうたの
絶対前売り券買って、初日に見る。
ぜったいまえう　けん か　　しょにち　み

B：どうせ上映後1年したらテレビで見られるんだから、急い
じょうえい ご　ねん　　　　　　　　　み　　　　　　いそ
で見る必要なくない？
み　ひつよう

A：あの大きいスクリーンで見るのがいいんじゃない！ それに、
おお　　　　　　　み
CMが入るのが我慢できないんだ。
シーエム　はい　　　　がまん

| 551 ☐ | シリーズ | 名 series/系列/sê-ri |
|---|---|---|
| 552 ☐ | 上映[する]<br>じょうえい | 名 動3他 projection, screen/上映[上映]/sự chiếu phim, chiếu |
| 553 ☐ | 前売り[する]<br>まえ う | 名 動3他 advance sale, sell in advance/预售[预售]/sự bán trước, bán trước |
| 554 ☐ | スクリーン | 名 screen/大银幕/màn ảnh |
| 555 ☐ | CM／<br>シーエム<br>コマーシャル | 名 commercial/广告/quảng cáo |

A: I heard that the latest movie in the series will screen in March. I'm really looking forward to it. I'll definitely buy a ticket in advance and see it on the first day. B: It'll be on TV a year after it screens anyway, so there's no rush to see it. A: It's better to see it on the big screen! Besides, I can't stand commercials./A: 系列的最新作，听说3月会上映哦。我现在就好期待哦。我绝对要买预售票，第一天就去看。 B: 反正上映的1年后左右就可以在电视看到了，有急着去看的必要吗？ A: 就是要在那个大银幕看才好呀！而且我无法忍受穿插广告。/A: Tác phẩm mới nhất trong sê-ri nghe nói sẽ được chiếu vào tháng 3. Từ giờ thấy háo hức ghê. Nhất định phải mua vé bán trước để xem vào ngày đầu tiên. B: Đằng nào sau khi ra rạp 1 năm cũng được xem trên tivi mà, nên có cần gấp xem đâu chứ? A: Xem qua cái màn ảnh lớn vậy không thích sao? Với lại, tôi không thể chịu được quảng cáo.

🔊 109

A：私の好きな漫画家のＳＮＳが、「公式」って書いてあるのに、
本人じゃなかったんだー。だまされた気分。
B：それは仕方ないね。漫画家がＳＮＳやるの大変らしいよ。
「私の好きなキャラクターを活躍させてください」ってリク
エストする人もいるし。
A：えー。ずうずうしい人がいるんだね。

| 556 | 公式 こうしき | 名 official/官方/chính thức |
|---|---|---|
| 557 | だます | 動1他 cheat, deceive/欺骗/lừa, lừa đảo |
| 558 | リクエスト[する] | 名 動3他 request, request/要求[提要求]/lời yêu cầu, yêu cầu |
| 559 | ずうずうしい | イ brazen, shameless/厚脸皮/vô duyên, trắng trợn |

A: My favorite manga cartoonist's social media site says "Official" but it's not actually him! I feel cheated. B: But what can you do? It's not easy for cartoonists to be on social media. People make requests to put in their own favorite characters. A: Really? Some people are shameless./ A: 我喜欢的漫画家的社交软件明明写着「官方」，但竟然不是本人。有种被欺骗的感觉。 B: 那也没有办法。漫画家要运营社交平台也是很辛苦的。有些人还会要求说「让我喜欢的角色更活跃一点」什么的。 A: 诶～有这么厚脸皮的人呀。/A: Mạng xã hội của tác giả truyện tranh mà tôi yêu thích có ghi là "chính thức" nhưng hóa ra không đúng người đó. Cảm giác như bị lừa vậy. B: Chuyện đó thì đành chịu. Nghe nói tác giả truyện tranh chơi mạng xã hội vất vả lắm. Còn có người yêu cầu là "hãy cho nhân vật mà tôi thích hoạt động thành công". A: Ủa, có người vô duyên vậy sao.

🔊 110

昔は、終えたゲームは中古ゲーム店に売ることが多かった。中
古ゲームには、前の持ち主の名前が書かれていたり、シールが
貼られていたりすることもあった。

| 560 | 終える お | 動2他 finish/结束/kết thúc, hết |
|---|---|---|
| 561 | 中古 ちゅうこ | 名 used, secondhand/二手/cũ |
| 562 | シール | 名 sticker/贴纸/tem |

In the past, after finishing a video game, people often sold them to used game stores. Used games sometimes had the name of the previous owner written on them or were covered in stickers./以前、玩结束的游戏、很多时候都拿到二手游戏店去卖。二手游戏有时候还会写着以前主人的名字，还会贴着贴纸什么的。/Ngày xưa người ta phần lớn bán những game đã kết thúc cho các tiệm game cũ. Game cũ cũng có khi viết tên người chủ cũ hoặc dán tem.

A：うわー、もう死にそう。ここ難しすぎるよー。

B：今見えた泉に入ってみたら？回復するんじゃない？
　　(いまみ)　(いずみ)(はい)　　　(かいふく)

A：え、本当に回復した！ヒントは一切なかったのに、どうし
　　(ほんとう)(かいふく)　　　　　(いっさい)
　　て分かったの？
　　(わ)

B：こういうゲームは一通りプレイしているからね。
　　　　　　　　　(ひととお)

A：さすがだね。

| 563 | 泉 いずみ | 名 spring, fountain/泉水/dòng suối |
|---|---|---|
| 564 | ヒント | 名 hint/提示/gợi ý |
| 565 | 一切 いっさい | 副 at all, absolutely/完全/hoàn toàn |
| 566 | 一通り ひととお | 副 generally speaking, usually/大概/một lượt |
| 567 | さすが | 副 as expected, just like (someone)/真不愧/không hổ danh, xứng danh |

A: Whoa, I'm about to die. It's too difficult here. B: Why not try entering the fountain we just saw? You should recover. A: Hey, I did recover! There were no hints at all. How did you figure it out? B: I play a lot of these games, and they're usually quite similar. A: I knew it. That's just like you./A: 哇～，我快要死了。这里好难哦～。 B: 你去现在看见的那个泉水呀？可能可以回复吧？ A: 诶，真的回复了！完全没有提示，你怎么会知道？ B: 这种游戏，我大概都玩过了。 A: 真不愧是你。/A: Ôi, sắp chết rồi. Chỗ này khó quá. B: Hay là mình vào thử dòng suối mới vừa thấy? Chắc sẽ hồi phục á? A: Ê, hồi phục thật rồi! Hoàn toàn không có chút gợi ý nào mà sao cậu biết vậy? B: Mấy cái game kiểu này, tôi chơi qua một lượt rồi. A: Đúng là khhông hổ danh nhỉ.

🔊 112

A：ゲームのやりすぎかなあ。これ以上、視力が悪くなったら
メガネかコンタクトだって医者に警告された。どっちがも
てると思う？

B：どっちにしても、もてないと思う。

| 568 視力<br>しりょく | 名 eyesight, vision/视力/thị lực |
|---|---|
| 569 警告[する]<br>けいこく | 名 動3他 warning, warn/警告[警告]/sự nhắc nhở, nhắc nhở, cảnh cáo |
| 570 もてる | 動2自 be attractive/受欢迎/đào hoa, được yêu thích |

A: I think I play too many games. My doctor warned me that if my eyesight gets any worse, I'll
have to get glasses or contact lenses. Which do you think would be more attractive? B: Either
way, I don't think you'll be attractive./A: 可能打太多游戏。医生警告我说如果视力再变差，
就只能戴眼镜或者隐形眼镜了。你觉得哪种比较能受欢迎？ B: 不管哪种，都不受欢迎吧。 /
A: Không biết có phải chơi game quá không ta? Tôi đã bị bác sĩ cảnh cáo nếu thị lực mà xấu
hơn nữa thì phải đeo mắt kính hoặc kính sát tròng. Cậu nghĩ kiểu nào sẽ đào hoa hơn? B: Tôi
nghĩ kiểu nào cũng không đào hoa đâu.

🔊 113

A：今度の映画のゲストキャラクターの役者が公表されたけど、
お笑い芸人なんだって。ちゃんとプロの声優を使ってほし
いよ。

B：きっと、事務所が推薦したんだろうね。

| 571 ゲスト | 名 guest/嘉宾/khách mời |
|---|---|
| 572 公表[する]<br>こうひょう | 名 動3他 announcement, announce/公布[公布]/sự công bố, công bố |
| 573 （お笑い）芸人<br>わら げいにん | 名 comedian/（搞笑）艺人/nghệ sĩ (hài) |
| 574 推薦[する]<br>すいせん | 名 動3他 recommendation, recommend/推荐[推荐]/sự tiến cử, tiến cử |
| 575 ＋推薦状<br>すいせんじょう | 名 letter of recommendation/推荐信/thư tiến cử |

A: They've announced who's playing the guest character in the upcoming movie, but he's a comedian. I wish they'd get a professional voice actor. B: Well, I'm sure the agency recommended him./A: 下次的电影来宾角色的演员公布了，听说是搞笑艺人呢。我想要他们用专业的配音员呀。 D. 一定是经纪公司推荐的吧。/A: Diễn viên nhân vật khách mời trong phim lần này đã được công bố nhưng nghe nói là nghệ sĩ hài. Tôi mong là họ dùng diễn viên lồng tiếng chuyên nghiệp đàng hoàng. B: Chắc chắn là công ty quản lý đã tiến cử nhỉ.

🔊 114

「ガチャ」と呼ばれる、<u>抽選</u>でキャラクターがあたるシステムは、今は大半のスマホゲームに<u>広まって</u>いる。お金がかかるのでもうやめよう、と思っても「あと１回で当たるかも」と<u>悪魔</u>が<u>ささやいて</u>くる。

| 576 | 抽選[する]<br>ちゅうせん | 名 動3自 lottery, draw at random/抽奖[抽奖]/sự bốc thăm, bốc thăm |
|---|---|---|
| 577 | 広まる<br>ひろ | 動1自 diffuse, spread widely/蔓延/lan rộng |
| 578 | 🔊 広める<br>ひろ | 動2他 extend, broaden/扩展/mở rộng, lan tỏa |
| 579 | 悪魔<br>あく ま | 名 devil/恶魔/con ma |
| 580 | ささやく | 動1他 whisper/窃窃私语/thì thầm |

Topic 6

● 流行

The gacha system, in which players are awarded characters by random draw, has now spread widely to the majority of smartphone games. Even if you decide to stop playing because it costs money, the devil will still whisper in your ear, "Just one more time—you might win…"./被称为「扭蛋」，利用抽奖抽角色的体系，已经蔓延到大部分的手机游戏。就算觉得要花钱，不想再继续，但听到恶魔的窃窃私语「说不定再一次就中了」后就停不下来。/Hệ thống bốc thăm trúng mô hình nhân vật được gọi là "Gacha" giờ đây lan rộng khắp hơn nửa game điện thoại di động. Cho dù muốn ngừng vì tốn tiền nhưng con ma cứ thì thầm "biết đâu 1 lần nữa là trúng".

A：今日漫画に「アメノ」なんとかっていう名前の剣が出てきて、
　　変な名前だなって思ったよ。

B：「アメノハバキリ」じゃない？日本の神話に出てくる剣だよ。

A：え！本当にあったの？

B：神話だよ。でも、架空の剣に、オリジナルの名前をつけて
　　も覚えづらいでしょ。だから、剣でもモンスターでも、神
　　話から名前を借りてくることは多いよ。漫画やアニメを見
　　ていると、神話にも詳しくなる。

A：へえ。そこまでくると、教養だね。

| 581 | 神話 しんわ | 名 myth, mythology/神话/thần thoại |
| 582 | 架空 かくう | 名 fictional, fantastical/虚拟/giả tưởng |
| 583 | オリジナル | 名 original/自创/gốc |
| 584 | 教養 きょうよう | 名 culture, refinement, education/教养/giáo dưỡng |

A: In the manga I read today, there was a sword named "Ameno" something, and I thought it was such a strange name. B: Isn't that Ame-no-Habakiri? It's a sword from Japanese mythology. A: What? Did it really exist? B: It's a myth. But it's harder to remember a fictional sword with an original name, isn't it? That's why swords and monsters often borrow names from mythology. If you watch manga and anime, you become more familiar with mythology. A: Wow. I suppose if you take it far enough, you can really gain an education./A: 今天漫画里出现了一支叫「AMENO」什么的剑，我觉得这个名字好奇怪。 B: 是「AMENOHAGISU」吧？是出现在日本神话中的剑哦。 A: 诶！真的有吗？ B: 是神话。可是，如果在虚拟的剑取了自创的名字也很难记得吧。所以不管是剑还是怪物，很多时候借用神话里的名字哦。你看动漫，也会越来越了解神话呢。 A: 是哦。到这种地步，只能说是教养了。 /A: Hôm nay, trong truyện tranh xuất hiện cây kiếm có cái tên "Ameno" gì đó, tôi thấy cái tên lạ quá. B: Không phải "Ameno Habakiri" sao? Là cây kiếm xuất hiện trong thần thoại của Nhật Bản đấy. A: Ờ! Có thật sao? B: Là thần thoại thôi. Nhưng nếu đặt tên gốc cho cây kiếm giả tưởng thì khó nhớ đúng không. Cho nên, phần lớn là tên của kiếm hay quái vật đều mượn từ thần thoại. Nếu xem truyện tranh và phim hoạt hình thì sẽ rành về thần thoại. A: Chà, nếu là vậy thì đúng là có tính bồi dưỡng nhỉ.

アイドルの仕事はとても大変だ。スケジュールがハードな上、激しい動きのダンスをしながら、ステージでは常にほほ笑んでいなければならない。そして、休日にデートしているところを見られると、ニュースの見出しに名前が載り、ファンには「裏切られた」と言われる。しかし、大変だからこそ、プライドを持って仕事をしているのである。

| | | |
|---|---|---|
| 585 | アイドル | 名 idol (performer)/偶像/thần tượng |
| 586 | ハードな | ナ hard/辛苦的/vất vả, chặt chẽ |
| 587 | 激しい<br>はげ | イ strenuous, intense/激烈/mạnh mẽ |
| 588 | ほほ笑む<br>え | 動1自 smile/微笑/mỉm cười |
| 589 | 見出し<br>みだ | 名 headline/标题/đầu đề |
| 590 | 裏切る<br>うらぎ | 動1他 betray/背叛/phản bội |
| 591 | プライド | 名 pride/尊严/lòng tự hào |

Topic 6 ● 流行

Working as a musical "idol" performer is not easy. The schedule is hard, and you have to constantly smile on stage while performing strenuous dance moves. And if you're ever spotted going on a date on your day off, your name will be in the headlines and fans will say that you've betrayed them. But precisely because it's so hard, they take pride in their work./偶像的工作是很辛苦的。不仅行程很辛苦，还要边在舞台上跳着激烈的舞蹈，边保持微笑。然后放假时去约会被看见，名字还会被打在新闻标题，被粉丝们冠上「背叛」的罪名。但是，就是因为辛苦，才是个有尊严的工作。/Công việc làm thần tượng rất vất vả. Không chỉ thời gian biểu chặt chẽ, mà còn phải vừa nhảy với các động tác mạnh mẽ, lại vừa phải luôn mỉm cười trên sân khấu. Và nếu bị bắt gặp đang hẹn hò vào ngày nghỉ thì tên sẽ bị đăng trên đầu để tin tức, bị người hâm mộ nói "bị phản bội". Nhưng chính vì vất vả nên họ làm việc với lòng tự hào.

いわゆるオープンワールドと呼ばれるゲームは、広大な世界を
自由に移動できるゲームのことだ。プレイヤーは自由にゲーム
を進めることができる。もちろん、世界のあちこちに敵が存在し、
それに勝利することが目的である。ストーリーが進行するにし
たがって、最初は何も持っていなかった主人公がどんどん重装
備になっていくことも、魅力の一つだ。

| 592 いわゆる | 連 so-called/所谓/cái gọi là |
|---|---|
| 593 広大な こうだい | ナ vast, huge/广大的/rộng lớn |
| 594 進める すす | 動2他 move forward, proceed/进行/tiến hành, xúc tiến |
| 595 存在[する] そんざい | 名 動3自 presence, exist/存在[存在着]/sự tồn tại, tồn tại |
| 596 勝利[する] しょうり | 名 動3自 triumph over, defeat/胜利[赢]/chiến thắng, thắng lợi |
| 597 進行[する] しんこう | 名 動3他 progress, proceed/进行[进行]/sự tiến triển, tiến hành |
| 598 重～ じゅう | 接頭 heavily ~/重型~/~ nặng |
| 599 装備[する] そうび | 名 動3他 equipment, equip/装备[武装]/thiết bị, trang bị |

So-called "open world" games are games that allow players to move freely through vast worlds. The player can proceed through the game however they like. Of course, enemies exist everywhere in the world, and the goal is to defeat them. As the story progresses, the main character, who initially had nothing, becomes more and more heavily equipped, which is one of the attractions of the game./所谓的开放世界的游戏，就是可以自由在广大的世界里移动的游戏。玩家就可以自由的进行游戏。当然，世界里到处都存在着敌人，赢他们就是目的。还有一个魅力就是随着故事的进行，一开始什么都没有的主角，会渐渐拥有重型装备。/Cái gọi là game được gọi là thế giới mở là game có thể di chuyển tự do khắp thế giới rộng lớn. Người chơi có thể tiến hành game một cách tự do. Đương nhiên, khắp nơi trên thế giới đều tồn tại kẻ địch, ngoài ra việc thắng lợi là mục đích. Theo câu chuyện tiến triển thì nhân vật chính không có gì lúc đầu sẽ dần dần được trang bị các thiết bị hạng nặng cũng là một sự hấp dẫn.

A：やっぱり古い3部作は見た方がいいかなあ？

B：いろんな映画に影響を及ぼした名作だからね。映画史に永遠に残るだろうね。帝国に支配されていた民族が解放されるシーンは、当時の思想なども反映されていると思うよ。

A：でも古い3部作は、ストーリーの最初じゃないんだよね。

B：ストーリーの順序は異なるけど、映像としては古いものから新しいものを見た方が技術の進歩を感じられるよ。

| 600 | 及ぼす<br>およ | 動1他 extend, reach/影响/gây |
|---|---|---|
| 601 | 永遠な<br>えいえん | ナ forever, eternal/永远的/vĩnh viễn, mãi mãi |
| 602 | 解放[する]<br>かいほう | 名 動3他 liberation, liberate/解放[解放]/sự giải phóng, giải phóng |
| 603 | 思想<br>しそう | 名 thought, thinking/思想/tư tưởng |
| 604 | 順序<br>じゅんじょ | 名 order/顺序/thứ tự |

A: So should I watch the original trilogy? B: They're masterpieces whose influence has extended to lots of films. I think they'll go down forever in the history of cinema. The scenes showing the people once ruled by the Empire become liberated reflect the thinking of the time. A: But the original trilogy isn't the beginning of the story. B: The order of the story is different, but as for the images, you get more of a sense of how the technology progressed by watching the original trilogy first, then the new ones./A: 果然还是要看以前的三部作品吧？ B: 那可是影响了很多电影的名作呢。我觉得会永远留在电影历史里呢。像被帝国统治的民族被解放的那一幕，也反映了当时的思想呀。 A: 可是以前的三部作品，故事也不是从头开始吧？ B: 虽然故事的顺序不同，但你可以感受到从古至今的影像技术的进步。/A: Đúng là có nên xem bộ ba tác phẩm cũ không nhỉ? B: Vì là danh tác gây ảnh hưởng đến nhiều bộ phim. Hẳn là sẽ lưu lại trong lịch sử phim điện ảnh nhỉ. Cảnh mà dân tộc bị đế quốc cai trị được giải phóng, tôi nghĩ là phản ánh cả tư tưởng của thời đó. A.: Nhưng bộ ba tác phẩm cũ đâu phải phần đấu của câu chuyện nhỉ. B: Thứ tự của câu chuyện thì khác nhau nhưng phim thì nên xem từ phim cũ đến phim mới thì sẽ cảm nhận được sự tiến bộ của công nghệ đấy.

# Topic 7

# 趣味
しゅ み

Hobbies / 爱好 / Sở thích

No. 605-683

◀) 119

語学の勉強は、続けることが大切だ。私は、朝起きたら英語の
ご がく　べんきょう　つづ　　　　　たいせつ　わたし　あさお　　えい ご
新聞を読み、夜寝る前は英語の短編小説を読むのを日課にして
しんぶん　よ　　よる ね　まえ　えい ご　たんぺんしょうせつ　よ　　　　にっ か
いる。この方法は、実例から単語を学ぶことができるので楽しい。
ほうほう　じつれい　　たん ご　まな　　　　　　　　　　たの

| 605 | 語学<br>ご がく | 名 language/语言/học tiếng, ngôn ngữ học |
|---|---|---|
| 606 | 短編<br>たんぺん | 名 short story/短篇/phiên bản ngắn |
| 607 | ↔ 長編<br>ちょうへん | 名 full-length novel/长篇/phiên bản dài, trường thiên |
| 608 | 日課<br>にっ か | 名 daily schedule, daily lesson/每天的习惯/công việc hàng ngày |
| 609 | 実例<br>じつれい | 名 real-life example/实际例子/ví dụ thực tế |

When studying a language, it is important to keep at it. As part of my daily schedule, I read an English newspaper when I wake up in the morning and a short story before going to bed at night. I enjoy this method because I can learn vocabulary from real-life examples./学习语言最重要的就是持续下去。我一早起来就会读英语的报纸，晚上睡前会读英语的短篇小说，这是我每天的习惯。这个方法可以从实际例子中学习单字，我觉得很有趣。/Việc học ngôn ngữ quan trọng là duy trì lâu dài. Công việc hàng ngày của tôi là buổi sáng sau khi thức dậy sẽ đọc báo tiếng Anh, buổi tối trước khi đi ngủ thì đọc truyện ngắn tiếng Anh. Phương pháp này rất vui vì có thể học từ vựng từ ví dụ thực tế.

102

◀)) 120

日本では、3月31日は「耳にいい日」でオーケストラの日だ。
この日は、クラシック音楽をより多くの人に楽しんでもらおう
と、毎年全国各地でイベントやコンサートが開かれている。

| 610 | オーケストラ | 名 orchestra/管弦乐团/dàn nhạc |
|---|---|---|
| 611 | クラシック | 名 classical (music)/古典音乐/cổ điển |
| 612 | 各地<br>かくち | 名 throughout, all over/各地/các nơi |

In Japan, March 31 is Orchestra Day, or "Treat Your Ears Day" (a numerical pun on the date). Every year, on this day, events and concerts are held throughout Japan to encourage more people to enjoy classical music./在日本，3月31日是「善待耳朵」之日。也是管弦乐团之日。这一天，为了让更多人能够享受古典音乐，每年都在全国各地举办活动和演唱会。/Ở Nhật, ngày 31 tháng 3 là ngày của dàn nhạc vì là "ngày tốt cho tai" (theo cách đọc tiếng Nhật). Ngày này hằng năm, các sự kiện và các buổi hòa nhạc được tổ chức khắp nơi trên cả nước để nhiều người thưởng thức âm nhạc cổ điển hơn nữa.

◀)) 121

昔の書籍は、「木版印刷」という方法で刷られていた。木の板に
文章や絵を彫り、そこに絵の具や墨などを塗って紙をあてると
いう、スタンプのような方法だ。

**Topic 7** ● 趣味

| 613 | 書籍<br>しょせき | 名 books, publications/书籍/sách, thư tịch |
|---|---|---|
| 614 | 刷る<br>す | 動1他 print/印刷/in |
| 615 | 彫る<br>ほ | 動1他 carve/雕刻/khắc |
| 616 | 絵の具<br>え ぐ | 名 pigment, paint/水彩/màu nước |

In the old days, books were printed using a method known as woodblock printing. This is a method in which text or pictures are carved into wooden boards, coated with pigments or ink, then stamped onto paper./以前的书籍是使用「木版印刷」的方法印刷。把文章或图案雕刻在木板上，然后再用墨水，水彩等上色后印在纸上，有点像盖章的方法。/Sách ngày xưa được in bằng cách "in mộc bản". Đó là cách như đóng dấu, tức là khắc chữ và tranh lên ván gỗ, sau đó sơn màu nước hay mực v.v. lên đó và in ra giấy.

103

🔊 122

公民館では、将棋教室、手品教室などの講座や、ジャズコンサートなどさまざまなイベントが開かれている。対象はその地域に住んでいる人に限られる場合もあるので、自分の住んでいる地域のホームページをチェックしてみるといい。

| 617 | 公民館<br>こうみんかん | 名 community center/公民设施/nhà văn hóa khu vực |
| --- | --- | --- |
| 618 | 将棋<br>しょうぎ | 名 shogi (a Japanese game similar to chess)/日本象棋/cờ shogi |
| 619 | 手品<br>てじな | 名 magic tricks/变魔术/ảo thuật |
| 620 | ジャズ | 名 jazz/爵士/nhạc jazz |
| 621 | ＋ポップス | 名 pop music/流行乐/nhạc pop |
| 622 | 限る<br>かぎ | 動1他 limit, restrict/限/giới hạn, hạn chế |
| 623 | ＋限定[する]<br>げんてい | 名 動3他 limitation, restrict, limit/限定[限制]/sự giới hạn, giới hạn |

All kinds of events are held at community centers, such as shogi classes, magic trick classes, and other classes, jazz concerts, and more. Sometimes they're restricted to people living in the local area, so you should check the website of your local community center./再公民设施有开办日本象棋教室，变魔术教室等等的讲座，还有举行爵士演唱会等等的活动。有时候对象会限定居住在当地的居民，所以你可以先确认自己住的区域的网站。/Nhà văn hóa khu vực có tổ chức nhiều sự kiện như lớp học cờ shogi, lớp học ảo thuật v.v. và biểu diễn nhạc jazz. Có khi đối tượng phục vụ được giới hạn cho người dân sống ở khu vực đó, vì vậy bạn nên thử kiểm tra trang web của khu vực mình sinh sống.

🔊 123

A：このスペースに置けそうな本棚を探しているんだけど、なかなかちょうどいいサイズのがなくて…。

B：そうなんだ。作ってあげようか。

A：え、作れるの？

B：うん、大して難しくないよ。のこぎりとねじはあるから、あとで一緒に板を買いに行こうか。

| | | |
|---|---|---|
| 624 □ | 大して（たい） | 副 (not so) much, (not) very/并不会/~ lắm |
| 625 □ | のこぎり | 名 saw/锯子/cái cưa |
| 626 □ | ねじ | 名 screw/螺丝/đinh, ốc |
| 627 □ | 板（いた） | 名 board, plank/板子/ván |

A: I'm looking for a bookshelf that will fit this space, but I can't find one the right size... B: Oh, really? I'll make one for you. A: You can make one? B: Yeah, it's not so hard. I have a saw and some screws, and we can go shopping for wooden boards later./A: 我在找可以放在这个空间的书柜，但一直找不到刚好的尺寸…。 B: 是哦，那我做给你吧？ A: 诶？你会做哦？ B: 嗯，并不会很难呀。我有锯子和螺丝，只差板子，我们一起去买吧。/A: Em đang tìm cái kệ sách có thể đặt vào chỗ trống này mà mãi không có cái nào kích cỡ vừa cả… B: Ra là vậy. Hay để anh làm cho. A: Hả, anh làm được á? B: Ừm, không khó lắm đâu. Có cưa và đinh đây rồi, tí nữa đi mua ván với anh không?

124

この詩（し）は女性（じょせい）の恋心（こいごころ）を表現（ひょうげん）している。作者（さくしゃ）は、先日（せんじつ）のインタビューで、自分（じぶん）の体験（たいけん）がもとになっていることや、わざと音（おと）が似（に）た単語（たんご）を並（なら）べているという表現（ひょうげん）の工夫（くふう）について語（かた）った。

| | | |
|---|---|---|
| 628 □ | 詩（し） | 名 poem/诗/thơ |
| 629 □ | ＋詩人（しじん） | 名 poet/诗人/thi sĩ |
| 630 □ | 表現[する]（ひょうげん） | 名 動3他 expression, express, represent/表现[表现]/diễn tả, thể hiện, diễn đạt |
| 631 □ | わざと | 副 intentionally/刻意的/cố tình |
| 632 □ | 語る（かた） | 動1他 tell, speak about/阐述/kể, kể chuyện |

This poem expresses how a woman feels about a love affair. In a recent interview, the author spoke about how the poem is based on her own experiences and how she intentionally tried to arrange similar-sounding words together./这首诗是在表现女性的爱情。作者在前几天的采访中回答说是以自己的体验为题材，还阐述了刻意下了功夫，使用发音很近的单词。/Bài thơ này diễn tả trái tim yêu đương của người con gái. Trong buổi phỏng vấn hôm trước, tác giả đã kể mình sáng tác dựa trên kinh nghiệm của bản thân và dụng công trong diễn đạt bằng cách cố tình sử dụng những từ có âm giống nhau.

🔊 125

この美術館では、約 50 万点もの<u>コレクション</u>がオンラインで
無料で<u>公開されて</u>いる。16 世紀に<u>描かれた</u> <u>絵画</u>や、紀元前の
ギリシャで制作された 彫刻など、<u>数々</u>の有名な作品がいつでも
楽しめるのは <u>実に</u>素晴らしいことだ。

| | | |
|---|---|---|
| 633 | コレクション<br>[する] | 名 動3他 collection, collect/收集品[收集]/bộ sưu tập, sưu tập |
| 634 | 公開[する]<br>こうかい | 名 動3他 opening, make available, make public/公开[公布]/sự công khai, công khai |
| 635 | 描く<br>えが | 動1他 draw, paint/画/vẽ |
| 636 | 絵画<br>かいが | 名 painting, picture/绘画/tranh vẽ |
| 637 | 数々<br>かずかず | 名 副 numerous/多种/vô số, nhiều |
| 638 | 実に<br>じつ | 副 truly, really/真的/quả thật, thật sự |

The museum's collection of about 500,000 pieces is available online for free. It's truly
wonderful to be able to enjoy numerous masterpieces at any time, including pictures painted
in the 16th century and sculptures created in Greece during the BC era./这个美术馆，在线
上免费公开了约50万种的收集品。像16世纪画的绘画，纪元前希腊制作的雕刻等等，多种有
名作品都可以随时享受，真的很好。/Bảo tàng mỹ thuật này đang công khai trực tuyến miễn
phí bộ sưu tập lên đến khoảng 500 ngàn tác phẩm. Việc có thể thưởng thức vô số tác phẩm
nổi tiếng như tranh vẽ vào thế kỷ 16, tác phẩm điêu khắc được chế tác ở Hy Lạp trước công
nguyên v.v. bất kỳ lúc nào quả thật tuyệt vời làm sao.

🔊 126

A：うーん、この論文の<u>著者</u>が<u>主張し</u>ているのはこういうこと
　　じゃないんじゃないかな。もう一度よく読んでみてくださ
　　い。

B：あ、はい。

A：それから、この本、<u>索引</u>もついていて調べやすいので、お
　　すすめです。特に第 3 章は、Bさんのテーマと関係がある
　　ので、読んだ方がいいですよ。

| 639 | 著者<br>ちょしゃ | 名 author/著者/tác giả |
|---|---|---|
| 640 | 主張[する]<br>しゅちょう | 名 動3他 claim, assert, argue/主张[主张]/ý kiến, chủ trương |
| 641 | 索引<br>さくいん | 名 index/索引/chỉ mục |
| 642 | ～章<br>しょう | 接尾 chapter ~/～章/chương ~ |

A: Hmm, I don't think this is what the author of the paper is claiming. Please read it again more carefully. B: Yes, I will. A: Also, I recommend this book because it has an index, so it's easy to look things up. You should read Chapter 3 in particular, because it's related to your theme./A: 嗯～，我觉得这个论文的著者想强调的是这样子吧。你再仔细读一次。 B: 啊，是。 A: 还有，我推荐这本书，有索引很容易查询。尤其是第3章，跟你的主题有关，我觉得你还是读比较好。/A: Ừ~m, chẳng phải điều mà tác giả luận văn này chủ trương không phải như thế này sao? Em thử đọc kỹ lại lần nữa đi. B: Dạ. A: Với lại, quyển sách này có chỉ mục nên dễ tra cứu, thấy khuyến khích đấy. Đặc biệt, chương 3 có liên quan đến đề tài của em, vì vậy em nên đọc đi.

◄)) 127

A：昨日買ったイヤホン、なんか雑音が聞こえるんだよ。
　　きのう か　　　　　　　　　　ざつおん　き
B：え、返品したら？
　　　へんぴん
A：それが、セール品だったから返品不可だったんだ。お気に
　　　　　　　　　ひん　　　　　へんぴん ふ か　　　　　　き
　　入りのメーカーだから大丈夫だと思ったんだけど、失望し
　　い　　　　　　　　だいじょうぶ　　　おも　　　　　しつぼう
　　たよ。

| 643 | 雑音<br>ざつおん | 名 (unpleasant) noise, static/杂音/tạp âm, tiếng ồn |
|---|---|---|
| 644 | 不可<br>ふ か | 名 not possible, not allowed/不能/không thể |
| 645 | ↔可<br>か | 名 possible, allowed/能/có thể |
| 646 | 失望[する]<br>しつぼう | 名 動3自 disappointment, disappoint/失望[失望]/sự thất vọng, thất vọng |

A: Those earphones I bought yesterday are making some kind of static noise. B: Well, why don't you return them? A: They were on sale, so it's not possible to return them. I thought they'd be okay because they're from my favorite manufacturer, but I was disappointed./A: 昨天买的耳机，老是感觉听见杂音。 B: 诶？那退货呀？ A: 可是因为是特价品，所以不能退货。本来我还想说是我喜欢的品牌应该没问题，真令我失望。/A: Cái tai nghe tớ mới mua hôm qua sao nghe tạp âm ấy. B: Ơ, vậy trả hàng đi? A: Cái đó là hàng giảm giá nên không thể trả hàng được. Vì là hãng sản xuất tớ thích nên cứ nghĩ không sao, thất vọng ghê.

Topic 7 ● 趣味

🔊 128

「農業は農家が仕事でやるもの」というイメージを持っている人も多いかもしれないが、最近は、未経験者が畑の一部や道具を借りて、週末に趣味で始めることもよくあるそうだ。種や苗から自分で育てた野菜は一段とおいしく感じられるだろう。

| 647 | 農業<br>のうぎょう | 名 farming, agriculture/农业/nông nghiệp |
|---|---|---|
| 648 | 農家<br>のうか | 名 farmer/农家/nhà nông, nông dân |
| 649 | 未〜<br>み | 接頭 not yet, un~, in~/无〜/chưa ~ |
| 650 | 種<br>たね | 名 seed/种子/hạt giống |
| 651 | 一段と<br>いちだん | 副 even more, further/更加的/hơn hẳn, hơn một bậc |

Many people have the impression that "farming is a job that farmers do," but these days, inexperienced people often borrow part of a field and some tools and start farming as a weekend hobby. Vegetables you grow yourself from seeds and seedlings definitely taste even better./「农业是农家的工作业务」很多人应该都是这个印象，但最近有些无经验者的爱好就是在周末时租借一部分田地和道具来做农业也很常见。自己亲手从种子，幼苗开始种植的青菜一定会觉得更加的好吃吧。/Có lẽ có nhiều người hình dung "nông nghiệp là lĩnh vực mà nông dân làm việc" nhưng nghe nói gần đây có nhiều người chưa có kinh nghiệm thuê một phần ruộng và dụng cụ để bắt đầu làm nông vào cuối tuần như một sở thích. Hẳn là họ cảm nhận những loại rau do mình tự trồng từ hạt và cây giống ngon hơn hẳn một bậc.

🔊 129

A：この間、何も買っていないのにフリマアプリにメッセージが来て、妙だなと思ったら、私のアカウントが誰かに使われてたんだ。

B：え、大丈夫?

A：うん。すぐカスタマーサポートに連絡したから。

B：よかった。フリマアプリって便利だけど、チケットが高い額で売られていたり、欠陥のある商品が届いたり、問題もあるみたいだね。

| 652 | フリマ／フリーマーケット | 名 flea market/跳蚤市场, 二手拍卖市场/chợ trời, chợ đồ cũ |
|---|---|---|
| 653 | 妙な<br>みょう | ナ strange, odd/奇怪/lạ, kỳ |
| 654 | 額<br>がく | 名 amount, sum/金额/giá tiền |
| 655 | 欠陥<br>けっかん | 名 defect/瑕疵/lỗi, khuyết điểm |

A: The other day I got a message on a flea market app although I hadn't bought anything. I thought it was strange, but my account was actually being used by someone else. B: Oh, is everything okay? A: Yes. I contacted customer support right away. B: That's good. I guess flea market apps have some problems, like tickets being scalped for large amounts and defective goods being delivered to buyers./A: 上次我明明什么都没有买，结果竟然有跳蚤市场APP发讯息给我。我觉得很奇怪，才发现我的账号被盗用了。 B: 诶？没事吗？ A: 嗯，我马上联系了客户服务中心。 B: 那就好。跳蚤市场APP虽然很方便，但听说有卖高额的票，还会买到有瑕疵的商品，有很多问题呢。/A: Dạo này tôi đâu có mua gì mà tin nhắn của ứng dụng chợ trời được gửi đến, lấy làm lạ thì đúng là tài khoản của tôi bị ai đó sử dụng. B: Hả? Có sao không? A: Không, vì tôi liên lạc với trung tâm hỗ trợ khách hàng ngay. B: May quá. Ứng dụng chợ trời tiện thật đấy nhưng hình như cũng có vấn đề nhỉ, nào là vé được bán với giá cao, nào là bị gửi sản phẩm lỗi đến.

🔊 130

ことわざには、その言語の文化が表れている。たとえば日本語では、名人でも失敗することもあるという意味で「猿も木から落ちる」と言うが、英語では「ホメロスも居眠りをする」と言う。

| 656 | ことわざ | 名 proverb/谚语/tục ngữ |
|---|---|---|
| 657 | 言語<br>げんご | 名 language/语言/ngôn ngữ |
| 658 | 名人<br>めいじん | 名 master, expert/高手/danh nhân, người tài |

Proverbs express the culture of a language. For example, in Japanese they say, "Even monkeys fall from trees," meaning that even experts sometimes fail, while in English the expression is "Even Homer sometimes nods."/谚语可以代表语言的文化。举例来说在日语中，形容高手也会失败的谚语是「猴子也会从树上掉下来」，但在英语是「荷马也有瞌睡时」。/Văn hóa của một ngôn ngữ được thể hiện trong các câu tục ngữ. Ví dụ, trong tiếng Nhật có câu "khỉ cũng rơi từ trên cây xuống" với ý nghĩa cả danh nhân cũng có lúc thất bại, còn trong tiếng Anh thì nói "cả Homer cũng ngủ gật (Even Homer sometimes nods)".

◀))131

この博物館にはさまざまな<u>メーカー</u>の<u>望遠鏡</u>が展示されている。
はくぶつかん　　　　　　　　　　ぼうえんきょう　てんじ
屋上では、<u>係員の説明</u>を聞きながら実際に星を見ることができ、
おくじょう　　かかりいん　せつめい　き　　　　じっさい　ほし　み
子どもから大人まで楽しめる。
こ　　　　おとな　　たの

| 659 ☐ | メーカー | 名 manufacturer/品牌/hãng sản xuất |
| 660 ☐ | 望遠鏡<br>ぼうえんきょう | 名 telescope/望远镜/kính viễn vọng, ống nhòm |
| 661 ☐ | 係員<br>かかりいん | 名 staff, attendant/职员/nhân viên phụ trách |

Telescopes made by various manufacturers are on display at this museum. On the rooftop, children and adults alike can enjoy gazing at the stars while listening to commentary by the staff./在这个博物馆中展示了各式各样品牌的望远镜。在天台上还可以边听职员讲解，边用望远镜看星星，不仅孩子，连大人都能够玩得很开心。/Bảo tàng này triển lãm các loại kính viễn vọng của các hãng sản xuất khác nhau. Trên tầng thượng có thể ngắm sao trong lúc nghe nhân viên phụ trách giải thích, nên từ trẻ em đến người lớn đều có thể thưởng lãm vui vẻ.

◀))132

小学生の頃、授業で、<u>原稿用紙</u>に作文を書き、先生に<u>チェック</u>
しょうがくせい　ころ　じゅぎょう　げんこうようし　さくぶん　か　　せんせい
してもらった後、<u>清書</u>をして提出することがあった。よく先生
あと　せいしょ　　　　ていしゅつ　　　　　　　　　せんせい
から、<u>主語</u>と<u>述語</u>を対応させること、<u>だらだらと</u>長い文を書か
しゅご　じゅつご　たいおう　　　　　　　　　　　　なが　ぶん　か
ないことなどを注意されたが、そういった<u>初歩的な</u>ことが大人
ちゅうい　　　　　　　　　　　しょほてき　　　　おとな
になった今も大切だと感じている。
いま　たいせつ　かん

| 662 ☐ | 原稿<br>げんこう | 名 manuscript/原稿/bản thảo |
| 663 ☐ | 清書[する]<br>せいしょ | 名 動3他 clean copy, make a clean copy/誊清[誊写]/bản viết sạch, viết sạch |
| 664 ☐ | 主語<br>しゅご | 名 (grammatical) subject/主语/chủ ngữ |
| 665 ☐ | 述語<br>じゅつご | 名 (grammatical) predicate/谓语/vị ngữ |
| 666 ☐ | だらだら(と) | 副 sluggishly, in a rambling way/拖拖拉拉（的）/dài dòng, lê thê, lề mề |
| 667 ☐ | 初歩的な<br>しょほてき | ナ elementary, rudimentary/初级的/cơ bản, sơ bộ |

When I was in elementary school, we would write an essay on manuscript paper, have it checked by our teacher, and then submit it as a clean copy. Our teacher often cautioned us that the grammatical subject must correspond to the predicate and to avoid writing long, rambling sentences. Even now, as an adult, I feel that such elementary things are important./小学生时，会在原稿纸上写作文，然后给老师检查以后再誊清上交。老师常常会叫我们注意主语和谓词，不要写拖拖拉拉的长文，现在我成年后，感觉这种初级的事还是很重要的。/Thời tiểu học, trong giờ học, tôi từng viết tập làm văn vào giấy viết bản để cô giáo kiểm tra, sau đó viết lại thành bản sạch rồi mới nộp. Tôi thường được cô nhắc viết chủ ngữ và vị ngữ sao cho đúng, không viết câu dài dòng v.v., bây giờ khi thành người lớn rồi tôi vẫn cảm thấy những điều cơ bản ấy thật quan trọng.

🔊 133

国宝や重要文化財になっている古い建物を直すための高度な技
術を持った大工を、宮大工という。宮大工は「木組み」という
技術で、釘を使わずに木材を組み合わせて建物を修理する。こ
の技術は、日本の財産とも言えるだろう。

| 668 ☐ | 国宝<br>こくほう | 名 national treasure/国宝/quốc bảo, bảo vật quốc gia |
| 669 ☐ | 高度な<br>こうど | ナ advanced/高难度的/cao độ |
| 670 ☐ | 大工<br>だいく | 名 carpenter/木匠/thợ mộc |
| 671 ☐ | 釘<br>くぎ | 名 nail/钉子/đinh |
| 672 ☐ | 木材<br>もくざい | 名 timber, wood/木材/thanh gỗ, vật liệu gỗ |
| 673 ☐ | 財産<br>ざいさん | 名 asset, property/财产/tài sản |

Carpenters with advanced skills who repair old buildings that are considered national treasures or important cultural properties of Japan are called miya-daiku, or "shrine carpenters." Miya-daiku carpenters repair buildings using a technique called kigumi, or "timber joinery," which involves joining timber pieces without using nails. This technique is considered a national asset of Japan./修复国宝以及重要文化财的古老建筑时，需要拥有高难度技术的木匠，这些木匠被称为「宫木匠」。宫木匠会使用「榫卯」的技术，不使用钉子直接把木材组起来的方式修理建筑物。这个技术算是日本的财产吧。/Người thợ mộc có kỹ thuật cao sửa chữa các công trình cổ là bảo vật quốc gia hay tài sản văn hóa quan trọng được gọi là "miya daiku". "Miya daiku" sửa chữa các công trình bằng cách kết hợp các thanh gỗ lại với nhau mà không dùng đinh gọi là kỹ thuật "ghép gỗ". Cũng có thể nói kỹ thuật này là tài sản của nước Nhật.

A：昨日「魔笛」を見たんだけど、感激して思わず「ブラボー！」
　　って叫んじゃった。
B：「魔笛」って？
A：モーツアルトが最後に作曲したオペラで、オペラ史に残る
　　名作だよ。最近、オペラ鑑賞が趣味なんだ。
B：へえ。オペラって、高そう。
A：いや、25歳以下なら安いから、気軽に見に行けるよ。

| 674 | 感激[する]<br>かんげき | 名 動3自 deep emotion, be moved/激动[激动]/sự cảm động, cảm động |
| 675 | 思わず<br>おも | 副 involuntarily, unintentionally/忍不住/bất ngờ, bất chợt |
| 676 | 作曲[する]<br>さっきょく | 名 動3他 composition, compose/作曲[作曲]/sự sáng tác nhạc, sáng tác nhạc |
| 677 | ～史<br>し | 接尾 history of ~/～史/lịch sử ~ |
| 678 | 鑑賞[する]<br>かんしょう | 名 動3他 viewing, watch/鉴赏[鉴赏]/sự thưởng thức, thưởng thức |
| 679 | 気軽な<br>きがる | ナ easy, carefree/随意/thoải mái |

A: I saw "The Magic Flute" yesterday, and I was so moved that I unintentionally shouted out "Bravo!". B: What's "The Magic Flute"? A: It's the final opera that Mozart composed, and one of the greatest works in the history of opera. Recently, I've been enjoying watching opera. B: Really? Opera seems expensive. A: No, it's not expensive if you're under 25. You can easily go see it./A: 昨天我看了「魔笛」，太激动忍不住喊出了「BRAVO！」 B: 魔笛是? A: 就是莫扎特最后作曲的歌剧，是会留在歌剧史上的名作呢。最近，鉴赏歌剧是我的爱好。 B: 是哦，歌剧听起来好像很贵。 A: 没有，25岁以下很便宜呢，可以随意的去看哦。 /A: Hôm qua tớ vừa xem vở "Cây sáo thần", cảm động đến nỗi bất chợt hét vang "Hoan hô!" luôn. B: "Cây sáo thần" à? A: Là vở opera cuối cùng mà Mozart sáng tác, tác phẩm nổi tiếng lưu danh trong lịch sử opera đấy. Dạo này, tớ có thú vui thưởng thức opera đó mà. B: Ố, opera, nghe có vẻ đắt tiền. A: Không, 25 tuổi trở xuống thì rẻ lắm, có thể đi xem thoải mái đấy.

このブログの筆者は、よほど電車が好きらしく、ほぼ毎日電車
の写真を撮りに行っている。昨日は青森県の貨物列車の写真が
アップされていた。さらに、自分が撮った写真を使ってキーホ
ルダーを作製しているようだ。

| | | |
|---|---|---|
| 680 □ | **筆者**<br>ひっしゃ | 名 author/笔者/tác giả |
| 681 □ | **よほど** | 副 so much, greatly/相当/cực kỳ, rất |
| 682 □ | **貨物**<br>か もつ | 名 freight/货物/hàng hóa |
| 683 □ | **作製**[する]<br>さくせい | 名 動3他 creation, make/制作[制作]/sự chế tác, chế tác |

The author of this blog seems to love trains so much that she takes photos of them almost every day. Yesterday, she uploaded a photo of a freight train in Aomori. What's more, she apparently also makes key rings using the photos she takes./这个博客的笔者，相当喜欢电车，几乎每天都去拍电车的相片。昨天还上传了青森县的货物列车的相片。而且她还会用自己拍的相片制作钥匙圈。/Tác giả blog này có vẻ rất thích tàu điện, hầu như ngày nào cũng đi chụp ảnh tàu điện. Hôm qua, ảnh chụp chuyến tàu chở hàng của tỉnh Aomori được tải lên blog. Hình như cô ấy còn dùng ảnh mình chụp để chế tác móc khóa.

# Topic 8

# 人付き合い
ひと づ あ

Social Life /
交际 /
Giao tiếp xã hội

No. 684-775

🔊 136

私の恋人は<u>ユーモア</u>があって、一緒にいるのが楽しい人だ。でも、
わたし こいびと　　　　　　　　　　　　　いっしょ　　　　　　たの　　ひと
最近は私の話がすぐ<u>脱線する</u>ことが気に入らないそうで、よく
さいきん わたし はなし　　　 だっせん　　　　　　き い
<u>口論</u>になってしまう。
こうろん

| 684 | ユーモア | 名 humour/幽默/óc hài hước, sự hài hước |
|---|---|---|
| 685 | 脱線[する]<br>だっせん | 名 動3自 derailment, go off on tangent/岔开话题[岔开话题]/sự lạc đề, lạc đề |
| 686 | 口論[する]<br>こうろん | 名 動3自 dispute, argue/吵架[吵架]/cuộc cãi vã, cãi nhau |

My girlfriend has a good sense of humor and is fun to be around. But lately she's been getting frustrated when I go off on tangents, and we often get into arguments./我的恋人很有幽默感，是个在一起很开心的人。但是最近他老是不喜欢我老是岔开话题，常常跟我吵架。/Người yêu của tôi là người có óc hài hước, ở bên cạnh anh ấy rất vui. Nhưng dạo gần đây, có vẻ anh ấy không thích việc tôi hay lạc đề trong những câu chuyện nên chúng tôi thường cãi nhau.

A：鈴木さんが明日こそ塾に来るように、彼の友達に言付けて
　おいたんですが、どうですかね。

B：うーん、最近、部屋にこもってて出てこないらしいですよ。

A：そうですか。塾に行かなきゃっていう心理的な負担が大き
　いのかもしれないですね。

B：はい。もし明日来ても、くれぐれも本人を責めるような指
　導はしないようにしましょう。

| 687 | 言付ける<br>ことづ | 動2他 send word, tell, pass on/交代/nhắc nhở |
| 688 | こもる | 動1自 to confine, to shut up (oneself)/关/rúc, ru rú |
| 689 | 心理的な<br>しんりてき | ナ psychological/心理的/mang tính tâm lý |
| 690 | ＋心理<br>しんり | 名 psychological state, mentality/心理/tâm lý |
| 691 | ＋心理学<br>しんりがく | 名 psychology/心理学/tâm lý học |
| 692 | くれぐれも | 副 sincerely, really hope/千万注意/lưu ý |

A: I told Suzuki's friend to make sure Suzuki comes to cram school tomorrow. B: Actually, I heard he's been shutting himself up in his room lately and not coming out. A: I see. Maybe the psychological burden of having to go to cram school is too much for him. B: Yes. If he does come tomorrow, I really hope you won't make any remarks critical of him./A: 我交代了鈴木的朋友，叫他明天一定要来上补习班。 B: 嗯～听说最近他都关在房间里不出来。 A: 这样子呀。可能觉得要上补习班，心理的负担太重了。 B: 是的。如果明天他来了，千万注意指导他时不能用责怪的方法。/A: Tôi đã nhờ bạn của Suzuki nói nhất định ngày mai cậu ấy phải đến lớp học thêm nhưng không biết sao rồi? B: Ừm, nghe nói dạo này cậu ấy rúc trong phòng không chịu ra ngoài đấy. A: Vậy à? Có thể là gánh nặng tâm lý phải đi học thêm lớn quá chăng. B: Vâng, nếu ngày mai cậu có đến thì cũng lưu ý cố gắng không nhắc nhở kiểu trách mắng gì nhé.

🔊 138

私は大学生になって、活発で陽気な山田さんと付き合い始めた。
周りからうらやましいと言われることも多かった。でも2年の
月日が経って、気持ちの擦れ違いも多くなった。そして、その
年のクリスマスに私は振られた。人生で初めての失恋だった。

| 693 | 活発な かっぱつ | ナ lively/活泼的/hoạt bát |
|---|---|---|
| 694 | 陽気な ようき | ナ cheerful/阳光的/vui vẻ, sảng khoái |
| 695 | うらやましい | イ envious/羡慕/ghen tị |
| 696 | 月日 つきひ | 名 time, period of time/岁月/thời gian, tháng ngày |
| 697 | 擦れ違い すちが | 名 cross purposes, failure to meet/错过/bất đồng, khác biệt |
| 698 | 失恋[する] しつれん | 名 動3自 heartbreak, be disappointed in love/失恋[失恋]/sự thất tình, thất tình |

When I went to university, I started dating Yamada, who was so lively and cheerful. Many people around me told me they were envious. But after two years' time had passed, we were often at cross purposes emotionally. Then, on Christmas Day that year, he dumped me. It was the first heartbreak of my life./我大学生时，开始和活泼又阳光的山田先生交往。周围有很多人说我羡慕我。但过了2年的岁月，我们的感情有很多错过的地方。然后，在那一年的圣诞节，我被甩了。这是我人生中第一次失恋。/Tôi trở thành sinh viên đại học, bắt đầu quen với anh Yamada hoạt bát, vui vẻ. Nhiều lúc tôi được mọi người xung quanh nói là họ ghen tị với tôi. Nhưng thời gian 2 năm trôi qua, những bất đồng trong cảm xúc nhiều lên. Và Giáng sinh năm đó, tôi bị chia tay. Đó là lần thất tình đầu tiên trong đời tôi.

🔊 139

通勤途中、電車を降りた瞬間にばったり昔の恋人に会った。私
は驚いた表情で「おお、久しぶり！元気？」と早口で言った。

| 699 | 瞬間 しゅんかん | 名 moment/瞬间/khoảnh khắc |
| 700 | ばったり（と） | 副 by chance, unexpectedly/突然遇见（了）/tình cờ |
| 701 | 表情 ひょうじょう | 名 expression/表情/biểu cảm, thái độ |
| 702 | おお | 感 Oh/哇啊/Ồ |

| 703 ☐ | 早口<br>はやくち | 名 quick speech/嘴快/nhanh miệng, sự nói nhanh |

As I was heading to work, I bumped into my old boyfriend by chance right at the moment I got off the train. With a surprised expression on my face, I quickly blurted out, "Oh, it's been so long! How are you?"/上班途中，我刚下电车的那一瞬间，突然遇见了以前的恋人。我露出惊讶的表情说「哇啊，好久不见！你好吗？」我嘴快的说道。/Trên đường đi làm, tôi tình cờ gặp lại người yêu cũ trong khoảnh khắc vừa xuống tàu điện. Tôi nhanh miệng nói với biểu cảm ngạc nhiên: "Ồ, lâu ngày quá! Anh khỏe không?".

🔊 140

久しぶりに会った山田さんは、相変わらず魅力的だった。山田さんに今恋人がいないんじゃないかという、わずかな希望を持って「もしよかったら、今度二人でごはん行かない？」と言い、山田さんを引き止めた。私はまるで初対面の人に話しかけるかのように緊張していた。

| 704 ☐ | 魅力的な<br>み りょくてき | ナ appealing, charming/魅力四射/cuốn hút, hấp dẫn, thu hút |
| 705 ☐ | + 魅力<br>み りょく | 名 appeal, charm, fascination/魅力/sức hấp dẫn |
| 706 ☐ | わずかな | ナ slight, scarce/轻微的/nhỏ nhoi, ít ỏi |
| 707 ☐ | 引き止める<br>ひ と | 動2他 stop someone leaving, restrain/挽留/giữ lại |
| 708 ☐ | 初対面<br>しょたいめん | 名 meeting for the first time/初次见面/lần đầu gặp mặt |

Yamada, whom I hadn't seen in a while, was as charming as ever. In the slightest hope that he might not have a girlfriend at the moment, I asked Yamada whether he'd like to go to dinner with me sometime, and stopped him leaving. I was so nervous, as though I was meeting him for the first time./久违遇见的山田先生，还是一样的魅力四射。我想说不定山田先生至今还是没有恋人，抱着轻微的希望我问道「如果你愿意，下次我们2个人一起去吃饭？」想挽留山田先生。我的感觉就像和初次见面的人搭讪那么紧张。/Lâu ngày gặp lại anh Yamada, anh ấy vẫn cuốn hút như xưa. Với chút hi vọng nhỏ nhoi là biết đâu hiện giờ anh không có người yêu, tôi đã giữ anh Yamada lại và nói "nếu được, lần tới hai chúng ta dùng cơm không?" Tôi đã căng thẳng như thể đang bắt chuyện với người lần đầu gặp mặt.

🔊 141

私は山田さんを食事に誘った。すると、山田さんはうつむいて「俺、来月結婚するんだ」と頭をかきながら言った。困ったときに頭をかく癖は昔と変わっていない。

| 709 ☐ | うつむく | 動1自 hang one's head, look down/低下头/cúi xuống |
|---|---|---|
| 710 ☐ | 俺<br>おれ | 名 I (colloquial, familiar)/我（大部分是男性使用于随和的场合）/anh, tôi |
| 711 ☐ | 癖<br>くせ | 名 habit/习惯/thói quen, tật |
| 712 ☐ | ＋ 口癖<br>くちぐせ | 名 habitual saying/口头禅/câu cửa miệng |

So I invited Yamada to dinner. When I did, he looked down and said, "I'm getting married next month," while scratching his head. He hasn't lost his habit of scratching his head when he's troubled./我邀请山田先生去吃饭。然后山田先生低下头说「我，下个月就要结婚了」他边抓着头边说道。他困扰时就会抓头的习惯和以前一样。/Tôi đã mời anh Yamada dùng bữa. Thế rồi, anh ấy cúi xuống, gãi đầu và nói: "Tháng tới, anh kết hôn rồi". Thói quen gãi đầu khi lúng túng của anh ấy vẫn không khác xưa.

🔊 142

食事の誘いを断られた私はショックで、急いでその場を走り去った。山田さんは私を呼び止めようとはしなかった。私は落ち込み、その日から山田さんとは音信不通になってしまった。そんな私を励ましてくれた田中さんと結婚し、今に至る。思いがけない相手と結婚する可能性も大いにあるものだ。

| 713 ☐ | 呼び止める<br>よ と | 動2他 call out to stop/叫住/gọi lại |
|---|---|---|
| 714 ☐ | 落ち込む<br>お こ | 動1自 be depressed/低落/buồn, suy sụp |
| 715 ☐ | 音信不通<br>おんしん ふ つう | 名 loss of touch, break in contact/失去联系/không liên lạc, bặt vô âm tín |
| 716 ☐ | 励ます<br>はげ | 動1他 encourage/鼓励/an ủi |
| 717 ☐ | 至る<br>いた | 動1自 reach, arrive at/直到/cho đến, đến |
| 718 ☐ | 大いに<br>おお | 副 considerably, substantially/很大的/nhiều, lớn |

When he turned down my invitation to dinner, I was so shocked that I just suddenly ran away. Yamada didn't call out for me to stop. I was so depressed that I lost touch with Yamada from that day on. Instead, I married Tanaka, who was very encouraging to me, and here we are today. There is a substantial possibility that you may marry someone unexpected./被拒绝邀约的我大受打击，急急忙忙地逃离了现场。但山田先生没有叫住我。我很低落，从那天开始我就和山田先生失去了联系。就这样我和鼓励我的田中先生结婚了，直到现在。可见还是有很大可能性会与意外的对象结婚。/Bị từ chối lời mời dùng bữa, tôi rất sốc và vội và bỏ chạy khỏi nơi đó. Anh Yamada không hề có ý gọi tôi lại. Tôi buồn bã và mất liên lạc với anh ấy từ ngày đó. Đến giờ thì tôi kết hôn với người đã an ủi mình khi đó là anh Tanaka. Thì ra vẫn có rất nhiều khả năng kết hôn với một người ngoài dự tính.

🔊 143

田中さんとは<u>知人</u>の紹介で出会った。その人は<u>顔が広く</u>、<u>幹事</u>になって食事会を開き、私を<u>招いて</u>くれたのだ。

| 719 | 知人 （ちじん） | 名 acquaintance/认识的人/người quen |
|---|---|---|
| 720 | 顔が広い （かお ひろ） | イ know a lot of people, of wide acquaintance/交友很广/quen biết rộng, xã giao rộng |
| 721 | 幹事 （かんじ） | 名 organizer/干事/cán sự |
| 722 | 招く （まね） | 動1他 invite/招待/mời |

I first met Tanaka through an acquaintance. He knows a lot of people, and when he organized a dinner party, he invited me to attend./我和田中先生是认识的人介绍的。那个人交友很广，还当干事举办聚餐会，招待了我。/Tôi gặp gỡ anh Tanaka qua sự giới thiệu của một người quen. Người ấy quen biết rộng, làm cán sự tổ chức một buổi ăn uống và mời tôi.

◀》144

田中さんと初めて話したときは、なんだか<u>怪しい</u>人だと思って
警戒してしまった。しかし、時間をかけて話すにつれて、田中
さんは<u>朗らかで</u>、<u>信頼できる</u><u>人物</u>だということが分かった。

| 723 □ | 怪しい<br>あや | **イ** suspicious, uncertain/可疑/đáng ngờ |
|---|---|---|
| 724 □ | 朗らかな<br>ほが | **ナ** cheerful, positive/开朗/vui tươi |
| 725 □ | 信頼[する]<br>しんらい | **名 動3他** trust, trust/信赖[信赖]/lòng tin, tin cậy |
| 726 □ | 人物<br>じんぶつ | **名** person/人物/người, nhân vật |

When I first spoke with Tanaka, I was wary because I found him somehow suspicious.
However, as we spent more time talking, I came to realize that Tanaka was a cheerful,
trustworthy person./我第一次和田中先生说话时，我觉得这个人有点可疑，不由自主的有了戒
备心。但长时间聊下来后发现，田中先生是个开朗又值得信赖的人。/Lần đầu gặp anh Tanaka,
tôi thấy anh ấy có gì đó đáng ngờ nên rất cảnh giác. Nhưng khi dành thời gian nói chuyện,
tôi hiểu ra anh Tanaka là người vui tươi, đáng tin cậy.

◀》145

A：10歳差の結婚ってどう思う？ <u>価値観</u>のずれが心配で…。
B：うーん。私は、<u>親類</u>に12歳差の<u>夫妻</u>がいるから<u>別に</u>違和
感ないよ。<u>中年</u>になった今でも、二人と犬一匹で仲良く暮
らしてるみたい。

| 727 □ | 価値観<br>か ち かん | **名** sense of values/价值观/giá trị quan |
|---|---|---|
| 728 □ | **＋** 価値<br>か ち | **名** value/价值/giá trị |
| 729 □ | 親類<br>しんるい | **名** relative (family)/亲戚/họ hàng |
| 730 □ | 夫妻<br>ふ さい | **名** husband and wife, couple/夫妻/vợ chồng |
| 731 □ | 別に<br>べつ | **副** particularly/并没有/đặc biệt, riêng |
| 732 □ | 中年<br>ちゅうねん | **名** middle age/中年/tuổi trung niên |

120

A: What do you think about a marriage with a 10-year age gap? I'm worried about having different values... B: Hmmm. I'm related to a couple with a 12-year age gap, but it doesn't feel particularly weird. Even now, in middle age, they seem to get along fine with each other and their dog./A: 你觉得相差10岁的婚姻怎么样？我担心会有价值观的差异…。 B: 嗯～我亲戚中有相差12岁的夫妻，并没有什么违和感。现在已经是中年人了，2个人和一只狗还是生活的很愉快。/A: Chị thấy kết hôn chênh lệch 10 tuổi thế nào? Tôi thì lo về sự khác biệt trong giá trị quan… B: Không, họ hàng tôi có cặp vợ chồng chênh lệch 12 tuổi nên không thấy gì đáng nói đặc biệt cả. Ngay cả bây giờ, khi đã bước vào tuổi trung niên, nghe đâu hai người họ và một con chó vẫn sống vui vẻ.

🔊146

A：あした、いよいよオーディションなんだ。

B：そっか。Aさんはもうプロの声優(せいゆう)みたいに上手(じょうず)だから、きっと大丈夫(だいじょうぶ)だよ。

A：みんなそう言(い)ってくれるけど、お世辞(せじ)かなって思(おも)っちゃうんだよね。

B：そんなことないよ！ Aさんの声(こえ)は、みんなに元気(げんき)を与(あた)える声(こえ)だよ。そんなに謙遜(けんそん)しないでよ。

| | | |
|---|---|---|
| 733 □ | オーディション | 名 audition/试镜/thử giọng, buổi tuyển chọn |
| 734 □ | お世辞(せじ) | 名 flattery/客套话/xã giao, thảo mai |
| 735 □ | 与(あた)える | 動2他 give, impart, bring/带给/trao cho, đem lại |
| 736 □ | 謙遜(けんそん)[する] | 名 動3自 humility, be modest/谦虚[谦虚]/lòng khiêm tốn, khiêm nhường |

A: Finally, I have my audition tomorrow. B: Really? You're already as good as any professional voice actor, so I'm sure you'll do fine. A: Well, everyone says so, but they're probably just flattering me. B: That's not true! Your voice brings everyone happiness. Don't be so modest./A: 明天终于要去试镜了。 B: 是哦。A小姐你已经像个专业CV那么厉害，一定没问题的。 A: 大家都这么对我说，但我觉得这是客套话。 B: 没这回事！ A小姐你的声音是能带给大家元气的声音呀！别这么谦虚了。/A: Ngày mai là đến buổi thử giọng rồi. B: Vậy à? A giỏi như diễn viên lồng tiếng chuyên nghiệp rồi nên chắc chắn là ổn thôi. A: Mọi người đều nói vậy nhưng tôi cứ nghĩ là xã giao thôi. B: Không có đâu! Giọng của A là chất giọng đem lại sự vui tươi cho mọi người đó. Không cần khiêm tốn như vậy đâu.

🔊 147

父は、見かけは優しそうだが、無口で厳しい人だ。だが、私が大学に入学して一人暮らしを始めると、毎月８万も送金してくれた。社会人になったら、この恩を返すために親孝行しようと思う。

| 737 | 見かけ<br>み | 名 appearance, seeming/看起来/bề ngoài |
|---|---|---|
| 738 | 無口な<br>むくち | ナ silent, of few words/沉默寡言的/ít nói, kiệm lời |
| 739 | 送金[する]<br>そうきん | 名 動3他 remittance, send money/寄钱[寄钱]/sự chu cấp, gửi tiền |
| 740 | 恩<br>おん | 名 debt of gratitude, obligation/恩/ơn, ơn nghĩa |
| 741 | ＋ 恩人<br>おんじん | 名 benefactor, person to whom some debt is owed/恩人/ân nhân |
| 742 | 親孝行[する]<br>おやこうこう | 名 動3自 devotion to one's parents, be a dutiful child/孝顺父母[孝顺父母]/lòng hiếu thảo, báo hiếu |

My father may seem like a kind person, but he is quite strict, a man of few words. However, when I went to university and started living by myself, he sent me 80,000 yen every month. When I enter the workforce, I plan to repay this debt of gratitude by being a dutiful son./父亲看起来很温柔，但是个沉默寡言，很严格的人。但我考上大学入学后，开始一个人住时，他每个月都会寄8万日元给我。等我踏入社会后，我一定要孝顺父母，好好报恩。/Cha tôi bề ngoài có vẻ hiền nhưng là người ít nói và nghiêm khắc. Nhưng khi tôi vào đại học, bắt đầu sống một mình thì tháng nào cha cũng chu cấp 80 ngàn yên cho tôi cả. Tôi quyết tâm đi làm rồi thì sẽ báo hiếu trả ơn cha.

🔊 148

A：木村さんをこれ以上デートに誘わない方がいいよって友達から忠告されたんだけど、これが最後だと思って、映画のチケットを口実にデートに誘ったんだ。

B：うん。どうだった？

A：「もう私に関わらないで」って言われちゃった。しかも、そのとき結構なスピードで飛んできたボールが頭に当たって…。

B：それは、二重に災難だったね。

| 743 | 忠告[する]<br>ちゅうこく | 名 動3他 warning, caution/忠告[给忠告]/lời cảnh cáo, cảnh cáo |
|---|---|---|
| 744 | 口実<br>こうじつ | 名 excuse, pretence/借口/cớ, lý do |
| 745 | 結構な<br>けっこう | ナ quite, considerable/很～的/khá là |
| 746 | 二重<br>にじゅう | 名 double, duplicate/二次/sự trùng hợp, kép |
| 747 | 災難<br>さいなん | 名 disaster/灾难/tai họa |

A: My friend warned me not to ask Kimura on any more dates, but I thought I'd try one last time, so I used movie tickets as an excuse to ask her out. B: Okay. How did it go? A: She said she didn't want anything more to do with me. And then a ball flew at me, traveling quite fast, and hit me on the head... B: So it was a double disaster./A: 朋友给我忠告说，叫我别再找木村小姐去约会，我就想说这是最后一次，就拿电影票当借口约了她。 B: 嗯，结果呢？ A: 她说「别再来找我了」。而且那时候我还被速度很快的球砸到头…。 B: 那还真是二次灾难。/A: Tôi được bạn bè cảnh cáo là không nên mời cô Kimura nữa nhưng tôi định bụng đây là lần cuối nên đã viện cớ có vé xem phim mà rủ cô ấy hẹn hò rồi. B: Ừm, rồi sao? A: Thì bị nói là "đừng liên quan gì đến tôi nữa". Chưa kể, lúc đó tôi còn bị một quả bóng bay đến với tốc độ khá nhanh đập trúng mặt nữa…B: Đúng là họa vô đơn chí nhỉ.

<audio> 149

先日、高校の同窓会があった。私は急用ができてしまったため、
せんじつ　こうこう　どうそうかい　　　　わたし　きゅうよう
二次会から合流した。私が顔を出す頃には、みんな酔っ払って
にじかい　　　ごうりゅう　　わたし　かお　だ　ころ　　　　　　　　　よ　ぱら
いた。

Topic 8 ● 人付き合い

| 748 | 急用<br>きゅうよう | 名 urgent matter/急事/việc gấp |
|---|---|---|
| 749 | 合流[する]<br>ごうりゅう | 名 動3自 meet up, join, merge/会和[会和]/sự hợp lại, tham gia từ giữa chừng |
| 750 | 顔を出す<br>かお　だ | 動1自 show one's face, show up/露面/có mặt, đến chào |

I went to my high school reunion other day. I had to attend to an urgent matter first, so I met up with everyone at the second venue. By the time I showed up, everyone was drunk. /前几天举办了高中的同学会。因为我有急事，所以在二次会（后续宴会）才和大家会和。当我露面时，大家都已经喝醉了。/Hôm trước có họp lớp thời cấp PTTH. Do có việc gấp nên tôi tham gia từ tăng hai. Khi tôi có mặt thì mọi người đã say.

🔊 150

高校の同窓会では、先生からの<u>ありがたい</u>お言葉も聞いた。私の先生は、常に先生に対して<u>敬意</u>を示さないとすぐ機嫌が悪くなるような、<u>頭が固い</u>人だった。先生のことはあまり好きではなかったが、クラスの友達は、さまざまな業界で<u>活躍し</u>ている自慢できる人ばかりだ。

| 751 ☐ | ありがたい | イ grateful, welcome/可贵/cảm kích, biết ơn, có ý hơi phiền (trong đoạn văn bên dưới) |
|---|---|---|
| 752 ☐ | 敬意 (けいい) | 名 respect/敬意/lòng kính trọng |
| 753 ☐ | 頭が固い (あたま かた) | イ hard-headed, obstinate/顽固不化/bảo thủ, cứng nhắc, cứng đầu |
| 754 ☐ | 活躍[する] (かつやく) | 名 動3自 action, activity, be active/活跃[活跃]/thành công, sự hoạt động, hoạt động |

At the high school reunion, my teacher said some things I was grateful to hear. He was always a hard-headed guy who would fly into a temper if someone failed to show him respect. I didn't like my teacher much, but I'm proud that all my classmates are so active in their respective occupations./在高中同学会上，老师对我们说了很可贵的话。我的老师是个顽固不化的人，他觉得平常我们就应该对老师表示敬意，不然他就会不高兴。虽然我不太喜欢老师，但同班同学中却都已经活跃于各式各样的业界，都是我自豪的同学。/Trong bữa họp lớp PTTH, chúng tôi còn được nghe những lời cảm kích của thầy giáo. Thầy tôi là người rất bảo thủ, nếu không thường xuyên bày tỏ lòng kính trọng giáo viên là thầy trở nên khó chịu ngay. Tôi từng không thích thầy lắm, còn bạn bè trong lớp thì toàn những người mà tôi có thể hãnh diện vì họ thành công trong nhiều ngành nghề khác nhau.

🔊 151

高校の友達には<u>愉快な</u>やつが多く、当時<u>傷つけたり</u>、傷つけられたりした思い出のあるやつもいた。私が好きだった子は、すでに結婚して<u>名字</u>が変わっていた。

| 755 ☐ | 愉快な (ゆかい) | ナ cheerful, likeable/有趣的/vui tính, thoải mái |
| 756 ☐ | 傷つける (きず) | 動2他 injure, hurt/伤到/làm tổn thương |
| 757 ☐ | 傷つく (きず) | 動1自 be injured, be hurt/受伤/bị tổn thương |
| 758 ☐ | 名字 (みょうじ) | 名 family name, last name/姓氏/họ (tên) |

Most of my friends from high school are cheerful, likeable guys, and were telling stories about how they hurt people or were hurt back in the day. The girl I used to like was already married and had changed her last name./高中同学大部分都很有趣，当时被我伤到的人，让我受伤的人都在。我喜欢的人都已经结婚，连姓氏都不一样了。/ Bạn bè tôi thời PTTH nhiều đứa vui tính, cũng có đứa còn ôm những kỷ niệm làm tổn thương hoặc bị tổn thương thời ấy. Cô bạn mà tôi từng thích thì đã kết hôn và đổi họ rồi.

🔊 **152**

アメリカの友達に、現地のお菓子を日本へ<u>郵送して</u>くれないか
と<u>依頼した</u>。しかし、２週間経っても届かない。友達に<u>催促し</u>
<u>て</u>みたところ、しっかり２週間前に送ったが、荷物の<u>行方</u>は分
からないらしい。１週間後に<u>再度</u>確認したところ、航空便では
なく、誤って<u>船便</u>で送ってしまっていたそうだ。

| 759 | 郵送［する］<br>ゆうそう | 名 動3他 mail, send by mail/邮寄[邮寄]/sự gửi bưu điện, gửi bưu điện |
|---|---|---|
| 760 | 依頼［する］<br>いらい | 名 動3他 request, ask/拜托[拜托]/sự nhờ, nhờ, đề nghị |
| 761 | 催促［する］<br>さいそく | 名 動3他 reminder, urge/催促[催促]/sự thúc giục, giục, hối |
| 762 | 行方<br>ゆくえ | 名 whereabouts, where something is/下落/tung tích |
| 763 | 再度<br>さいど | 副 again, once more/再次/lần nữa |
| 764 | 船便<br>ふなびん | 名 sea mail/船运/đường biển |

I asked my friend in the US to mail some American snacks to Japan. However, it took two weeks for the package to arrive. When I reminded her about the package, she said she'd sent it two weeks previously but she didn't know where it was. And when she checked once more a week later, she discovered that she'd sent it by sea mail instead of by air mail by mistake./我拜托美国的朋友帮我邮寄当地的零食到日本给我。过了2周还是没收到。我催促了朋友，但是2周前她的确帮我寄了，可是据说包裹下落不明。1周后我又再次她确认，她说她寄错了，用的是船运不是空运。/Tôi đã nhờ người bạn ở Mỹ gửi bưu điện bánh kẹo bên đó qua Nhật. Nhưng đã 2 tuần trôi qua mà hàng vẫn chưa đến. Tôi thử giục bạn thì rõ ràng cô ấy đã gửi vào 2 tuần trước nhưng không biết tung tích gói hàng. 1 tuần sau, khi xác nhận lần nữa thì nghe nói cô ấy gửi nhầm đường biển chứ không phải đường hàng không.

🔊 153

アメリカから荷物が届いた。私の友達は<u>せっかちだ</u>が<u>気が利く</u>ので、頼んだお菓子以外にも、おいしそうなものを詰めてくれていた。私はお礼にその友達に<u>宛てて</u><u>便り</u>を書いた。なぜチャットでメッセージを送らないかというと、その友達は日本の<u>消印マニア</u>で、いつも手紙を<u>よこして</u>くれと言うからだ。

| 765 | せっかちな | ナ hasty, irritable/没耐心的/hấp tấp, nóng nảy |
|---|---|---|
| 766 | 気が利く<br>き き | 動1自 thoughtful/体贴/chu đáo |
| 767 | 宛てる<br>あ | 動2自 address to someone (mail)/寄给/gửi đến địa chỉ |
| 768 | 便り<br>たよ | 名 letter/信/thư, lá thư |
| 769 | 消印<br>けしいん | 名 postmark/邮戳/dấu bưu điện |
| 770 | マニア | 名 passion, enthusiasm, crazy about/迷/sự đam mê, nhiệt tình |
| 771 | よこす | 動1他 send/给我/gửi |

My package arrived from America. My friend can be irritable, but she's thoughtful too, and she'd packed some other delicious-looking things in addition to the candy I'd asked for. I wrote a letter to my friend to thank her. I didn't send her a message via chat because she's crazy about Japanese postmarks and always asks me to send her letters./美国寄来的包裹到了。我朋友虽然很没耐心但很体贴，除了我拜托她的零食以外，还寄了很多看起来很好吃的东西。我为了感谢她，寄了一封信给她。为什么我不用通讯软件来发讯息，是因为那位朋友是个日本邮戳迷，每次都叫我写信给她。/Hành lý từ Mỹ đã được gửi đến. Bạn tôi tuy hấp tấp nhưng chu đáo nên ngoài bánh kẹo tôi nhờ, cô ấy còn gửi nhiều món ngon khác. Tôi viết thư gửi đến địa chỉ của bạn để cảm ơn. Lý do tôi không gửi tin nhắn trong chat là vì cô bạn ấy rất mê dấu bưu điện của Nhật nên lúc nào cũng nói tôi gửi thư cho cô ấy.

Ａ：はい、営業部です。

Ｂ：もしもし、経理部の田中です。山田さんはいらっしゃいますか。

Ａ：あ、すみません。私昨日営業部に入ったばかりの<u>者</u>で…。山田さんを<u>存じ上げない</u>ので、確認してまいります。

Ｂ：もしいらっしゃったら、<u>厚かましい</u>お願いで<u>恐縮</u>なのですが、今１階でやっている経理部の会議に来ていただきたいと伝えてください。

| 772 | 者 もの | 名 one, person/人/người |
|---|---|---|
| 773 | 存じ上げる ぞん あ | 動2他 know, think, presume [honorific form of 知っている]/认识(「知っている」的尊敬语)/biết (khiêm tốn của "知っている") |
| 774 | 厚かましい あつ | イ presumptuous, pushy/厚脸皮/làm phiền, mặt dày |
| 775 | 恐縮[する] きょうしゅく | 名 動3自 feeling of obligation, be sorry/不好意思[不好意思]/sự ngại ngần, ngại |

A: Yes, this is the Sales department. B: Hello, this is Tanaka from Accounting. Is Mr. Yamada there? A: Oh, I'm sorry. I'm the one who just joined the Sales department yesterday. I don't know Mr. Yamada, but I'll go check. B: If he is there, tell him I'm sorry to be so presumptuous, but I'd like him to come to the Accounting department meeting, which is being held right now on the first floor./A: 是，这里是营业部门。 B: 喂~，我是会计部门的田中。请问山田先生在吗？ A: 啊，对不起。我是昨天才刚进营业部门的新人…。我不认识山田先生，我去确认一下，请稍等。 B: 不好意思，虽然这样要求有点厚脸皮，如果他在，请你转达他，现在1楼正在开会计部门的会议，请他过来。 /A: Vâng, phòng kinh doanh đây ạ. B: Alô, tôi là Tanaka phòng kế toán. Có anh Yamada ở đó không? A: À, xin lỗi anh. Tôi là người mới vào phòng kinh doanh hôm qua nên... Tôi không biết anh Yamada nên sẽ đi xác nhận ạ. B: Nếu có anh ấy ở đó thì thật ngại khi phải làm phiền anh nói lại là ban kế toán đang họp ở tầng trệt, mong anh ấy đến cuộc họp giúp.
zz

# Topic 9

# 年中行事
ねん ちゅう ぎょう じ

Annual Events /
全年节日 /
Các sự kiện trong năm

No. 776-804

◀)) 155

新型コロナウイルスが広まったことで、多くの<u>年中行事</u>の規模
しんがた
が小さくなったり、<u>省略されたり</u>した。私の娘も 2021 年の
ちい                しょうりゃく        わたし むすめ            ねん
<u>末</u>に結婚したが、結婚式は行わなかった。<u>おめでたい</u>ことなのに、
すえ  けっこん    けっこんしき おこな
残念だ。
ざんねん

| 776 | 年中行事<br>ねんちゅうぎょうじ | 名 annual event/全年节日/các sự kiện trong năm |
|---|---|---|
| 777 | 省略[する]<br>しょうりゃく | 名 動3他 abbreviation, omit, skip/省略[省略]/sự giản lược, lược bỏ |
| 778 | 末<br>すえ | 名 end of/底/cuối |
| 779 | （お）めでたい | イ celebratory, joyful/贺喜/đáng chúc mừng, đáng mừng |

The spread of COVID has led to many annual events being scaled back or skipped entirely. My daughter got married at the end of 2021, but we didn't have a wedding ceremony. It's a shame, because it was a joyful occasion./因为新冠扩大，很多全年节日的规模都被缩小，省略了。我女儿在2021年底时结婚，但也没办婚礼。这么值得贺喜的事，真可惜。/Vì sự lan rộng của COVID-19 mà qui mô của nhiều sự kiện trong năm nhỏ lại, hoặc bị giản lược bớt. Con gái tôi đã kết hôn vào cuối năm 2021 nhưng không tổ chức lễ cưới. Chuyện đáng chúc mừng vậy mà thật tiếc.

◀》 **156**

盆踊りはもともと、<u>先祖</u>の霊を迎える<u>目的</u>があった。今では、
地元の人と<u>親交</u>を深める目的が強まり、<u>浴衣</u>を着て気軽に楽し
むことができる。

| 780 □ | 先祖<br>せん ぞ | 名 ancestor/祖先/tổ tiên |
|---|---|---|
| 781 □ | 親交<br>しんこう | 名 friendship/友谊/mối thân giao, tình thân |
| 782 □ | 浴衣<br>ゆかた | 名 yukata (summer kimono)/浴衣（夏季和服）/yukata (kimono mùa hè) |

Originally, the purpose of Bon festival dancing was to greet and welcome the spirits of
ancestors. Nowadays, the purpose is more to deepen the friendship among locals, and people
wear yukata (summer kimono) and enjoy it in a more carefree way./盆踊本来的目的是为了
迎接祖先的灵魂。但现在主要的目的却成为了和老乡取得友谊的深交。可以穿着浴衣来尽情
享受。/Điệu múa bon-odori vốn có mục đích đón linh hồn của tổ tiên. Còn ngày nay, mục
đích làm tăng tình thân với người địa phương mạnh lên, bạn có thể mặc áo yukata và vui đùa
thoải mái.

◀》 **157**

<u>縁起</u>を<u>担ぐ</u>ために、5時に<u>起床</u>して、<u>日の出</u>を見に行った。来
年こそ、富士山に登って初日の出を<u>拝み</u>たい。

| 783 □ | 縁起<br>えん ぎ | 名 good luck/吉利/điềm may |
| 784 □ | 担ぐ<br>かつ | 動1他 bring, carry on shoulders/讨/mang lại |
| 785 □ | 起床[する]<br>き しょう | 名 動3自 rising, get up, get out of bed/起床[起床]/sự thức dậy, thức dậy |
| 786 □ | 日の出<br>ひ で | 名 sunrise/日出/mặt trời mọc, bình minh |
| 787 □ | ↔ 日の入り<br>ひ い | 名 sunset/日落/mặt trời lặn, hoàng hôn |
| 788 □ | 拝む<br>おが | 動1他 join hands in prayer, witness/拜谒/chắp tay lạy, chiêm ngưỡng |

To bring me good luck, I got up at five o'clock and went to see the sunrise. Next year, I want
to climb Mt. Fuji and join my hands in prayer at the first sunrise of the year./为了讨吉利，我
在5点起床，去看了日出。明年我一定要爬上富士山，拜谒新年第一天的日出。/Để mang lại
điềm may, tôi đã thức dậy lúc 5 giờ và đi ngắm mặt trời mọc. Nhất định sang năm tôi sẽ leo
núi Phú Sĩ để chắp tay đón chào mặt trời mọc đầu năm mới.

◀)) 158

日本には、大みそかに寺で鐘をつき、元旦には神社へ初詣に行く人がいる。信仰心の強さは関係なく、これらの行事が文化として生活の一部になっているからだ。

| 789 □ | 大みそか<br>おお | 名 New Year's Eve/除夕夜/đêm giao thừa |
|---|---|---|
| 790 □ | 鐘<br>かね | 名 bell/钟/cái chuông |
| 791 □ | 元旦<br>がんたん | 名 New Year's Day/元旦/sáng mùng một |
| 792 □ | + 元日<br>がんじつ | 名 New Year's morning/元旦初一/ngày mùng một, ngày đầu năm |
| 793 □ | 初詣<br>はつもうで | 名 hatsumode (the first shrine visit of the new year)/新年参拜/đi lễ đầu năm |
| 794 □ | 信仰[する]<br>しんこう | 名 動3他 religious belief/信仰[信仰]/sự tín ngưỡng, tín ngưỡng |
| 795 □ | + 信者<br>しんじゃ | 名 religious believer/信徒/tín giả, tín đồ |

In Japan, people ring bells at temples on New Year's Eve and go to shrines on New Year's Day for hatsumode (the first shrine visit of the new year). It doesn't matter how strong their religious beliefs are, these events have become part of their lives as Japanese culture./在日本，除夕夜时寺庙会敲钟，有人会在元旦去神社新年参拜。这和信仰心无关，只是把这些节日活动当成文化，生活的一部分。/Ở Nhật, có người gióng chuông ở chùa vào đêm giao thừa, và đi lễ đầu năm ở đền thờ Thần đạo vào sáng mùng một. Vì những sự kiện này đã trở thành một phần trong đời sống như là văn hóa, chứ không liên quan đến sức mạnh của tinh thần tín ngưỡng.

🔊 159

毎年お花見はするのに、梅まつりには行ったことがない。 3月
初旬が見頃らしいので、足を運んでみよう。

| 796 □ | 梅 うめ | 名 ume (Japanese plum)/梅花/hoa mơ |
|---|---|---|
| 797 □ | 初旬 しょじゅん | 名 beginning of/初/đầu tháng, thượng tuần |
| 798 □ | 足を運ぶ あし はこ | 動1自 go, make one's way/前往, 去/(cố tình) đi đến |

I go cherry blossom viewing every year, but I've never been to an ume (Japanese plum) festival. The beginning of March is supposed to be the best time to see the plum blossoms, so I'll think I'll make my way to see them./每年都会赏花，但却没去过梅花祭典。听说3月初最好看，我也去看看吧。/Năm nào tôi cũng đều ngắm hoa nhưng chưa từng đi lễ hội hoa mơ. Vì đầu tháng 3 là đúng thời điểm ngắm hoa nên tôi sẽ đi thử xem sao.

🔊 160

A：年の暮れにお墓にお参りしたいから、子どもも一緒に連れ
て帰るね。
B：分かった。 入院してるおばあちゃんの面会も、そのとき行
こうね。

| 799 □ | 暮れ く | 名 end of, close of/底/cuối năm, cuối mùa, cuối ngày |
| 800 □ | お参り[する] まい | 名 動3自 visit, pay one's respects/拜[拜]/sự viếng, viếng |
| 801 □ | 面会[する] めんかい | 名 動3自 meetup, visit/探望[探望]/sự thăm bệnh, thăm bệnh |

A: I want to pay my respects at the grave at the end of the year, so I'll bring my child with me when I come back. B: Understood. Let's go together when I visit my grandmother in the hospital./A: 年底时我想去墓前拜拜，我就带孩子一起回去吧。 B: 好。那时候也可以去探望住院的祖母。/A: Cuối năm anh muốn đi viếng mộ, nên chúng ta sẽ dắt bọn trẻ về cùng nhỉ. B: Em hiểu rồi. Lúc đó mình cũng đi thăm bệnh bà đang nhập viện luôn nhỉ.

◀ )) 161

日本の年中行事や祭りの多くが、昔の農民の生活とつながっている。日本の国旗は、農業に必要な陽の光、すなわち日の丸がモチーフになっている。

| 802 ☐ | 農民 のうみん | 名 farmer, peasant/农民/nông dân |
|---|---|---|
| 803 ☐ | 国旗 こっき | 名 national flag/国旗/quốc kì |
| 804 ☐ | モチーフ | 名 motif/思想/mô-típ |

Many of Japan's annual events and festivals are connected to how peasants lived in the past. Japan's national flag is based on the motif of the rising sun, which is essential for agriculture./日本的全年节日，祭典的大部分，都和以前的农民生活有关联。像日本国旗，就是以「日之丸」当主题思想。这是代表农业中需要的阳光。/Phần lớn các sự kiện trong năm và lễ hội của Nhật Bản đều liên quan đến đời sống của nông dân lúc xưa. Quốc kì Nhật Bản lấy mô-típ ánh nắng nghĩa là mặt trời, cần thiết cho nghề nông.

# Topic 10

# スポーツ

Sports / 运动 / Thể thao

No. 805-928

🔊 162

2022年、内村航平氏が<u>会見</u>で<u>引退</u>することを発表した。内村
氏は16年間<u>体操界</u>で活躍し続け、東京<u>五輪</u>では、体操男子全
体の<u>キャプテン</u>も務めた人物である。

| 805 会見[する]<br>かいけん | 名 動3自 press conference, hold a press conference/发布会[发布]/buổi họp báo, họp báo |
|---|---|
| 806 引退[する]<br>いんたい | 名 動3他 retirement, retire/退役[退役]/sự giải nghệ, giải nghệ/về hưu |
| 807 体操[する]<br>たいそう | 名 動3自 gymnastics, do gymnastics/体操[做体操]/thể dục dụng cụ, tập thể dục |
| 808 ～界<br>かい | 接尾 the world of ~/~界/giới ~, ngành ~ |
| 809 五輪<br>ごりん | 名 Olympic Games/奥运/Thế vận hội, Olympic |
| 810 キャプテン | 名 captain/队长/đội trưởng |

In 2022, Kohei Uchimura announced his retirement at a press conference. Uchimura has been active in the world of gymnastics for 16 years and was the captain of the Japanese men's gymnastics team at the Tokyo Olympic Games./2022年，内村航平氏在发布会发表退役。内村氏活跃于体操界16年，在东京奥运中还当了男子体操代表的队长。/Năm 2022, anh Uchimura Kohei đã tuyên bố giải nghệ tại buổi họp báo. Anh Uchimura là người đã hoạt động bền bỉ trong giới thể dục dụng cụ 16 năm, cũng từng đóng vai trò đội trưởng đội thể dục dụng cụ nam tại Thế vận hội Tokyo.

🔊 163

A：最近息子がスイミング<u>スクール</u>に通い始めたんだけど、<u>体
力</u>がなくて、すぐ疲れるみたいなんだよね。

B：<u>筋肉</u>がつけば、疲れにくくなってくると思う。あとは栄養
<u>満点</u>の食事が大切だね。お父さん、がんばって！

A：そうだよね。<u>集団</u>行動が苦手な息子ががんばってるんだから、
俺もサポートがんばるわ。

| 811 | スクール | 名 school/教室/trường học |
| --- | --- | --- |
| 812 | 体力<br>たいりょく | 名 physical strength/体力/thể lực |
| 813 | 筋肉<br>きんにく | 名 muscles/肌肉/cơ bắp |
| 814 | 満点<br>まんてん | 名 top level, perfection/满分/đầy đủ, hoàn hảo, điểm tuyệt đối |
| 815 | 集団<br>しゅうだん | 名 group/集体/tập thể |

A: My son has recently started attending swimming school, but he lacks physical strength and gets tired easily. B: Once he builds up some muscles, he won't tire so easily. Top-level nutrition is also important. Good luck! A: I hope so. My son isn't great at group activities, but he's trying his best, so I'll do my best to support him./ A: 最近儿子开始上游泳教室，但没体力，好像很快就会感到疲惫。 B: 只要有肌肉，就比较不会累哦。还有营养满分的饮食也是很重要的。爸爸，加油！ A: 也是。我儿子本来就不喜欢集体行动，他也在努力，我一定要努力支持他。 /A: Dạo này, con trai tôi bắt đầu đi học bơi mà hình như do không có thể lực nên nó bị mệt ngay. B: Tôi nghĩ là chỉ cần có cơ bắp là khó mà mệt. Với lại, bữa ăn đầy đủ dinh dưỡng quan trọng đấy. Ông bố cố lên thôi! A: Đúng nhỉ. Thằng con ngại sinh hoạt tập thể của tôi mà còn cố gắng thì tôi cũng phải cố hỗ trợ nó thôi.

🔊 164

<u>パラリンピック</u>に出る人のなかには、もともと<u>軍隊</u>にいて、け
がをきっかけに<u>競技者</u>になった人もいる。東京パラリンピック
で金メダルをとったブラッド・スナイダー<u>氏</u>もその一人だ。

| 816 | パラリンピック | 名 Paralympic Games/残奥会/Paralympic (Thế vận hội dành cho người khuyết tật) |
| --- | --- | --- |
| 817 | 軍隊<br>ぐんたい | 名 armed forces, military/军队/quân đội |

| 818 ☐ | 競技<br>きょうぎ | 名 game, competition/运动/thi đấu |
|---|---|---|
| 819 ☐ | ＋ 競技場<br>きょうぎじょう | 名 stadium/运动场/nơi thi đấu, sân vận động |
| 820 ☐ | 〜氏<br>し | 接尾 Mr. ~, Mrs. ~, Ms. ~ (affixed to a person's name as a courtesy)/ ~氏/anh/chị/ông/bà ~ |

Some athletes in the Paralympics originally served in the military and became competitors after an injury. Mr. Brad Snyder, who won a gold medal at the Tokyo Paralympics, is one such athlete./参加残奥会中的人，也有以前隶属军队，因为受伤而成为运动员的人。在东京残奥会上拿到金牌的SNYDER Brad（史奈德）氏也是其中一人。/Trong số những người tham dự Paralympic, có cả người vốn ở trong quân đội, vì bị thương mà trở thành vận động viên. Anh Brad Snyder, người đã giành được huy chương vàng ở Tokyo Paralympic cũng là một người như vậy.

🔊165

スポーツ中継は、分からない用語があっても解説者が説明して
　　　　ちゅうけい　　　　　　わ　　　　　ようご　　　　　　かいせつしゃ　せつめい
くれるし、競技に対して新しい見方ができるようになるから好
　　　　　きょうぎ　たい　あたら　　　　みかた　　　　　　　　　　　　　　す
きだ。中継するチャンネルや日程がもっと増えてほしい。
　　　　ちゅうけい　　　　　　　　　　にってい　　　　　ふ

| 821 ☐ | 中継[する]<br>ちゅうけい | 名 動3他 broadcast, broadcast/转播[转播]/chương trình phát sóng, phát sóng |
|---|---|---|
| 822 ☐ | 用語<br>ようご | 名 terms, terminology/用语/thuật ngữ |
| 823 ☐ | 解説[する]<br>かいせつ | 名 動3他 commentary, commentate/解说[解说]/sự bình luận, giải thích, bình luận |
| 824 ☐ | 見方<br>みかた | 名 perspective, way of viewing/看法/đồng minh, bạn |
| 825 ☐ | チャンネル | 名 channel/频道/kênh |
| 826 ☐ | 日程<br>にってい | 名 schedule/日程/lịch |

I enjoy live sports broadcasts because the commentators explain any terms I don't understand and I get a new perspective on the competition. I wish there were more channels and schedules for live broadcasts./我很喜欢看运动转播，就算有不懂的用语，解说员也会说明。而且也能对运动项目有新的看法。希望能够增加转播频道和日程。/Tôi thích chương trình phát sóng thể thao vì dù gặp phải những thuật ngữ không biết thì bình luận viên sẽ giải thích cho chúng ta, lại như là có được đồng minh mới với cuộc thi. Tôi mong người ta tăng thêm kênh và lịch được phát sóng.

🔊 166

> その野球監督は、炎天下でのピッチング練習を禁じ、かわりに、
> やきゅうかんとく　　えんてんか　　　　　　　　　　　　　　　　きん
> 敵チームのプレーを分析するように指示した。
> てき　　　　　　　　　ぶんせき　　　　　　　し じ

| 827 | 監督[する]<br>かんとく | 名 動3他 coach, director, direct/监督[監督]/huấn luyện viên, huấn luyện |
|---|---|---|
| 828 | 炎天下<br>えんてんか | 名 under the blazing sun/烈日下/trời nắng chói chang |
| 829 | ＋～下<br>か | 接尾 under ~/~下/dưới ~ |
| 830 | 禁じる／禁ずる<br>きん　　　きん | 動2他 動3他 forbid, prohibit/禁止/cấm/bị cấm |
| 831 | 敵<br>てき | 名 enemy, opposition/敌/đối thủ, kẻ địch |
| 832 | 分析[する]<br>ぶんせき | 名 動3他 analysis, analyze/分析[分析]/sự phân tích, phân tích |

The baseball coach forbade his players from practicing pitching under the blazing sun, instead instructing them to analyze the plays of the opposing team./那位棒球教练禁止在烈日下的投球练习。替代方案就是命令我们分析敌队的战术。/Huấn luyện viên bóng chày đó cấm luyện tập ném bóng dưới trời nắng chói chang, thay vào đó, ông chỉ thị phân tích lối chơi của đội bạn.

🔊 167

> 分析を深めていくと、相手への攻撃の狙い目も自分が強化すべ
> ぶんせき　ふか　　　　　　あい て　　　こうげき　ねら　め　　じ ぶん　きょうか
> きところも分かってきた。それで、練習の方針を変えることに
> わ　　　　　　　　　　　　れんしゅう　ほうしん　か
> した。次こそ、リベンジを果たしたい。
> つぎ　　　　　　　　　　は

| 833 | 深める<br>ふか | 動2他 deepen (something)/加深/làm sâu hơn, làm tăng thêm |
|---|---|---|
| 834 | ⑩ 深まる<br>ふか | 動1自 become deeper, intensify/深化/sâu sắc hơn |
| 835 | 攻撃[する]<br>こうげき | 名 動3他 attack, attack/攻击[攻击]/cuộc tấn công, tấn công |
| 836 | 狙い目<br>ねら　め | 名 target/锁定目标/mục tiêu |
| 837 | ＋狙う<br>ねら | 動1他 aim at, go for (something)/锁定/nhắm đến |
| 838 | 強化[する]<br>きょうか | 名 動3他 reinforcement, strengthen/强化[强化]/sự tăng cường, tăng cường |

| 839 ☐ | 方針<br>ほうしん | 名 plan, policy/方针/phương châm |
|---|---|---|
| 840 ☐ | 果たす<br>は | 動1他 carry out, follow through/完成/đạt, hoàn thành |

As I deepened my analysis, I realized how I needed to target my attack on my opponent and what I needed to strengthen in myself. So I decided to change my training plan. Next time, I intend to carry out my revenge./加深分析后，渐渐理解到自己需要强化的部分和锁定攻击对方目标。这样也可以改变练习的方针。希望下次能完成复仇（雪耻）。/Khi phân tích sâu hơn, tôi biết được cả mục tiêu để tấn công đối thủ và cả điểm bản thân cần phải tăng cường. Do đó, tôi quyết định thay đổi phương châm luyện tập. Nhất định lần tới, tôi muốn phục hận.

◀》168

東京五輪では、ジェンダー平等の面から、7つの競技で男女混
とうきょうごりん　　　　　　　　　びょうどう　めん　　　　　きょうぎ　だんじょこん
合種目が採用された。卓球もその1つで、水谷・伊藤ペアが男
ごうしゅもく　　さいよう　　　　　たっきゅう　　　　　　みずたに　いとう　　　　　だん
女混合の初代金メダルとなった。
じょこんごう　しょだいきん

| 841 ☐ | ジェンダー | 名 gender/性别/giới |
|---|---|---|
| 842 ☐ | 混合[する]<br>こんごう | 名 動3他 mix, mix/混合[混合]/hỗn hợp, pha trộn |
| 843 ☐ | 種目<br>しゅもく | 名 event/项目/bộ môn thi đấu |
| 844 ☐ | ペア | 名 pair/双打/cặp, đôi |
| 845 ☐ | 初代<br>しょだい | 名 first/第一代/đầu tiên, đời đầu |
| 846 ☐ | ＋ 初～<br>しょ | 接頭 first ~, first-ever ~/第一～/~ đầu/đầu tiên |

In the Tokyo Olympics, seven sports have introduced mixed-gender events with a view toward gender equality. One such event was table tennis, in which the Mizutani/Ito pair became the first-ever gold medalists in a mixed-gender event./ 在东京奥运，从性别平等的方面考虑，7项运动采用男女混合项目。乒乓球也是其中之一，水谷，伊藤双打成为了男女混合的第一代金牌冠军。/Tại Tokyo Olympic, đã có 7 bộ môn thi đấu hỗn hợp nam nữ được đưa vào xét trên phương diện bình đẳng giới. Bóng bàn cũng là 1 trong số đó và cặp đôi Mizutani - Ito đã trở thành chủ nhân của chiếc huy chương vàng đầu tiên trong bộ môn hỗn hợp nam nữ.

🔊 169

A：アマチュアテニスでは、左利きは有力な武器になるんだよ。
　　　　　ひだり き　　　　ゆうりょく　　ぶ き

B：そうなの？

A：うん。右利きプレーヤーにとって、左利きプレーヤーが打
　　　　みぎ き　　　　　　　　　　　ひだり き　　　　　う
　　つボールは打ち返しにくいからね。だから、弱気になら
　　　　　　　う かえ　　　　　　　　　　　　　　よわき
　　くて大丈夫だよ。
　　　　だいじょうぶ

| 847 □ | アマ(チュア) | 名 amateur/业余/nghiệp dư |
|---|---|---|
| 848 □ | 左利き<br>ひだり き | 名 left-handedness/左撇子/thuận tay trái |
| 849 □ | 有力な<br>ゆうりょく | ナ powerful/有利的/hữu hiệu, có sức mạnh |
| 850 □ | 右利き<br>みぎ き | 名 right-handedness/右撇子/thuận tay phải |
| 851 □ | 弱気な<br>よわき | ナ faint-hearted, timid/胆怯/nhút nhát |

A: In amateur tennis, being left-handed is a powerful weapon. B: Is that so? A: Yes, because for right-handed players, balls hit by left-handed players are difficult to hit back. So there's no need to be timid./ A: 业余网球中，左撇子是很有利的武器呢。 B: 是这样吗？ A: 嗯，对右撇子的选手来说，左撇子的选手打过来的球是很难打回去的。所以没关系，你不用胆怯。/A: Trong môn quần vợt nghiệp dư thì thuận tay trái lại là vũ khí hữu hiệu đấy. B: Thế à? A: Ừm, với người chơi thuận tay phải thì trái bóng mà người chơi thuận tay trái đánh ra khó đánh trả hơn. Cho nên không cần phải nhát vậy đâu.

🔊 170

A：ダンス大会、楽しみだね。
　　　　たいかい　たの

B：僕のろまなのに、本当にみんなとステージに立てるのかな。
　　ぼく　　　　　　ほんとう　　　　　　　　　　た

A：大丈夫だよ。曲のテンポは速いけど、一生懸命練習したし！
　　だいじょうぶ　きょく　　　　はや　　　　いっしょうけんめいれんしゅう

| 852 □ | のろま | 名 dunce, dimwitted person/动作迟钝/sự chậm chạp |
|---|---|---|
| 853 □ | ＋のろい | イ dim, dull, slow/缓慢/chậm chạp |
| 854 □ | ステージ | 名 stage/舞台/sân khấu |
| 855 □ | テンポ | 名 tempo/拍子/tiết tấu, nhịp |

A: I'm looking forward to the dance performance. B: But I'm such a dunce. I wonder if I should really go up on stage with everyone else. A: Don't worry. The tempo of the song may be fast, but you've practiced hard!/ A: 好期待舞蹈大会哦。 B: 我动作迟钝，不知道能不能和大家一起站在舞台上。 A: 没关系，虽然歌曲拍子快，但你这么拼命练习了！/A: Mong đến giải thi nhảy nhỉ. B: Tớ chậm chạp quá, không biết có thật sự đứng trên sân khấu với mọi người được không đây. A: Không sao đâu. Tiết tấu của bản nhạc tuy nhanh nhưng chúng ta đã luyện tập hết sức mình còn gì!

◀》171

A：今日は一日中休まず練習してたんだ。
　　きょう　いちにちじゅうやす　　れんしゅう

B：がんばったんだね。でも、どんなに意欲があっても、適度
　　　　　　　　　　　　　　　　　　いよく　　　　　　　てきど
　　に間を空けて休んだ方がいいよ。
　　　ま　あ　　やす　　ほう

A：え、そう？

B：張り切りすぎても、体力を無駄遣いするだけだからね。脳
　　は　き　　　　　たいりょく　むだづか　　　　　　　　のう
　　の働きが悪いと良いプレーはできないよ。
　　　はたら　わる　よ

| 856 □ | 意欲<br>いよく | 名 motivation, will/干劲/ý chí |
| 857 □ | +意欲的な<br>いよくてき | ナ ambitious, motivated/积极的/mang tính ý chí, ý muốn |
| 858 □ | 適度な<br>てきど | ナ appropriate, moderate/适当的/vừa phải, điều độ |
| 859 □ | 間<br>ま | 名 interval, period/片刻/khoảng cách |
| 860 □ | 張り切る<br>は　き | 動1自 be enthusiastic, stretch to breaking point/太拼/hăng hái |
| 861 □ | 無駄遣い[する]<br>む　だ　づか | 名 動3他 waste, throw away/浪费[浪费]/việc sử dụng lãng phí, sử dụng lãng phí |
| 862 □ | 働き<br>はたら | 名 function, work/作用/hoạt động, chức năng |

A: I practiced all day today. B: You worked hard. But no matter how motivated you are, you should take breaks at appropriate intervals. A: Oh, really? B: Too much enthusiasm means you'll just waste your physical energy. You can't play well if your brain isn't working properly./ A: 今天一天都没休息一直在练习。 B: 这么努力。但是不管多有干劲，还是要适当的休息片刻比较好哦。 A: 诶，这样吗？ B: 太拼也会浪费体力而已。而且大脑作用不起来就没办法发挥的好哦。/A: Hôm nay tôi đã tập luyện cả ngày không nghỉ đấy. B: Cố gắng quá vậy. Nhưng dù có ý chí bao nhiêu đi nữa vẫn nên cách quãng vừa phải để nghỉ ngơi đấy. A: Ơ, vậy à? B: Hăng hái quá mức cũng chỉ sử dụng lãng phí thể lực thôi. Khi hoạt động của não không tốt thì cũng đâu có chơi tốt được.

🔊 172

最初は、<u>攻めた</u> <u>レース</u>を展開して相手チームを大きく<u>リードし</u>
<u>ていた</u>が、<u>つまずいて</u>しまい、試合に<u>敗れて</u>しまった。残念だが、
誰にも彼女を<u>責める</u>ことはできない。

| 863 ☐ | 攻める<br><small>せ</small> | 動2他 attack, be aggressive/进攻/tấn công |
|---|---|---|
| 864 ☐ | レース | 名 race/比赛/đường chạy |
| 865 ☐ | リード[する] | 名 動3他 lead, take the lead/领先[领先]/sự dẫn trước, dẫn trước |
| 866 ☐ | つまずく | 動1自 fall down, stumble/绊倒/vấp, vấp ngã |
| 867 ☐ | 敗れる<br><small>やぶ</small> | 動2自 lose/输了/bị thua, bị đánh bại |
| 868 ☐ | 責める<br><small>せ</small> | 動2他 blame/责怪/đổ lỗi, trách cứ |

At first, she took a large lead over the other team in an aggressive race, but then she stumbled and lost the race. It's a pity, but really, no one can blame her./一开始，采取进攻战术而遥遥领先对手团队。但因为绊倒而输了比赛。虽然很可惜，但却没人责怪她。/Lúc đầu, cô ấy đã triển khai đường chạy mang tính tấn công, dẫn trước đội bạn khá xa nhưng lỡ bị vấp ngã nên đã thua cuộc. Tuy đáng tiếc nhưng không ai có thể trách cứ cô ấy được.

🔊 173

A：昨日のサッカーの試合、<u>盛り上がりました</u>ね！
B：実は昨日、<u>観客席</u>にいたんです。
A：え、うらやましいなあ！
B：スタジアムで<u>観戦する</u>ことが、<u>唯一</u>の趣味なんですよ。

| 869 ☐ | 盛り上がる<br><small>も あ</small> | 動1自 get excited/情绪高涨/háo hức, phấn khích |
| 870 ☐ | 観客席<br><small>かんきゃくせき</small> | 名 audience seats, spectator stand/观众席/hàng ghế khán giả, khán đài |
| 871 ☐ | 観戦[する]<br><small>かんせん</small> | 名 動3他 sports watching, watch sports/观看比赛[观看比赛]/việc xem, xem thi đấu |
| 872 ☐ | 唯一<br><small>ゆいいつ</small> | 名 singular, sole (something)/唯一/duy nhất |

A: Yesterday's soccer match got really exciting! B: Actually, I was watching from the spectator stands yesterday. A: What? I'm so jealous! B: Watching sports at the stadium is my sole hobby./A: 昨天的足球比赛看得情绪高涨！ B: 其实我昨天在观众席哦。 A. 诶! 好羡慕哦! B: 在运动场观看比赛，是我唯一的兴趣。/A: Trận bóng đá hôm qua, hào hứng quá nhỉ! B: Thật ra hôm qua tôi đã ở trên khán đài. A: Ơ, ghen tị quá đi! B: Xem thi đấu ở sân vận động là sở thích duy nhất của tôi mà.

🔊 **174**

A：4位入賞、おめでとうございます！先ほどの試合、素晴らしかったです。

B：ありがとうございます。皆さんの声援のおかげです。

A：ただ、試合中にけがをされたようですが…。

B：少し手首をひねってしまったみたいです。明日の試合に響かないように、帰ってコンディションを整えます。

| 873 ☐ | 入賞[する]<br>にゅうしょう | 名 動3自 win, place/入围[入围]/sự đạt giải, đạt giải |
|---|---|---|
| 874 ☐ | 先ほど<br>さき | 名 副 just now, a moment ago/刚才/lúc nãy |
| 875 ☐ | 声援<br>せいえん | 名 cheering/声援/tiếng cổ vũ |
| 876 ☐ | 手首<br>てくび | 名 wrist/手腕/cổ tay |
| 877 ☐ | ひねる | 動1他 sprain, twist/扭到/bị trặc |
| 878 ☐ | 響く<br>ひび | 動1自 affect, influence, reverberate (sound)/影响/ảnh hưởng, (tiếng) vang |
| 879 ☐ | コンディション | 名 condition/状态/tình trạng, điều kiện |

A: Congratulations on placing fourth! That was a great game you played just now. B: Thank you very much. It was thanks to everyone's cheering. A: However, I heard that you were injured during the game. B: I think I twisted my wrist a little. I'll go home and make sure it's in good condition so it doesn't affect tomorrow's game./ 恭喜你入围第四名! 刚才的比赛真的很棒。 B: 谢谢。多亏了大家的声援。 A: 但是好像在比赛中受伤了…。 B: 好像手腕有点扭到。希望不会影响明天的比赛。回去以后我会保持状态的。/A: Chúc mừng chị đạt hạng 4! Trận đấu lúc nãy rất tuyệt vời. B: Cảm ơn anh. Là nhờ tiếng cổ vũ của mọi người ạ. A: Có điều, hình như chị đã bị thương trong khi thi đấu thì phải… B: Hình như tôi bị trặc cổ tay một chút. Về rồi tôi sẽ chuẩn bị lại tình trạng để không gây ảnh hưởng đến trận đấu ngày mai.

スキージャンプでは、スキー板の角度を調整しながら飛ぶ。ジャンプ台を飛び出したら、空中を前進するようにして、できるだけ遠い地点に降りると点数が高くなる。

| | | |
|---|---|---|
| 880 ☐ | 角度<br>かくど | 名 angle/角度/góc độ |
| 881 ☐ | 調整[する]<br>ちょうせい | 名 動3他 adjustment, adjust/调整[调整]/sự điều chỉnh, điều chỉnh |
| 882 ☐ | 空中<br>くうちゅう | 名 mid-air/空中/không trung |
| 883 ☐ | 前進[する]<br>ぜんしん | 名 動3自 advancement, move forward/前进[前进]/sự tiến về phía trước, tiến lên trước |
| 884 ☐ | 地点<br>ちてん | 名 point, spot/地点/địa điểm |

Ski jumping involves flying through the air while adjusting the angle of your skis. Once off the ski jump, the skier moves forward in mid-air and lands at the farthest point possible to get the highest score./跳台滑雪需要调整滑雪板的角度飞行。要取得高分，必须从跳台上飞起来后，在空中前进，尽可能的在更远的地点降落。/Trượt tuyết nhảy xa là vừa điều chỉnh góc độ tấm ván nhảy để vừa bay. Khi bay khỏi đài nhảy thì tiến về trước trong không trung và hạ xuống địa điểm (tiếp đất) càng xa thì điểm càng cao.

🔊 176

初心者の頃、何も分からないままラケットを思い切り振っていたら、ひじに鈍い痛みが走ったことがある。

| | | |
|---|---|---|
| 885 ☐ | 初心者<br>しょしんしゃ | 名 beginner/初学者/người mới bắt đầu |
| 886 ☐ | ラケット | 名 racket, racquet (UK spelling)/球拍/vợt |
| 887 ☐ | 思い切り<br>おもきり | 副 as hard/much as possible, with all one's might/尽情/hết mình, ráng sức |
| 888 ☐ | ひじ | 名 elbow/手肘/đầu gối |
| 889 ☐ | 鈍い<br>にぶ | イ dull/钝/âm ỉ, đùi, chậm chạp, đần |

When I was a beginner, I once swung my racket with all my might without really knowing how, and felt a dull pain in my elbow./初学者的时候，我什么都不懂只会尽情的挥动球拍。手肘曾经还感到过钝痛。/Thời còn là người mới bắt đầu, tôi cứ đánh vợt hết mình mà không biết gì cả, thế là từng có một cơn đau âm ỉ chạy qua đầu gối.

柔道では、帯の色で強さが分かる。はやく上達して、黒帯を取
りたい。そのために、毎日稽古している。

| 890 ☐ | 帯 おび | 名 belt/帯/đai |
|---|---|---|
| 891 ☐ | 上達[する] じょうたつ | 名 動3自 improvement, improve/进步[进步]/sự tiến bộ, giỏi lên |
| 892 ☐ | 稽古[する] けいこ | 名 動3他 practice, train/练习[练习]/sự rèn luyện, khổ luyện |

In judo, you can tell an athlete's strength by the color of their belt. I want to improve quickly and earn my black belt. That's why I practice every day./在柔道中，看腰带的颜色就可以知道多强。我为了赶快进步，取得黑带，每天都在练习。/Trong Judo, ta biết được sức mạnh qua màu sắc của chiếc đai. Tôi muốn mau giỏi để lấy đai đen. Do đó, tôi khổ luyện mỗi ngày.

一応、勝敗を占ってみたら引き分けと出たので、いまいち応援
に気持ちが入らなかった。でも無事に勝てたので、これで今シー
ズンは3勝1敗だ。

| 893 ☐ | 一応 いちおう | 副 sort of, pretty much/暂且/một lần, tạm thời |
|---|---|---|
| 894 ☐ | 勝敗 しょうはい | 名 (a contest's) outcome, victory or defeat/胜败/thắng thua |
| 895 ☐ | 占う うらな | 動1他 predict, anticipate/占卜/bói |
| 896 ☐ | 引き分け ひ わ | 名 draw/平手/hòa |
| 897 ☐ | いまいち | 副 not quite, somewhat (lacking)/不怎么/không ~ lắm |
| 898 ☐ | ~勝 しょう | 接尾 ~ wins/~胜/~ thắng |
| 899 ☐ | ~敗 はい | 接尾 ~ losses/~败/~ thua |

I'd pretty much predicted that the outcome would be a draw, so I didn't quite feel like supporting the team. But since we won safely, we now have three wins and one loss this season./我暂且占卜了一下，因为结果是平手，就不怎么想加油。但顺利的赢了，这一季已经3胜1败了。/Tôi đã thử bói qua một lần để xem thắng thua thế nào thì ra kết quả hòa nên không có hứng cổ vũ lắm. Nhưng vì đã thắng ổn rồi nên vậy là mùa này 3 thắng 1 thua.

🔊179

A：あの日の審判が正しかったのかはともかくとして、審判を
恨んでいてもどうしようもないと思う。

B：それは、そうだけど…。

A：きっぱり割り切って、次のステップへ進むっていう選択も
できるはずだよ。がんばろう！

| 900 ☐ | 審判[する]<br>しんぱん | 名 動 3 他 decision, referee, judge/裁判[裁决]/trọng tài, sự phán xét, phán xét |
|---|---|---|
| 901 ☐ | ともかく | 副 anyway, in any event/不说/khoan bàn đến |
| 902 ☐ | 恨む<br>うら | 動 1 他 hold a grudge, feel bitter/恨/hận, tức |
| 903 ☐ | + 恨み<br>うら | 名 grudge/怨恨/sực căm tức |
| 904 ☐ | きっぱり（と） | 副 decisively, firmly/干脆（的）/dứt khoát (rằng) |
| 905 ☐ | ステップ | 名 step/步/bước |
| 906 ☐ | 選択[する]<br>せんたく | 名 動 3 他 option, choice, choose/选择[选择]/sự chọn lựa, chọn lựa |

A: Regardless of whether the decision was correct on the day, in any event there's no point in holding a grudge against the referee. B: Well, that's true, but ... A: You can choose to just make a decisive break and move on to the next step. Good luck!/ A: 那天先不说裁判对不对，但我觉得恨裁判也没用。 B: 你说的…也是…。 A: 可以选择干脆一点，进入下一步呀！加油！/ A: Khoan bàn đến việc phán xét hôm đó có đúng không thì tôi nghĩ là có hận trọng tài cũng không ý nghĩa gì. B: Thì là vậy nhưng. A: Cũng có cách chọn lựa là dứt khoát gạt hẳn đi, tiến lên bước tiếp theo đấy. Cố lên!

🔊180

重量挙げは、男女別、体重別に競うことができる競技だ。最近
では、トランスジェンダーであっても競技に出られるように、
昔からの基準を改めようとする動きも出てきた。

| 907 ☐ | 重量<br>じゅうりょう | 名 weight/重/trọng lượng |
|---|---|---|
| 908 ☐ | 〜別<br>べつ | 接尾 by 〜/分〜/theo 〜, 〜 riêng |

| 909 | 競う<br>きそ | 動1他 compete/竞争/cạnh tranh, thi đấu |
| 910 | 改める<br>あらた | 動2他 overhaul, revise/修改/sửa đổi, cải cách |

Weightlifting is a sport in which men and women compete by both gender and weight. Recently, there has been a movement to revise the previous standards to allow transgender people to compete too./举重是项分男女，分体重竞争的竞赛。最近，还有为了让跨性别的人也能够参加，有修改规则的动向。/Cử tạ là môn thi đấu có thể cạnh tranh nam nữ riêng và theo cân nặng. Gần đây, có cả phong trào muốn cải cách tiêu chuẩn từ xưa để cả người chuyển giới cũng có thể tham gia thi đấu.

�))181

今日は、リーグの順位を入れ替えるための大切な試合がある。
きょう　　　　　　じゅんい　　い　か　　　　　　　たいせつ　しあい
この一年、「今に見てろ！」と思いながら、練習してきた。トレー
　いちねん　いま　み　　　　　おも　　　　　れんしゅう
ニングの年間計画を立てて実行するなど、新しい取り組みも
　　　ねんかんけいかく　た　　　じっこう　　　　あたら　　と　く
行った。相手の弱点を突いた攻撃をして、なんとか勝ちたい。
おこな　あいて　じゃくてん　つ　こうげき　　　　　　　　　か

| 911 | 順位<br>じゅん い | 名 ranking, standing/排名/thứ hạng |
| 912 | 入れ替える<br>い　か | 動2他 change, shift, switch/置换/hoán đổi |
| 913 | 今に<br>いま | 副 before long, just you wait, some day/走着/chẳng mấy chốc |
| 914 | 年間<br>ねんかん | 名 year, during the year/年间/trong năm |
| 915 | 突く<br>つ | 動1他 attack, poke, strike/戳/tấn công, đâm vào |

Today's match is important for changing our standing in the league. For the past year, I've been practicing with the approach, "Just you wait, you'll see!" Our team has also made new efforts, such as developing and implementing a training plan during the year. We intend to win this game by attacking the weakest points of the opposing team./今天是置换联赛排名，最重要的比赛。这一年来，我一直抱着‘给我走着瞧’的心情练习。还实施了锻炼的年间计划等等，采取了新挑战。我一定要想办法攻击戳对方的痛处赢取比赛。/Hôm nay có trận đấu quan trọng để hoán đổi thứ hạng trong giải đấu. Một năm nay, tôi đã luyện tập với suy nghĩ "chẳng mấy chốc, hãy chờ xem!" Tôi còn đưa vào nhiều chương trình mới như lập kế hoạch tập luyện trong năm để thực hiện v.v. Tôi muốn tìm cách tấn công vào điểm yếu của đối thủ để giành chiến thắng.

◀) 182

スポーツにおいて、背が低いことは<u>一種</u>のハンデだ。私は母か
ら<u>遺伝</u>で低身長だが、それを理由にしたら、サッカーはうま
くなれない。だから、私に合ったドリブルや<u>パス</u>の仕方をいつ
も考えている。

| 916 <br> 一種 <br> いっしゅ | 名 kind of, type of/一种/một điều, một loại |
|---|---|
| 917 <br> 遺伝[する] <br> いでん | 名 動3自 heredity, run in the family/遗传[遗传]/sự di truyền, di truyền |
| 918 <br> ＋ 遺伝子 <br> いでんし | 名 genetics/遗传基因/gen di truyền |
| 919 <br> パス[する] | 名 動3他 pass, pass/传球[传球]/sự chuyền, chuyền |

In sports, being short is a kind of handicap. I'm short because it runs in my mother's family, but if I rely on that excuse, I'll never be great at soccer. So I'm always thinking about my own ways to dribble or pass the ball./在运动中，个子不高是一种不利的条件。我遗传了妈妈的矮个子，但用这个当理由，足球不会进步。所以我一直都在想适合自我的运球和传球方式。/Trong thể thao, thấp bé là một điều bất lợi. Tôi có chiều cao thấp là do di truyền từ mẹ nhưng nếu lấy đó làm lý do thì không thể nào chơi bóng đá hay được. Cho nên, tôi luôn nghĩ cách rê dắt bóng và cách chuyền phù hợp với mình.

◀) 183

今年は、春から新入生が<u>続々と</u> <u>加入</u>してくれた。バレー部に<u>勢</u>
いがつくのは嬉しいが、練習は厳しい。1年後、<u>果たして</u>何人
残っているだろうか。

| 920 <br> 続々(と) <br> ぞくぞく | 副 successively, one after another/陆续（的）/lần lượt |
|---|---|
| 921 <br> 加入[する] <br> かにゅう | 名 動3自 entry, join/加入[加入]/sự tham gia, gia nhập |
| 922 <br> 勢い <br> いきお | 名 momentum/气势/khí thế |
| 923 <br> 果たして <br> は | 副 actually/到底/liệu, rồi thì |

This spring, a lot of new students joined our club, one after another. It's great to see the volleyball team gaining momentum, but practice is tough. I wonder how many of them will actually still be here in a year's time?/ 从今年的春天开始，陆续的有很多新入学的学生加入。虽然排球部有气势我很开心，但练习还是很辛苦。1年后，到底会剩下几个人呢？/ Năm nay, từ mùa xuân đã có nhiều học sinh mới lần lượt gia nhập. Câu lạc bộ bóng chuyền có được khí thế như vậy tôi rất vui nhưng luyện tập thì thật gay go. Sau 1 năm, liệu sẽ còn lại bao nhiêu người đây?

🔊 184

A：パラリンピックが開幕したけど、Bさんは何か見る？
B：車いすバスケかな。友達が車いすの車輪を作る仕事をしてるから見始めたんだけど、頭脳プレーが多くて面白いの！

| 924 | 開幕[する]<br>かいまく | 名 動3自 opening, open (event)/开幕[开幕]/sự khai mạc, khai mạc |
|---|---|---|
| 925 | ↔ 閉幕[する]<br>へいまく | 名 動3自 closing, close (event)/闭幕[闭幕]/sự bế mạc, bế mạc |
| 926 | ＋ 幕<br>まく | 名 end of, close/幕/màn |
| 927 | 車輪<br>しゃりん | 名 wheels/车轮, 轮胎/bánh xe |
| 928 | 頭脳<br>ずのう | 名 brain/智力/cuộc đấu trí |

A: The Paralympics have started. What are you going to watch, B? B: Wheelchair basketball, I think. I started watching it because my friend works making wheels for wheelchairs. It's really interesting because there's a lot of clever play!/ A: 残奥会开幕了，B你要看什么呢？ B: 轮椅篮球吧。我朋友的工作就是做轮椅的轮胎，所以我开始看，结果有很多斗智的地方好有趣。/A: Paralympic đã khai mạc rồi, chị B có xem gì không? B: Chắc là bóng rổ xe lăn. Bạn tôi làm công việc chế tạo bánh xe của xe lăn nên tôi mới bắt đầu xem nhưng tôi thấy đấu trí khá nhiều, thú vị lắm!

147

# Topic 11

# 動物
どう ぶつ

Animals / 动物 / Động vật

No. 929-1017

A：見て、かわいいカエルがいる！捕まえよう！
B：じかに触るのはよした方がいいよ。外見はかわいらしいけど、毒を持っていることもあるから。

| 929 | じかに | 副 directly, first-hand/直接/trực tiếp |
|---|---|---|
| 930 | よす | 動1他 avoid, stop, desist/不要/tránh, đừng |
| 931 | 外見 がいけん | 名 appearance/看起来/vẻ ngoài |
| 932 | かわいらしい | イ cute/可爱/trông dễ thương |
| 933 | 毒 どく | 名 poison, venom/毒/độc |

A: Look, there's a cute little frog! Let's catch it! B: You should avoid touching it directly. It may appear cute, but it could be venomous./A: 你看，有只可爱的青蛙！来抓它！ B: 最好不要直接碰它哦。有些看起来可爱，但其实有毒。/A: Nhìn kìa, có con ếch dễ thương quá! Bắt đi! B: Nên tránh chạm vào trực tiếp đấy. Vì cũng có khi vẻ ngoài trông dễ thương vậy nhưng lại có độc đấy.

A：あ、鳥の巣がある！
B：本当だ。巣の真下に、赤ちゃんのふわふわした羽や卵の殻
　が落ちてるね。

| 934 □ | 巣 す | 名 nest, lair/巢/tổ, ổ |
| 935 □ | 真下 ました | 名 right beneath/正下方/ngay bên dưới |
| 936 □ | ↔ 真上 まうえ | 名 right above/正上方/ngay bên trên |
| 937 □ | ふわふわ | 副 fluffy/柔软/mềm mại |
| 938 □ | 羽 はね | 名 feather, wing/羽毛/lông, cánh |
| 939 □ | 殻 から | 名 shell/壳/vỏ |

A: Look, there's a bird's nest! B: Oh, you're right. Right beneath the nest, fluffy baby feathers and eggshells have fallen to the ground./A: 啊，有鸟巢！ B: 真的耶！像婴儿一样柔软的羽毛和蛋壳还掉在巢的正下方。/A: Á, có cái tổ chim kìa! B: Đúng rồi. Ngay dưới tổ có rơi mấy cọng lông mềm mại của chim non và vỏ trứng nhỉ.

3月に種を植えてから、毎日丁寧に水をまいてきた。5月になるとたくさんの花が咲き、たくさんの蝶が寄ってきた。6月には果実が実るだろう。

| 940 □ | まく | 動1他 sprinkle water, water (plants)/撒/tưới (nước), gieo (hạt) |
| 941 □ | 蝶 ちょう | 名 butterfly/蝴蝶/bươm bướm |
| 942 □ | 果実 かじつ | 名 fruit/果实/quả, trái |
| 943 □ | 実る みのる | 動1自 bear (fruit)/ 结/ra quả, kết trái |

Since I planted the seeds in March, I've watered them carefully every day. In May, many flowers bloomed and lots of butterflies came to visit. In June, they'll bear fruit, I hope./3月撒种结束后，每天我都会认真浇水。到了5月就会开很多花，会有很多蝴蝶飞来。6月就会结果实吧。/Sau khi gieo hạt vào tháng 3, tôi đã tưới nước chăm chỉ mỗi ngày. Nay đến tháng 5, rất nhiều hoa nở và nhiều bươm bướm ghé đến. Chắc là tháng 6 sẽ ra quả.

149

🔊 188

山で<u>保護された</u>犬を飼い始めた。父は、最初は犬を<u>嫌い</u>、<u>触れ</u>ることも<u>近寄る</u>こともしなかった。しかし、犬は父を見るたびにうれしそうに<u>しっぽ</u>を振っていた。１カ月後、父は犬を<u>膝</u>に乗せて<u>頬</u>を<u>撫でる</u>ようになった。

| 944 ☐ | 保護[する]<br>ほ ご | 名 動3他 protection, shelter/保护[保护]/sự bảo hộ, bảo hộ |
|---|---|---|
| 945 ☐ | 嫌う<br>きら | 動1他 dislike/讨厌/ghét |
| 946 ☐ | 触れる<br>ふ | 動2自 touch/触碰/chạm vào |
| 947 ☐ | 近寄る<br>ちか よ | 動1自 approach, go near/靠近/đến gần |
| 948 ☐ | しっぽ | 名 tail/尾巴/đuôi |
| 949 ☐ | 膝<br>ひざ | 名 knee, lap (when seated)/膝盖/đầu gối |
| 950 ☐ | 頬<br>ほお | 名 cheek/脸颊/má |
| 951 ☐ | 撫でる<br>な | 動2他 pet, stroke/抚摸/xoa, vuốt |

I started keeping a dog that had taken shelter in the mountains. At first, my father disliked the dog and wouldn't touch it or approach it. But the dog wagged his tail with joy every time he saw my father. After a month, my father started putting the dog on his lap and stroking its cheeks./ 我养了一只从山里保护来的狗。父亲一开始很讨厌狗，也不靠近也不触碰。但狗一看见父亲就很开心的摇尾巴。1个月后，父亲会把狗放在膝盖上，还会抚摸它的脸颊了。/Tôi đã bắt đầu nuôi chú chó được bảo hộ trên núi. Ban đầu cha tôi rất ghét chú chó, không chạm vào cũng không đến gần nó. Nhưng chú chó đều vẫy đuôi vui mừng mỗi khi nhìn thấy cha tôi. 1 tháng sau, cha tôi đã cho chú chó ngồi lên đầu gối và vuốt má nó.

🔊 189

子どものときに飼っていた犬は、<u>胴</u>が長く、私が言ったことが何でも分かる<u>利口</u>な犬だった。父のことが大好きで、いつも父の顔を<u>見つめ</u>、父の匂いを<u>しきりに</u><u>嗅いで</u>いた。

| 952 ☐ | 胴<br>どう | 名 torso, trunk/身体/thân |
| 953 ☐ | 利口な<br>り こう | ナ clever, intelligent/机灵的/khôn ngoan, lanh lợi |

| 954 □ | 見つめる (み) | 動2他 gaze, stare/凝視/nhìn chằm chằm |
|---|---|---|
| 955 □ | しきりに | 副 frequently. often/不停的/liên tục, không ngừng |
| 956 □ | 嗅ぐ (か) | 動1他 sniff/闻/ngửi |

I had a dog when I was a child. He had a long torso, and was a clever dog who understood everything I said. He loved my father, always staring at his face and often sniffing his scent./小时候养的狗身体很长，而且它很聪明，不管我说什么它都听得懂。它很喜欢父亲，每次都凝视着父亲的脸，不停的闻父亲的味道。/Chú chó mà tôi đã nuôi khi còn nhỏ có thân dài, và khôn ngoan khi hiểu tất cả những gì tôi nói. Nó rất thích cha tôi, lúc nào cũng nhìn chằm chằm vào mặt và liên tục ngửi mùi cha tôi.

◁)) 190

犬は父に抱っこされると父の胸に顔を埋めて、甘えていた。犬
(いぬ)(ちち)(だ)　　　　　　(ちち)(むね)(かお)(う)　　(あま)　　　　　　(いぬ)
は父があくびをするのを見ると、自分もあくびをしていた。
　(ちち)　　　　　　　　　　(み)　　　(じ ぶん)

| 957 □ | 抱っこ[する] (だ) | 名 動3他 embrace, hug/抱[抱起来]/sự bế, bế |
|---|---|---|
| 958 □ | 埋める (う) | 動2他 bury/埋/phủ, lấp |
| 959 □ | 甘える (あま) | 動2自 act spoiled, fawn on/撒娇/nũng nịu |
| 960 □ | あくび | 名 yawn/打哈欠/ngáp |

Whenever my father hugged the dog, he'd bury his face in my father's chest and act like a spoiled baby. Whenever the dog saw my father yawn, he'd yawn too./狗被父亲抱起来后，就会把脸埋在父亲的胸口撒娇。狗只要一看见父亲打哈欠，自己也会打哈欠。/ Khi được cha tôi bế, chú chó phủ lên ngực và mặt cha tôi để nũng nịu. Khi thấy cha tôi ngáp, nó cũng ngáp theo.

🔊 191

犬はときどきいたずらをした。ソファを<u>かじったり</u>、首輪の<u>鈴</u>を壊したりした。庭に<u>放す</u>と、いつまでも走り回っていた。

| 961 ☐ | かじる | 動1他 chew, gnaw/咬/cắn |
|---|---|---|
| 962 ☐ | 鈴 <br> すず | 名 bell/铃铛/quả chuông |
| 963 ☐ | 放す <br> はな | 動1他 let free, let out/放/thả |

The dog could be mischievous sometimes. He gnawed on the sofa and broke the bell on his collar. When I let him out in the yard, he would run around forever./狗有时候会调皮捣蛋。咬沙发呀，破坏项圈的铃铛什么的。只要一放到院子里，它就跑个不停。/Thỉnh thoảng nó còn nghịch phá. Khi thì cắn sofa, làm hỏng quả chuông đeo cổ. Hễ thả nó ra vườn, nó chạy vòng vòng không dứt.

🔊 192

<u>愛情</u>をかけて育ててきた犬に、突然<u>死</u>が訪れた。父は犬の<u>小屋</u>の前でずっと泣いていた。私は犬の写真を部屋に飾った。その写真を<u>眺め</u>ていると、犬を思い出して、<u>たまらない</u>気持ちになった。

| 964 ☐ | 愛情 <br> あいじょう | 名 affection, love/爱/tình cảm |
|---|---|---|
| 965 ☐ | 死 <br> し | 名 death/死/cái chết |
| 966 ☐ | 小屋 <br> こや | 名 kennel, (animal) pen, hut/小屋/chuồng |
| 967 ☐ | 眺める <br> なが | 動2他 gaze/看着/ngắm nhìn |
| 968 ☐ | ＋ 眺め <br> なが | 名 view, panorama/看/cái nhìn, sự ngắm nhìn |
| 969 ☐ | たまらない | イ unbearable/难以忍受/không chịu nổi |

Death came suddenly to our dog, who'd had been raised with such affection. My father cried all the time in front of the dog's kennel. I hung a picture of the dog in my room. When I gazed at the picture, I couldn't help but remember the dog and it felt unbearable./满怀爱意养大的狗，突然死了。父亲一直在狗小屋前面哭泣。我把狗的照片挂在房间里，一看见那张照片，我就会想起它，心情难以忍受。/Đột nhiên cái chết tìm đến chú chó mà chúng tôi đã nuôi nấng với bao tình cảm. Cha tôi đã khóc trước chuồng chó suốt. Tôi trang trí bức ảnh chú chó trong phòng. Mỗi lần ngắm bức ảnh, chúng tôi nhớ về nó, cảm giác không sao chịu nổi.

今飼っている犬は、とても<u>賢く</u>、<u>訓練したら</u>すぐにいろんなことができるようになった。人間が<u>しゃがむ</u>と自分も座り、お客さんが来ても静かで<u>行儀</u>がいい。

| 970 | 賢い<br>かしこ | **イ** intelligent, smart/聪明/thông minh |
| --- | --- | --- |
| 971 | 訓練[する]<br>くんれん | **名 動3他** training, train/训练[训练]/sự huấn luyện, huấn luyện |
| 972 | しゃがむ | **動1自** crouch, squat/蹲下/cúi xuống |
| 973 | 行儀<br>ぎょうぎ | **名** behavior, manners/规矩/phép tắc, cư xử |

The dog we have now is very smart, and can do all kinds of things right after being trained. When a person crouches down, he sits down too, and when guests come over, he is quiet and well behaved./现在养的狗很聪明，一训练马上就学会很多事。看见人蹲下自己也会坐下，有客人来就很安静也很有规矩。/Chú chó mà chúng tôi đang nuôi hiện nay rất thông minh, hễ được huấn luyện là có thể làm được nhiều thứ ngay. Khi người ta cúi xuống, nó cũng ngồi, khách đến nó cũng giữ yên lặng, rất có phép tắc.

先週、牧場で牛の<u>乳</u>しぼりを体験した。その後、牧場で作られたヨーグルトを食べた。チーズケーキを<u>連想する</u>濃さで、<u>ほっぺた</u>が落ちそうなぐらいおいしかった。

| 974 | 乳<br>ちち | **名** teat, milk/奶/sữa |
| --- | --- | --- |
| 975 | 連想[する]<br>れんそう | **名 動3他** association, remind of/联想[联想]/sự liên tưởng, liên tưởng |
| 976 | ほっぺ（た） | **名** cheeks/脸颊/đôi má |

Last week, I tried milking a cow at a dairy farm. Afterwards, I ate yogurt made on the farm. It was so rich it reminded me of cheesecake, and it was so delicious that my cheeks almost fell off, as the Japanese expression goes./上周，我在牧场体验了挤牛奶。之后，我吃了牧场制作的酸奶。好吃到脸颊都快要掉下来，浓郁到会令人联想到芝士蛋糕。/Tuần trước, tôi đã trải nghiệm vắt sữa bò ở nông trại. Sau đó, đã ăn ya-ua được làm ở nông trại. Ya-ua có vị đậm đà làm tôi liên tưởng đến bánh phô-mai, ngon tuyệt cú mèo (rơi cả đôi má).

153

◀)) 195

収穫前の畑に巨大な昆虫が群れで飛行してきた。畑には何も
残っていなかった。翌日の新聞では「まるで山火事にあったよ
うだ」と例えられていた。

| 977 □ | 収穫[する]<br>しゅうかく | 名 動3他 harvest, pick (crops)/收获[收割]/vụ mùa, thu hoạch |
| 978 □ | 巨大な<br>きょだい | ナ huge/巨大的/khổng lồ |
| 979 □ | 昆虫<br>こんちゅう | 名 insect/昆虫/côn trùng |
| 980 □ | 群れ<br>む | 名 herd, swarm/集体/đàn, bầy |
| 981 □ | 飛行[する]<br>ひこう | 名 動3自 flight, fly/飞行[飞行]/chuyến bay, bay |
| 982 □ | 例える<br>たと | 動2他 liken, compare/举例/ví von, so sánh |

Huge insects flew in swarms into the fields before harvest. Nothing was left in the fields. The following day's newspaper likened the fields to what remains after a forest fire./巨大的昆虫集体飞行到收获前的田里。田里什么都不剩了。第二天的新闻报导被举例为「就像发生了森林火灾一样」。/Có hàng đàn côn trùng khổng lồ đã bay đến cánh đồng trước vụ mùa. Cánh đồng không còn lại gì. Trên báo chí ngày hôm sau vụ việc đã được đã ví von "hệt như vụ cháy rừng".

◀)) 196

A：休暇中は何してたの？
B：お客さんが絶えないことで有名な、イルカのショーを見に
　　行ったよ。本当に見事だった！
A：僕も先月家族で見に行ったよ。すごく興奮するよね。

| 983 □ | 休暇<br>きゅうか | 名 vacation/放假/kỳ nghỉ |
| 984 □ | 絶える<br>た | 動2自 cease, come to an end/绝迹/dứt, sạch hết |
| 985 □ | ＋絶えず<br>た | 副 endless, unceasing/不绝/không dứt |
| 986 □ | ショー | 名 show/表演/buổi trình diễn |

154

| 987 | 見事な<br>みごと | ナ amazing, spectacular/精彩的/tuyệt vời, hấp dẫn |
|---|---|---|
| 988 | 興奮[する]<br>こうふん | 名 動3自 excitement, exciting/兴奋[兴奋]/sự hào hứng, hào hứng, phấn khích |

A: What did you do during vacation? B: I went to see the dolphin show, which is famous for its endless stream of visitors. It was really spectacular! A: I went with my family last month too. It's very exciting, isn't it?/A: 你放假时在做什么呢？ B: 我去看了那个很有名，客人源源不断的海豚表演。真的很精彩！ A: 我上个月也和家人去看了。看得好兴奋呢。/A: Trong kỳ nghỉ, bạn đã làm gì? B: Tôi đã đi xem buổi trình diễn cá heo nổi tiếng không khi nào vắng khách. Quả thật rất tuyệt vời! A: Tôi cũng đi xem với gia đình tháng trước. Cực kỳ hào hứng nhỉ.

197

A：井戸の方から物音しない？
　　　い　ど　　　ほう　　　ものおと
B：そうだね。なんだろう。

A：なんか気配はするけど、薄暗くて、よく見えないな。
　　　　　　け はい　　　　　　うすぐら　　　　　　　　み
B：あ！ あそこの草が茂ってるとこ、見て！ へびが這ってる。
　　　　　　　　くさ　しげ　　　　　　　　　み　　　　　　　　は

| 989 | 井戸<br>いど | 名 well/水井/cái giếng |
|---|---|---|
| 990 | 物音<br>ものおと | 名 noise, sound/动静/tiếng động |
| 991 | 気配<br>けはい | 名 sign, indication, feeling/迹象/cảm giác |
| 992 | 薄暗い<br>うすぐら | イ dark, dim/阴暗/tối mờ |
| 993 | 茂る<br>しげ | 動1自 grow, overgrow/茂盛/mọc rậm rạp |
| 994 | 這う<br>は | 動1自 crawl, creep, slither/爬/bò |

A: Did you hear some noise from the well? B: Yes, I think so. I wonder what it is. A: I have a feeling something's there, but it's too dark to really see. B: Ah! Look over there, in the overgrown grass! There's a snake slithering./A: 水井那边好像有动静？ B: 对呀，是什么呀？ A: 感觉有迹象，但太阴暗了看不清楚。 B: 啊！你看！那里草很茂盛的地方爬着一条蛇。/A: Anh có nghe tiếng động từ phía cái giếng không? B: Ừ nhỉ. Tiếng gì vậy ta? A: Có cảm giác có cái gì đó nhưng tối mờ quá không thấy rõ. B: A! Chỗ bụi cỏ rậm rạp đằng đó, nhìn kia! Có con rắn đang bò.

🔊 198

> A：この<u>松</u>、立派だね。
> まつ　　りっぱ
>
> B：<u>根</u>も<u>幹</u>も、とても太いね。松は<u>養分</u>が少ない場所でも育ち
> ね　　みき　　　　ふと　　まつ　ようぶん　すく　　ばしょ　　そだ
> やすいらしいよ。
>
> A：へえ、詳しいね。
> くわ
>
> B：実は最近盆栽を始めたんだ。自然の<u>力強</u>さや美しさを<u>身近</u>
> じつ　さいきんぼんさい　はじ　　　　しぜん　ちからづよ　　うつく　　　みぢか
> <u>に</u>感じたくて。
> かん

| 995 □ | 松 まつ | 名 pine tree/松树/cây thông |
|---|---|---|
| 996 □ | 根 ね | 名 roots/根/rễ |
| 997 □ | 幹 みき | 名 trunk/树干/thân cây |
| 998 □ | 養分 ようぶん | 名 nutrients/养分/chất dinh dưỡng |
| 999 □ | 力強さ ちからづよ | 名 power/强大/sức mạnh |
| 1000 □ | + 力強い ちからづよ | イ powerful/强力/khỏe mạnh, mạnh |
| 1001 □ | 身近な みぢか | ナ nearby, close/近距离/thân quen, gần gũi |

A: This pine tree is magnificent. B: Its roots and trunk are so thick, aren't they? Apparently, pine trees can even grow in places where nutrients are scarce. A: Wow, you know a lot. B: Actually, I recently started bonsai. I like to feel the power and beauty of nature close to me./A: 这棵松树好壮观哦。 B: 根和树干都很粗。听说松树在养分少的地方也很容易成长。 A: 是哦, 你真了解。 B: 其实我最近开始玩盆栽。就是想近距离的感受到大自然的强大和美丽。/A: Cây thông này đẹp quá. B: Cả rễ cây lẫn thân cây đều to bự nhỉ. Nghe nói cây thông dễ trồng ở cả những nơi ít chất dinh dưỡng. A: Ồ, chị biết rõ nhỉ. B: Thật ra gần đây tôi mới chơi bonsai. Tôi muốn cảm nhận gần gũi sức mạnh và vẻ đẹp của thiên nhiên.

🔊 199

> 動物<u>全般</u>に対して人が<u>抱く</u>感情は、時代や地域によって異なる。
> どうぶつぜんぱん　たい　　ひと　いだ　かんじょう　じだい　ちいき　　こと
> 私は、<u>ジャングル</u>で捕まり、<u>毛皮</u>にされる<u>哀れな</u>動物たちの姿
> わたし　　　　　　　　つか　　けがわ　　　　あわ　　どうぶつ　　すがた
> を思うと、心が苦しくなる。
> おも　　こころ　くる

| 1002 □ | 全般 ぜんぱん | 名 general/普遍/nói chung, tổng thể |

| 1003 | 抱く<br>いだ | 動1他 have, hold/抱有/dành cho, ấp ủ |
|---|---|---|
| 1004 | ジャングル | 名 jungle/丛林/rừng sâu |
| 1005 | 毛皮<br>け がわ | 名 fur, pelt/毛皮/lông |
| 1006 | 哀れな<br>あわ | ナ poor, wretched/可怜的/đáng thương |

The attitudes that people hold toward animals in general vary from era to era and region to region. My heart aches when I think of poor animals caught in the jungle and turned into furs./随着时代和地区的不同，人类对整体动物抱有的情感也不同。我一想到在丛林被抓住后变成毛皮的可怜动物们的身影，就感到心痛。/Tình cảm mà con người dành cho động vật nói chung khác nhau tùy vào thời đại và khu vực. Mỗi khi nghĩ đến hình dáng những con vật đáng thương bị bắt trong rừng sâu và bị cạo lông là tôi thấy đau khổ trong lòng.

◀)) 200

陸で一番大きな生き物はアフリカゾウだ。現地で実物を見たときは、その大きさに感動した。敵と戦うときは、あの大きな足で敵を潰すそうだ。

| 1007 | 陸<br>りく | 名 land, earth/陆地/mặt đất, đất liền |
|---|---|---|
| 1008 | 生き物<br>い もの | 名 animal, creature/生物/sinh vật |
| 1009 | 実物<br>じつぶつ | 名 real thing, for real/实物/vật thật, thực chất |
| 1010 | 潰す<br>つぶ | 動1他 crush, squash/踩扁/nghiền nát, đè bẹp |
| 1011 | ⑩ 潰れる<br>つぶ | 動2自 be crushed, be smashed/压扁/bị nghiền nát, bị đè bẹp |

The largest land animal is the African elephant. When I saw one for real, I was impressed by its size. I heard that when it fights, it crushes its enemies with its massive feet./在陆地上最大的生物就是非洲象。我在当地看到实物时，大对让我感动。听说它和敌人战斗时，就是用它的大脚踩扁敌人。/Sinh vật to lớn nhất trên mặt đất là voi châu Phi. Khi nhìn con vật thật ở bản địa, tôi đã xúc động trước độ lớn đó. Nghe nói khi chiến đấu với kẻ thù, nó sẽ nghiền nát kẻ thù bằng những cái chân to lớn đó.

馬は本来記憶力がよい動物である。例えば、自分が嫌いな人が
綱を引くと、一歩も動かないこともある。競馬で活躍する馬た
ちは、野生の馬よりも知能が高いわけではない。しかし、他の
馬が前を横切っただけで走り出すなど、競馬に勝つための本能
を持っている。

| 1012 | 本来<br>ほんらい | 名 副 origin, by nature, intrinsically/本来/vốn |
|---|---|---|
| 1013 | 綱<br>つな | 名 rope/缰绳/cương, lưới |
| 1014 | 競馬<br>けい ば | 名 horse racing/赛马/đua ngựa |
| 1015 | 知能<br>ち のう | 名 intellect, intelligence/智力/trí tuệ |
| 1016 | 横切る<br>よこ ぎ | 動1自 cut across, cut in/横穿/cắt ngang |
| 1017 | 本能<br>ほんのう | 名 instinct/本能/bản năng |

By nature, horses have good memories. For example, if someone they dislike pulls on their rope, they may refuse to take a single step. Horses that compete in horse races are no more intelligent than wild horses. However, they do have the instinct to win horse races; for example, by starting to run faster when another horse cuts across them./马本来就是记忆力很好的动物。比如说，自己讨厌的人拉缰绳时，它一步都不走。像活跃于赛马的马，并没有比野生的马智力高。但赢得赛马的本能，导致当有其他马横穿自己面前时，就会不由自主的跑起来。/Ngựa vốn là động vật có trí nhớ tốt. Ví dụ, cũng có khi nó không nhúc nhích dù chỉ một bước khi người mà nó ghét cầm cương. Không phải là những con ngựa đua thì trí tuệ cao hơn ngựa hoang dã. Nhưng chúng có bản năng để chiến thắng trong cuộc đua ngựa, chẳng hạn như nếu chỉ cần con ngựa khác chạy cắt ngang phía trước thì chúng sẽ bắt đầu chạy.

# Topic 12

# 住
じゅう

Housing / 居住 / Nơi ở

No. 1018-1100

◀》 202

A : ねえ、蛇口から水が漏れてる。
じゃぐち　みず　も

B : ここは寒い地域だから、凍らないようにわざと水を出して
さむ　ちいき　こお　みず　だ
るんだ。あと、下水に続くパイプの中で水が凍ることもあ
げすい　つづ　なか　みず　こお
るんだよ。

| 1018 ☐ | 蛇口 じゃぐち | 名 faucet/水龙头/vòi nước |
| 1019 ☐ | 漏れる も | 動2自 leak/漏/chảy rỉ rỉ, rò rỉ |
| 1020 ☐ | ⑩ 漏らす も | 動1他 discharge/泄漏/làm chảy, làm rò rỉ |
| 1021 ☐ | あと | 接続 also/还有/với lại, sau đó |
| 1022 ☐ | 下水 げすい | 名 sewer, wastewater/下水/cống thoát nước, hệ thống nước thải |
| 1023 ☐ | パイプ | 名 pipe/管/đường ống |

A: Hey, water is leaking from the faucet. B: It's cold around here, so I let the water out so it doesn't freeze. Also, sometimes water freezes in the pipes leading to the sewers./A: 诶，水龙头漏水了。 B: 因为这个地区很冷，为了防止冻结，故意开着水龙头的。还有，下水管里面的水有时候也会冻结呢。/A: Nè, nước từ vòi đang chảy ri rỉ ra kìa. B: Ở đây là vùng lạnh, người ta cố tình mở nước để không bị đông lại đó. Với lại, có khi nước còn đông ngay trong đường ống dẫn đến cống thoát nước nữa đó.

🔊 203

夏は、家の周辺に水をまく、いわゆる打ち水をするのが我が家
のルールである。朝打ち水をすることで、地面の熱が地上に逃
げやすくなり、暑さ対策になる。

| 1024 | 周辺 しゅうへん | 名 surroundings/周围/xung quanh |
|---|---|---|
| 1025 | まく | 動 1 他 sprinkle water, water (plants)/洒/tưới (nước), gieo (hạt) |
| 1026 | 我が家 わ や | 名 my home, our house/我家/nhà chúng tôi |
| 1027 | 地上 ち じょう | 名 ground/地面/trên mặt đất |

In summer, sprinkling water around the house's surroundings is a rule in my home. After
water is sprinkled in the morning, heat from the ground can more easily escape, which is a
good way to combat the heat./我家在夏天时，会在家的周围洒水，洒水是我们家的规矩。早
上洒水，可以让地面的热度挥发，避免太热。/Mùa hè, tưới nước xung quanh nhà, tức là rảy
nước, là qui tắc của nhà chúng tôi. Rảy nước buổi sáng giúp hơi nóng ở mặt đất dễ thoát lên
trên mặt đất, có thể đối phó với cái nắng nóng.

🔊 204

A：このテーブル傾いてない？

B：あ、分かっちゃった？自分で作ったんだけど、板と脚を垂
直に固定するのが難しくて…。

A：なるほど。一度ばらばらにして、脚の長さを統一した方が
いいかもね。板が水平になっているかは、スマホアプリで
簡単に調べられるよ。

| 1028 | 垂直 すいちょく | 名 perpendicularity, verticality/垂直/vuông góc |
|---|---|---|
| 1029 | ＋ 平行 へいこう | 名 parallel/平行/song song |
| 1030 | 固定[する] こてい | 名 動 3 他 immobilization, fix in place/固定[固定]/sự cố định, cố định |
| 1031 | 統一[する] とういつ | 名 動 3 他 standardization, unify, make uniform/统一[统一]/sự thống nhất, thống nhất |
| 1032 | 水平 すいへい | 名 level/水平/nằm ngang |

| 1033 | ＋ 水平線<br>すいへいせん | 名 horizon, horizontal line/水平线/đường chân trời, đường thẳng nằm ngang |
|---|---|---|

A: Is this table tilted? B: Oh, did you notice? I made it myself, but I had trouble fixing the tabletop and legs in place perpendicularly ... A: I see. Maybe you should take it apart and make the legs uniform in length. You can easily check if the tabletop is level using a smartphone app./A: 这个桌子倾斜了吗？ B: 啊，你发现了呀？ 我自己做的，但要把脚和面板垂直固定好难…。 A: 原来如此。先拆掉一次然后把脚的长度统一一比较好哦。用手机APP就可以很容易知道桌面是不是水平的。/A: Cái bàn này không bị nghiêng đó chứ? B: À, cậu nhận ra à? Tôi tự làm nhưng cố định chân bàn vuông góc với mặt bàn thật khó nên … A: Rà là vậy. Có lẽ nên tạm tháo rời ra lại, rồi thống nhất độ dài chân bàn đã. Mặt bàn có nằm ngang thẳng không thì có thể tra bằng ứng dụng điện thoại di động dễ dàng đấy.

🔊 205

この辺りは都心への通勤に最適な距離であるため一見住みやすそうだが、飛行機が飛び交い騒々しいことに加え、地盤が沈んで道路が崩れる事件が起きたため、一人また一人と去っていく人が増えている。

| 1034 | 都心<br>としん | 名 city center/都心（东京都中心）/trung tâm thành phố |
|---|---|---|
| 1035 | 最適な<br>さいてき | ナ ideal, optimum/最合适的/phù hợp nhất |
| 1036 | 一見<br>いっけん | 副 at a glance, at first glance/看起来/thoạt nhìn |
| 1037 | 騒々しい<br>そうぞう | イ noisy/嘈杂/ầm ĩ, ồn ào |
| 1038 | 地盤<br>じばん | 名 ground/地面/đất nền |
| 1039 | 去る<br>さ | 動1自 leave/离开/rời khỏi, bỏ đi, ra đi |

At first glance, this area seems to be a nice place to live, since it's within the optimum commuting distance to the city center, but in addition to the noisy airplanes flying overhead, because the ground is subsiding and roads are collapsing, more people are leaving, one after another./这一带到都心的距离很合适通勤。看起来居住环境很好，但除了飞机飞来飞去很嘈杂以外，还发生了地面下沉，道路崩塌的事件。所以离开的居民是一个接一个一直在增加。/Quanh đây thoạt nhìn có vẻ dễ sống vì có khoảng cách phù hợp nhất để đi làm trong khu trung tâm thành phố nhưng bên cạnh việc máy bay ầm ĩ bay qua bay lại thì đã xảy ra các vụ án đất nền bị lún, đường sá bị sụp đổ, nên một người, rồi lại một người, số người bỏ đi đang tăng lên.

🔊 206

| | |
|---|---|
| A：別荘って、ミステリーでは<u>典型的な</u> <u>悲劇</u>の舞台になるよね。 | |
| B：そうそう。玄関はもちろん<u>裏口</u>は開かないし、<u>書斎</u>にこもれば犯人に狙われるし。 | |
| A：そして、決まって犯人は<u>広々</u>とした<u>居間</u>で明かされるよね。 | |

| | | |
|---|---|---|
| 1040 ☐ | 別荘<br>べっそう | 名 vacation home, villa/别墅/biệt thự |
| 1041 ☐ | 典型的な<br>てんけいてき | ナ typical, stereotypical/典型的/điển hình |
| 1042 ☐ | 悲劇<br>ひ げき | 名 tragedy/悲剧/bi kịch |
| 1043 ☐ | 裏口<br>うらぐち | 名 back door/后门/cửa sau |
| 1044 ☐ | 書斎<br>しょさい | 名 study (room)/书斋/thư phòng |
| 1045 ☐ | 広々（と）<br>ひろびろ | 副 spaciously/广阔（的）/rộng rãi, rộng mênh mông |
| 1046 ☐ | 居間<br>い ま | 名 living room/客厅/phòng khách |

A: A vacation home is a typical setting for a tragedy in a mystery, isn't it? B: Yes, yes. Of course, the back door never opens, let alone the front entrance, and if you hide in the study, the murderer will surely attack you. A: And the culprit is always revealed in the spacious living room./A: 别墅在悬疑剧中是典型的悲剧舞台。 B: 对呀，玄关是当然的，连后门都打不开，躲在书斋里还会被犯人当成目标。 A: 然后每次一定都是在广阔的客厅会真相大白，找出犯人。/A: Biệt thự á, trong mấy cái phim bí ẩn thường là bối cảnh điển hình của những bi kịch nhỉ. B: Đúng đấy. Không chỉ lối vào mà cửa sau cũng không mở, lại còn rúc trong thư phòng thì sẽ bị thủ phạm nhắm đến nữa. A: Và chắc chắn là thủ phạm thì bị vạch trần tại căn phòng khách rộng mênh mông nữa.

🔊 207

| | |
|---|---|
| A：見てこのカタログ。家の壁がコンクリートって、なんか<u>人工的</u>でかっこいいよね。中の<u>インテリア</u>も<u>洗練</u>されてるし、設備も<u>充実</u>してるって。 | |
| B：うーん。私はもっと木をたくさん使った<u>開放的な</u>家がいいな。 | |

| | | |
|---|---|---|
| 1047 ☐ | 人工的な<br>じんこうてき | ナ artificial/人造的/mang tính nhân công, làm bằng sức người |

| 1048 | インテリア | 名 interior/内部装修/nội thất |
|---|---|---|
| 1049 | 洗練[する]<br>せんれん | 名 動3他 sophistication, refine/精致[精修]/tinh tế, làm cho lịch sự |
| 1050 | 設備<br>せつび | 名 equipment/设备/thiết bị |
| 1051 | 開放的な<br>かいほうてき | ナ expansive, open/开放的/thoáng đãng, mang tính mở |
| 1052 | ＋開放[する]<br>かいほう | 名 動3他 liberation, liberate/开放[开放]/sự khai phóng, khai phóng |

A: Look at this catalog. The walls of the house are concrete, so it looks kind of artificial and cool, doesn't it? The interior is sophisticated too, and it's fully equipped, apparently.
B: Hmmm. I prefer more open designs using plenty of timber./A: 你看这个宣传册。房子的墙壁用水泥，人造的看起来好帅。说设备也很充实。 B: 嗯～。我想要用更多木材，开放一点的家比较好。/A: Xem cuốn ca-ta-lô này nè. Tường nhà là xi măng mà như làm bằng tay, trông phong cách nhỉ. Nội thất bên trong cũng tinh tế, thiết bị đầy đủ nữa. B: Ừm, em thì thấy thích ngôi nhà thoáng đãng sử dụng nhiều cây hơn nữa.

🔊 208

近年、空き家の<u>火災</u>が増えている。その原因の多くが人によって火がつけられる場合で、<u>ぼろぼろで</u>明かりがついていない<u>家屋</u>が狙われやすいようだ。

| 1053 | 火災<br>かさい | 名 conflagration, fire/火灾/hỏa hoạn |
| 1054 | ぼろぼろな | ナ battered, rundown/破旧的/tồi tàn, rách nát |
| 1055 | 家屋<br>かおく | 名 house/房子/căn nhà |

In recent years, fires in vacant houses have been increasing. Many are caused by people setting fires, and it seems that rundown, unlit houses are more likely to be targeted. /近年, 空屋的火灾一直在增加。很多原因是因为人为放火时，会找破旧又没有点灯的房子当目标。/ Những năm gần đây, hỏa hoạn ở những căn nhà trống tăng lên. Dường như phần lớn nguyên nhân là bị người khác phóng lửa và những căn nhà tồi tàn, không có đèn thì dễ bị nhắm đến.

163

🔊 209

また、多くの空き家は植木が整備されず、草も刈られないため、
火のついたタバコのポイ捨てが原因で火災につながることもあ
るらしい。

| 1056 ☐ | 植木<br>うえき | 名 garden plants/花木/cây trồng |
|---|---|---|
| 1057 ☐ | 整備[する]<br>せいび | 名 動3他 improvement, maintain/整修[整修]/sự chăm sóc, bảo trì |
| 1058 ☐ | 刈る<br>か | 動1他 cut (grass), mow/割/cắt |
| 1059 ☐ | ポイ捨て[する]<br>す | 名 動3他 litter, discard, toss away/乱丢[乱丢]/sự vứt bừa bãi, vứt rác bừa bãi |

Also, in many vacant houses, garden plants are not maintained and grass is not mown, so discarded cigarettes can lead to fires, apparently./还有，很多空屋的花木都没有整修，草也没割，有时候是因为乱丢烟蒂的原因引起火灾。/ Bên cạnh đó, hình như cũng do nhiều căn nhà trống thì cây trồng không được chăm sóc, cỏ cũng không được cắt nên việc ném bừa bãi tàn thuốc lá còn cháy cũng là nguyên nhân dẫn đến hỏa hoạn.

🔊 210

A：この、天井から植物をぶら下げてるの、いいね。

B：ありがとう。アレルギー物質が気になるから、掃除機をか
けやすいようにしてるんだ。

A：なるほど。こんな部屋で仕事できたら、新しい発想がどん
どん浮かびそう！ うちもこんな雰囲気に近づけたいな。

| 1060 ☐ | ぶら下げる<br>さ | 動2他 hang (something)/悬吊/treo tòng teng |
| 1061 ☐ | ⑩ ぶら下がる<br>さ | 動1自 hang/悬挂/được treo, buông thõng |
| 1062 ☐ | 物質<br>ぶっしつ | 名 substance, material/物质/chất, vật chất |
| 1063 ☐ | 発想[する]<br>はっそう | 名 動3他 idea, have an idea/创意[想法]/ý tưởng, phát kiến, nghĩ ra |
| 1064 ☐ | 浮かぶ<br>う | 動1自 spring to mind/浮现/hiện ra, nổi lên |
| 1065 ☐ | 近づける<br>ちか | 動2他 bring closer, make ~ more like/贴近/đến gần |

A: I like these plants hanging from the ceiling. B: Thanks. I'm worried about allergic substances, so I'm trying to make it easier to vacuum. A: I see. If I could work in a room like this, I'm sure lots of new ideas would spring to mind! I'd like to make my room more like this./A: 这个，从天花板悬吊植物的，真好。 B: 谢谢你。是为了比较方便吸地，因为我很在意过敏物质。 A: 原来如此。如果能在这样的房间工作，新创意一定会源源不绝的浮现出来！我们家也想贴近这样的氛围。/A: Treo tòng teng cây cối từ trần nhà thế này thích nhỉ. B: Cảm ơn cậu. Vì tôi lo chất gây dị ứng nên làm sao để dễ hút bụi thôi. A: Ra là vậy. Nếu làm việc ở căn phòng thế này thì có thể sẽ nghĩ ra được nhiều ý tưởng mới nhỉ! Tôi cũng muốn tiến đến gần bầu không khí như thế này.

> Ａ：はあ、また親から写真が送られてきた。
> 　　　　　　おや　　しゃしん　おく
> Ｂ：どうしたの？
> Ａ：先月会社を退職したんだけどね。ＤＩＹに挑戦するんだっ
> 　　せんげつかいしゃ　たいしょく　　　　　ディーアイワイ　ちょうせん
> 　　て言ってて。それでさびたガレージに自分でペンキ塗って、
> 　　い　　　　　　　　　　　　　　　　　　じぶん　　　　　ぬ
> 　　シャッターまでつけたんだって。

| 1066 □ | 挑戦[する]<br>ちょうせん | 名 動3自 challenge, try one's hand/挑战[挑战]/sự thử thách, thử thách |
|---|---|---|
| 1067 □ | さびる | 動2自 become rusted/生锈/bị gỉ sét |
| 1068 □ | ＋さび | 名 rust/绣/gỉ sét |
| 1069 □ | ガレージ | 名 garage/车库/ga-ra |
| 1070 □ | ペンキ | 名 paint/油漆/sơn |
| 1071 □ | シャッター | 名 shutter/卷门/cửa sắt cuốn |

A: Huh, my dad sent me another photo. B: What's going on? A: He retired from his job last month and said he was going to try his hand at DIY. So he painted a rusty garage by himself and even put up shutters./A: 哎~，父母又发照片来了。 B: 怎么了？ A: 上个月他从公司退休了。说要挑战DIY。然后说帮生锈的车库刷了油漆，还装了卷门。/A: Chà, lại bị bố gửi hình đến nữa rồi. B: Là sao? A: Tháng trước bố tôi mới thôi việc. Ông nói sẽ thử sức với DIY (tự mình làm). Thế là nghe nói ông tự mình sơn lại cái ga-ra bị gỉ sét, và còn gắn cả cửa sắt cuốn nữa.

🔊 212

A：この前大きな荷物運んでたら、<u>下駄箱</u>にぶつけちゃって。
　　ここ、けっこう<u>へこん</u>じゃったんだよね。どうしよう。

B：ほんとだ。とりあえず<u>大家</u>さんに相談してみたら？

| 1072 □ | 下駄箱 <br> げ た ばこ | 名 shoe cupboard, shoe rack/鞋柜/tủ giày, kệ giày |
|---|---|---|
| 1073 □ | へこむ | 動1自 dent/凹陷/lõm vào |
| 1074 □ | 大家 <br> おお や | 名 landlord/房东/chủ nhà (cho thuê) |

A: The other day I was carrying something heavy and I bumped into the shoe cupboard. It made quite a dent. What should I do? B: Well, firstly, why don't you talk to your landlord about it?/A: 上次搬大东西的时候，撞到了鞋柜。这里，凹陷的蛮严重的。怎么办？ B: 真的耶。你先找房东商量看看？ /A: Hôm trước, anh khiêng món đồ lớn thì bị va vào tủ giày. Chỗ này bị lõm vào khá nhiều. Làm sao đây? B: Đúng nhỉ. Tạm thời mình cứ trao đổi với chủ nhà xem sao?

🔊 213

A：お隣さんの飼い猫がうちに入ってきて困ってるんだ。隣の
　　家とは<u>塀</u>で<u>区切ら</u>れてるんだけど、越えてくるんだよね。

B：水を入れたペットボトルを<u>等間隔</u>で置いておくとか？

A：うーん。でも庭の雰囲気を<u>重視し</u>たいんだよね。

| 1075 □ | 塀 <br> へい | 名 fence/围墙/rào, tường |
|---|---|---|
| 1076 □ | 区切る <br> く ぎ | 動1他 divide, separate/分隔/ngăn cách |
| 1077 □ | ✛ 区切り <br> く ぎ | 名 division/分割/vách ngăn |
| 1078 □ | 間隔 <br> かんかく | 名 interval/间隔/cách quãng |
| 1079 □ | 重視[する] <br> じゅう し | 名 動3他 emphasis, emphasize/重视[重视]/sự chú trọng, chú trọng, xem trọng |
| 1080 □ | ↔ 軽視[する] <br> けい し | 名 動3他 disregard, belittle, dismiss/轻视[轻视]/sự coi nhẹ, khinh thường, xem nhẹ |

A: I'm having trouble with my neighbor's cat coming into my yard. It's separated from the neighbor's house by a fence, but the cat keeps climbing over it. B: Have you placed water-filled plastic bottles at regular intervals around your garden? A: Hmmm. But I want to emphasize the garden's atmosphere./A: 隔壁养的猫一直跑进我家，我很困扰。虽然和隔壁有围墙分隔开来，但它会跳过来。 B: 你可以用装水的宝特瓶间隔开来呀？ A: 嗯～可是我想重视庭院的氛围。/A: Con mèo nhà hàng xóm nó cứ vào nhà tôi, phiền ghê. Tuy có tường ngăn cách với nhà hàng xóm nhưng nó cứ vượt qua thôi. B: Hay để xếp mấy chai đựng nước cách quãng nhau? A: Ừm. Nhưng tôi muốn chú trọng bầu không khí của khu vườn nữa.

🔊 **214**

A：一軒家を買うか、賃貸アパートにするか迷うなあ。
B：アパートだと、上の階の人が騒がしいと最悪だよ。
A：でも、買うと手放すのが大変だし。必要に応じて住居を変えられるようにしたいんだよね。

| 1081 | 一軒家 (いっけんや) | 名 detached house/独栋住宅/nhà riêng biệt lập |
| 1082 | ＝一戸建て (いっこだて) | 名 detached house, standalone house/独户住宅/nhà nguyên căn |
| 1083 | 賃貸 (ちんたい) | 名 rental/租/sự cho thuê |
| 1084 | 騒がしい (さわ) | イ noisy/嘈杂/ồn ào, ầm ĩ |
| 1085 | 応じる (おう) | 動2自 depend, accept, respond/根据/ứng với |
| 1086 | 住居 (じゅうきょ) | 名 residence/住处/nơi ở |

A: I don't know whether to buy a detached house or rent an apartment. B: An apartment would be terrible if the people upstairs are noisy. A: But if I buy, it'll be hard to give it up. I want to be able to change my residence depending on my needs./A: 我在犹豫要买独栋住宅还是租公寓。 A: 可是如果买，到时候要处理也很麻烦。我想要要根据必要性来更换住处。 B: 公寓的话，如果上层的人很嘈杂就很糟糕。 /A: Tôi đang phân vân không biết nên mua nhà riêng biệt lập hay chọn căn hộ cho thuê. B: Căn hộ mà lỡ gặp người tầng trên ồn ào là tệ lắm luôn. A: Nhưng nếu mà mua thì khi buông tay (bán) cũng vất vả. Tôi thì muốn sao cho có thể thay đổi nơi ở khi cần thiết.

🔊 215

近所のスーパーに、一週間ごとに食品の定期配送をお願いして
きんじょ　　　　　　　　　いっしゅうかん　　　　　しょくひん　てい き はいそう
いる。だがこの地域では、大雪が配達の妨げとなり、予定通り
　　　　　　　　　ち いき　　　おおゆき　はいたつ　さまた　　　　　よ ていどお
に届かないことがある。
　とど

| 1087 | ～ごと | 接尾 each ~, every ~/每个~/cách ~ |
|---|---|---|
| 1088 | 定期<br>てい き | 名 regular period/定期/định kỳ |
| 1089 | + 定期的な<br>てい き てき | ナ regular, periodic/定期的/mang tính định kỳ |
| 1090 | + 定期券<br>てい き けん | 名 commuter pass, season ticket/定期票/vé định kỳ |
| 1091 | 配送[する]<br>はいそう | 名 動3他 delivery, deliver/配送[配送]/sự chuyển phát, chuyển phát |
| 1092 | 妨げ<br>さまた | 名 hindrance, interference/阻碍/sự trở ngại |
| 1093 | + 妨げる<br>さまた | 動2他 hinder, interfere/妨碍/gây cản trở, trở ngại |

I get my local supermarket to make regular deliveries of food every week. However, in this
area, heavy snowfall sometimes interferes with deliveries and they don't arrive on time./我拜
托附近的超市每个星期定期配送食品给我。但这个地区的大雪会阻碍配送，有时候根本无法
按预定日期收到。/Tôi đang nhờ siêu thị gần nhà cứ cách tuần lại chuyển phát định kỳ thực
phẩm đến. Tuy nhiên khu vực này do tuyết lớn gây trở ngại việc chuyển phát, có khi hàng
không đến đúng như dự kiến.

🔊 216

レンガは長方形のものが最も一般的だ。等しい大きさのレンガ
　　　　　ちょうほうけい　　　　　もっと　いっぱんてき　ひと　　　おお
だけでも、組み方によっていろいろな図形を描くことができる。
　　　　　く かた　　　　　　　　　　　ず けい　えが
この本によると、代表的な組み方は5通りあるらしい。
　　ほん　　　　　だいひょうてき　く かた　　　とお

| 1094 | 長方形<br>ちょうほうけい | 名 rectangle/长方形/hình chữ nhật |
|---|---|---|
| 1095 | + 正方形<br>せいほうけい | 名 square/正方形/hình vuông |
| 1096 | 一般的な<br>いっぱんてき | ナ common, general, prevailing/普遍的/mang tính phổ biến. |
| 1097 | + 一般<br>いっぱん | 名 general, ordinary/普遍/sự phổ biến |

| 1098 | 等しい | イ equal, equivalent/相等/bằng nhau |
| | ひと | |
| 1099 | 図形 | 名 configuration, diagram, shape/图形/hình dạng |
| | ずけい | |
| 1100 | ～通り | 接尾 kind of ~, way of ~/～种/～ cách, ~ lối |
| | とお | |

Rectangular bricks are the most common type. Even bricks of equal size can be made into various configurations, depending on how they are put together. According to this book, there are five typical ways of putting bricks together./砖块普遍来说都是长方形的。只用相等大小的砖块，用不一样的组合也能画出很多图形。这本书写说，有5种组合最有代表性。/Gạch nung thì loại có hình chữ nhật là phổ biến nhất. Dù chỉ là những viên gạch có độ lớn bằng nhau nhưng tùy vào cách xếp mà có thể vẽ nên nhiều hình dạng khác nhau. Theo quyển sách này thì có 5 cách xếp tiêu biểu.

# Topic 13

# 町
まち

Cities / 城市 / Phố xá

No. 1101-1193

トラックが回送中の路線バスに追突し、大通りに面したコンビ
かいそうちゅう　ろせん　　　　　　ついとつ　　　おおどお　めん
ニエンスストアに突っ込んだ。店内にいた客や店員にけがはな
　　　　　　　　　　つ　こ　　　てんない　　　きゃく　てんいん
かったものの、日用品が散乱していた。
　　　　　　　にちようひん　さんらん

| 1101 | 回送[する]<br>かいそう | 名 動3自 out-of-service (vehicle), return to station/回送[回送]/(xe/tàu) chạy không, di chuyển không hành khách, về bến |
|---|---|---|
| 1102 | 追突[する]<br>ついとつ | 名 動3自 rear-end collision, rear-end/追尾/追尾[追尾]/sự va vào từ phía sau, va vào từ phía sau |
| 1103 | 面する<br>めん | 動3自 face onto/面向/giáp mặt, hướng ra |
| 1104 | 突っ込む<br>つ　こ | 動1自 ram, smash into/冲进/xông vào, tông vào |
| 1105 | 日用品<br>にちようひん | 名 daily necessities/日用品/hàng tiêu dùng, |

A truck rear-ended an out-of-service city bus, and smashed into a convenience store facing onto a main street. Customers and staff inside the store weren't injured, but daily necessities were scattered about everywhere./卡车追尾了回送中的公交车，结果冲进了面向大马路的便利店。虽然店内的客人以及店员没人受伤，但日用品散乱一地。/Chiếc xe tải đã va vào từ phía sau của chiếc xe buýt đường thường đang chạy không, tông vào cửa hàng tiện lợi hướng ra đại lộ. Tuy khách hàng và nhân viên trong cửa hàng không bị thương nhưng hàng tiêu dùng thì vương vãi khắp nơi.

最寄り駅から説明会会場への道順をお知らせします。北口を出て左に曲がると、前方に銭湯の煙突が見えるので、それを目印としてまっすぐ進みます。銭湯の先の、空き地を挟んだ隣のビルの一階が会場です。駅から徒歩10分くらいですが、その辺りは人通りが少なく、あまり治安が良くないので用心してください。

| 1106 | 道順 みちじゅん | 名 route/路线/đường đi, lộ trình |
|---|---|---|
| 1107 | 煙突 えんとつ | 名 chimney/烟囱/ống khói |
| 1108 | 目印 めじるし | 名 landmark/目标/dấu, mốc |
| 1109 | 空き地 あきち | 名 vacant lot/空地/khu đất trống |
| 1110 | 徒歩 とほ | 名 walk/步行/đi bộ |
| 1111 | 辺り あた | 名 area, neighborhood/一带/xung quanh |
| 1112 | 人通り ひとどお | 名 foot traffic, pedestrian traffic/行人/người qua lại |
| 1113 | 用心[する] ようじん | 名 動3 他 caution, take care/小心[小心]/sự cẩn thận, lưu ý |

The following is the route from the nearest station to the session venue. Take the north exit and turn left. You will see the chimney of a public bathhouse ahead of you. Using this as a landmark, go straight ahead. The venue is on the first floor of the building in front of the bathhouse across a vacant lot. It's about a ten-minute walk from the station, but please take care, as the neighborhood is not very safe and there is not much foot traffic around./从最近车站到说明会会场的路线通知。出了北出口左转，前方可以看见大众澡堂的烟囱。以那个为目标前进。大众澡堂的前方，隔了一块空地的旁边的大厦一楼就是会场。虽然从车站只需要步行十分钟左右，但那一带行人很少，治安也不好，请小心。/Chúng tôi xin thông báo về đường đi từ ga gần nhất đến hội trường buổi thuyết minh. Quý vị ra cửa Bắc, rẽ trái thì sẽ thấy ống khói của nhà tắm công cộng phía trước, vui lòng theo dấu đó để đi thẳng. Tầng trệt của tòa nhà bên cạnh kẹp giữa khu đất trống ở phía trước nhà tắm công cộng chính là hội trường. Từ ga đi bộ mất khoảng 10 phút nhưng xung quanh ít người qua lại, trị an không tốt lắm nên quý vị hãy lưu ý.

◀》219

安心・安全な町づくりのために、防犯カメラを設置する地区が
あんしん　あんぜん　まち　　　　　　　　　ぼうはん　　　　　　せっち　　ちく
増えている。街角や交差点付近、小・中学校の通学区域に設置
ふ　　　　　　　まちかど　こうさてん ふきん　しょう ちゅうがっこう つうがく くいき せっ
することで、物騒な事件を未然に防ぐ効果が期待されている。
　　　　　　ぶっそう　じけん　みぜん　ふせ　こうか　きたい

| 1114 □ | 防犯カメラ<br>ぼうはん | 名 security camera/监控摄像头/camera an ninh |
|---|---|---|
| 1115 □ | ＋ 防犯<br>ぼうはん | 名 crime prevention, security/防范/an ninh, phòng chống tội phạm |
| 1116 □ | 地区<br>ちく | 名 district/地区/khu phố |
| 1117 □ | 街角<br>まちかど | 名 street corner/街角/góc phố |
| 1118 □ | 付近<br>ふきん | 名 vicinity/附近/phụ cận, lân cận |
| 1119 □ | 区域<br>くいき | 名 zone/区域/địa hạt, khu vực |
| 1120 □ | 物騒な<br>ぶっそう | ナ dangerous, unsettling/危险的/nguy hiểm, loạn lạc |

More and more districts are installing security cameras to make their towns safer and more
secure. By installing them in the vicinity of street corners and intersections and in the
commuting zones of elementary and junior high schools, they are expected to be effective in
preventing dangerous incidents./为了创造安全，安心的市镇，安装监控摄像头的地区越来越
多。安装在街角和十字路口，小，中学校的上下学区域，在危险的事件发生前，可以期待防范
未然。/Số khu phố lắp đặt camera an ninh để xây dựng thành phố an tâm, an toàn đang tăng
lên. Người ta kỳ vọng vào hiệu quả phòng chống từ trước các vụ án nguy hiểm từ việc lắp đặt
tại các góc phố, khu vực lân cận đèn giao thông, khu vực xung quanh các trường tiểu học,
THCS.

◀》220

知事が記者会見で、老朽化が進む県庁舎の移転を検討している
ちじ　きしゃかいけん　ろうきゅうか　すす　けんちょうしゃ　いてん　けんとう
ことを明らかにした。広大な面積の跡地には、超高層ビルが建
　　　あき　　　　　　　こうだい　めんせき　あとち　　　ちょうこうそう　　　た
つという噂があり、周辺に住む住民は反対している。
　　　　うわさ　　　　しゅうへん　す　じゅうみん　はんたい

| 1121 □ | 知事<br>ちじ | 名 governor/知事（县长）/tỉnh trưởng |
|---|---|---|
| 1122 □ | 県庁<br>けんちょう | 名 prefectural government/县政府/ủy ban hành chính tỉnh |
| 1123 □ | 移転[する]<br>いてん | 名 動 3 他 relocation, relocate/转移[转移]/sự di chuyển, di chuyển |

| 1124 ☐ | 面積<br>めんせき | 名 area/面积/diện tích |
|---|---|---|
| 1125 ☐ | 跡地<br>あとち | 名 former site/旧址/khu đất trống, khu vực di tích |
| 1126 ☐ | + 傷跡<br>きずあと | 名 scar/伤痕/vết sẹo |
| 1127 ☐ | 高層ビル<br>こうそう | 名 high-rise building, skyscraper/高层大厦/tòa nhà cao tầng |

The governor announced at a press conference that he is considering relocating the aging prefectural government building. There are rumors that a skyscraper will be built on the huge area of the former site, and nearby residents are opposed to the idea./知事在记者发布会公开表明正在检讨转移老旧化的县政府办公厅。有传言说广大面积的旧址将会新盖高层大厦。周边居民都在反对。/Trong buổi họp báo với phóng viên, tỉnh trưởng đã làm rõ việc cân nhắc sẽ di dời tòa nhà ủy ban hành chính tỉnh đang xuống cấp. Có tin đồn là một tòa nhà siêu cao tầng sẽ được dựng lên ở khu đất trống có diện tích rộng mênh mông, người dân sống quanh đó thì đang phản đối.

勤め先の真ん前のビルの屋上には、アンテナがずらりと並んでいる。最初は不気味に思ったが、最近ようやく見慣れてきた。

| 1128 ☐ | 勤め先<br>つとさき | 名 workplace/工作单位/nơi làm việc |
|---|---|---|
| 1129 ☐ | 真ん前<br>ままえ | 名 directly in front, right in front/正前方/ngay phía trước |
| 1130 ☐ | アンテナ | 名 antenna/天线/ăng-ten |
| 1131 ☐ | ずらり(と) | 副 in a row/一排（的）/hàng loạt, dài tăm tắp |
| 1132 ☐ | ようやく | 副 finally/好不容易/cuối cùng, mãi rồi |
| 1133 ☐ | 見慣れる<br>みな | 動2他 get used to/看习惯/quen mắt, nhìn quen |

On the roof of the building directly in front of my workplace, there are all these antennas standing in a row. At first I thought they looked weird, but recently I've finally gotten used to seeing them./在我工作单位正前方的大厦天台上，排了一排天线。一开始我觉得很诡异，最近好不容易看习惯了。/Trên sân thượng tòa nhà ngay phía trước nơi làm việc có hàng dãy ăng-ten. Lúc đầu tôi thấy ghê ghê nhưng đến gần đây, mãi rồi tôi cũng quen mắt.

🔊 222

マンションの最上階に住んでいる。防火性を備えたカーテンや
じゅうたんを購入しなければならなかったり、エレベーターが
なかなか来なかったり、やや不自由な点はあるが、窓から下を
通行する人を見下ろすのは気分がいい。

| 1134 | 防火<br>ぼうか | 名 fireproofing/防火/chống cháy |
|---|---|---|
| 1135 | ～性<br>せい | 接尾 with ~ properties/qualities/～性/có tính ~ |
| 1136 | やや | 副 a little, somewhat/有点/hơi |
| 1137 | 不自由な<br>ふじゆう | ナ inconvenient/不方便的/sự mất tự do |
| 1138 | 通行[する]<br>つうこう | 名 動3自 passing traffic, pass by/通行[通行]/sự đi lại, đi lại |
| 1139 | ＋ 通行止め<br>つうこうど | 名 traffic closure, no thoroughfare/禁止通行/cấm đi lại |
| 1140 | 見下ろす<br>みお | 動1他 look down/俯瞰/nhìn xuống |

I live on the top floor of an apartment building. Although it can be a little inconvenient, since
I have to buy curtains and carpets with fireproof properties and the elevator takes ages to
come, it's a great feeling to look down from the window at people passing by below./我住在
公寓的最顶层。但需要买带有防火性的窗帘和地毯，电梯也来得慢，有点不方便。但从窗户俯
瞰下面通行的行人，感觉很好。/Tôi đang sống ở tầng trên cùng của căn hộ cao cấp. Tuy có
nhiều điểm hơi mất tự do như phải mua rèm cửa và thảm có trang bị tính chống cháy, hay
thang máy thì lâu đến nơi nhưng cảm giác từ cửa sổ, nhìn xuống người ta đi lại bên dưới rất
thích.

🔊 223

地元の沼の水辺や野原を自主清掃するグループ「掃除隊」に所
属している。掃除の最中には岸に生える植物を楽しむことがで
きる。

| 1141 | 地元<br>じもと | 名 local area/本地/địa phương |
| 1142 | 沼<br>ぬま | 名 marshland, swamp/沼泽/bùn lầy |
| 1143 | 野原<br>のはら | 名 field, plains/野地/cánh đồng |

| 1144 | 清掃[する]<br>せいそう | 名 動3他 cleaning, clean/清扫[清扫]/vệ sinh, làm vệ sinh |
|------|------|------|
| 1145 | 〜隊<br>たい | 接尾 ~ squad, ~ team/~队/〜đội ~ |
| 1146 | 最中<br>さいちゅう | 名 midway/正在/trong lúc, giữa chừng |
| 1147 | 岸<br>きし | 名 banks, shore/岸边/bờ đê |

I'm a member of the "cleaning squad," a volunteer group that cleans the marshland waterfronts and plains in my local area. Midway through the cleanup, we can enjoy the plants growing on the banks./我隶属于自主清扫本地的沼泽水边，野地的「清扫队」。正在清扫的时候，还可以享受生长在岸边的植物。/Tôi đang trực thuộc "Đội Quét dọn" nhóm xung phong làm vệ sinh vùng nước bùn và cánh đồng ở địa phương. Trong lúc quét dọn, tôi có thể thưởng thức cây cỏ mọc ở bờ đê.

◀)) 224

人間は共同生活を行う動物だが、最初の頃は衣食住に関係する
にんげん　きょうどうせいかつ　おこな　どうぶつ　　　　さいしょ　ころ　　い しょくじゅう　かんけい

活動にたくさんの時間を使っていた。しかし、文明が発達する
かつどう　　　　　　　　じかん　つか　　　　　　　　　　　　ぶんめい　はったつ

につれて、学問や芸術など、より高等な活動を行う時間が生ま
　　　　　がくもん　げいじゅつ　　　　こうとう　かつどう　おこな　じかん　う

れた。

| 1148 | 共同<br>きょうどう | 名 cooperation, community/共同/cộng đồng, chung |
|------|------|------|
| 1149 | 衣食住<br>いしょくじゅう | 名 food, clothing, and shelter/衣食住/ăn mặc ở |
| 1150 | 文明<br>ぶんめい | 名 civilization/文明/văn minh |
| 1151 | 高等な<br>こうとう | ナ advanced, higher/高等的/cao cấp |

Humans are communal animals, but in the beginning we spent a lot of time on activities involving food, clothing, and shelter. However, as civilization developed, more time arose for advanced activities such as academic learning and the arts./人类是共同生活的动物，最初花了很多时间在衣食住的活动上面。但是随着文明发达，开始有进行学术，艺术等高等活动的时间。/Con người là động vật sống đời sống cộng đồng nhưng khoảng thời gian đầu, đã sử dụng nhiều thời gian cho các hoạt động liên quan đến ăn mặc ở. Nhưng cùng với sự phát triển của văn minh thì sinh ra thời gian tiến hành các hoạt động cao cấp hơn như học vấn, nghệ thuật v.v.

🔊 225

名古屋、東京間にリニア中央新幹線が開通したら、直通運転の
場合、所要時間は最短40分らしい。そうなれば、転勤が減るか
もしれない。

| 1152 □ | ～間 <br> かん | 接尾 between ~/～之间/giữa ~ |
|---|---|---|
| 1153 □ | 開通[する] <br> かいつう | 名 動3自 opening, open/开通[开通]/sự khai thông, khai thông |
| 1154 □ | 直通[する] <br> ちょくつう | 名 動3自 direct service, run directly/直达[直达]/sự đi thẳng, đi thẳng |
| 1155 □ | 転勤[する] <br> てんきん | 名 動3自 work transfer, relocate (for work)/调动[调动]/sự chuyển công tác nội bộ, chuyển công tác nội bộ |

After the Linear Chuo Shinkansen line opens between Nagoya and Tokyo, apparently the
minimum time required for a direct service will be 40 minutes. If that happens, there might
be fewer work transfers./等磁浮中央新干线开通以后，直达车的话，名古屋到东京之间最短
所要时间只需要40分钟。这样的话，可能会减少调动。/Nếu tàu đệm từ shinkansen Linear
Chuo nối giữa Nagoya và Tokyo khai thông thì chỉ mất tối thiểu 40 phút nếu đi thẳng. Nếu
vậy, có lẽ sẽ giảm được tình trạng chuyển công tác nội bộ.

🔊 226

交通系ICカードの導入により、バスの運賃をスマートに支払
うことができるようになった。以前は遅延することがあったが、
今では解消された。

| 1156 □ | ICカード <br> アイシー | 名 IC card/IC卡/thẻ IC |
|---|---|---|
| 1157 □ | 運賃 <br> うんちん | 名 fare/车费/tiền cước, tiền vé |
| 1158 □ | スマートな | ナ contactless/方便的/thông minh, nhanh |
| 1159 □ | 遅延[する] <br> ちえん | 名 動3自 delay, be delayed/延迟[延迟]/sự chậm trễ, trì hoãn |
| 1160 □ | 解消[する] <br> かいしょう | 名 動3他 elimination, eliminate/解决[解决]/sự giải tỏa, giải quyết |

With the introduction of transportation IC cards, contactless payment of bus fares is now possible. There used to be delays, but these have been eliminated./导入交通系统的IC卡，能够方便的支付公交车的车费。以前有时候还会延沢，但现在都解决了。/Nhờ áp dụng thẻ IC hệ giao thông mà việc trả tiền vé xe buýt trở nên nhanh chóng hơn. Lúc trước, có khi bị chậm trễ nhưng nay việc này đã được giải quyết.

🔊 227

自宅前の生活道路は速度制限の標識がない。生活道路の最高速度は時速30kmに指定されているが、標識がないのをいいことに、深夜は猛スピードで車が通るため、危険なだけではなく、騒音にも悩まされている。非常識な人がいて困ったものだ。

| 1161 ☐ | 自宅<br>じたく | 名 one's house, home/自宅/nhà riêng |
|---|---|---|
| 1162 ☐ | 標識<br>ひょうしき | 名 sign/标志/biển báo |
| 1163 ☐ | 時速<br>じそく | 名 speed per hour, ~/h/时速/tốc độ tính theo giờ |
| 1164 ☐ | ✚ 分速<br>ふんそく | 名 speed per minute, ~/m/分速/tốc độ tính theo phút |
| 1165 ☐ | ✚ 秒速<br>びょうそく | 名 speed per second, ~/s/秒速/tốc độ tính theo giây |
| 1166 ☐ | 騒音<br>そうおん | 名 (undesirable) noise/噪音/tiếng ồn, tạp âm |
| 1167 ☐ | 非常識な<br>ひじょうしき | ナ thoughtless, lacking common sense/没常识的/thiếu ý thức |
| 1168 ☐ | ↔ 常識的な<br>じょうしきてき | ナ commonsensical/有常识的/có ý thức, có kiến thức thông thường |

The road in front of my house isn't marked with a speed limit sign. The maximum road speed is 30 km/h, but because there's no sign, cars pass by at breakneck speeds late at night, which is not only dangerous but also noisy. Thoughtless people are causing me a lot of trouble./自宅前的生活道路并没有限制速度的标志。生活道路最高速度被规定为时速30Km，但因为没有标志，三更半夜也会有开很快的车子经过，不仅危险，我还被噪音困扰着。有这种没常识的人真令人头疼。/Con đường sinh hoạt trước nhà riêng của tôi không có biển báo giới hạn tốc độ. Tốc độ nhanh nhất cho đường sinh hoạt được chỉ định là 30km/giờ nhưng do có xe lợi dụng việc không có biển báo, nửa đêm chạy tốc độ cực nhanh nên không chỉ nguy hiểm mà chúng tôi còn bị làm phiền bởi tiếng ồn. Thật phiền toái khi có người thiếu ý thức.

🔊 228

最近は、敷地と道路の境に垣根などを作らない家が多いので、近所の子どもにうろうろされたり、見ず知らずの車に無断でUターンに使われたりすることがあります。そのようなことを防ぐため、境界に鎖がついたポールを置いた方がいいでしょう。

| 1169 | 敷地<br>しきち | 名 property, site/占地/khu đất |
|---|---|---|
| 1170 | 境<br>さかい | 名 boundary/境界/ranh giới, ngăn cách |
| 1171 | 垣根<br>かきね | 名 fence, hedge/围墙/hàng rào |
| 1172 | うろうろする | 動3自 loiter, wander/闲逛/đi quanh quẩn, đi lòng vòng |
| 1173 | 無断<br>むだん | 名 unauthorized/擅自/không xin phép |
| 1174 | Uターン[する]<br>ユー | 名 動3自 U-turn, make a U-turn/回转[回转]/sự quay đầu, quay đầu xe |
| 1175 | 鎖<br>くさり | 名 chain/锁/dây xích |

These days, many houses don't have fences on the boundary between their property and the road, so neighborhood children can loiter about and strange cars can use their property to make unauthorized U-turns. To prevent this, it's a good idea to install poles with a chain attached to mark your boundary./最近很多房子都不在占地和道路的境界盖围墙。附近的孩子就会闲逛，还会被不认识的车子用来回转。为了防止这些事，我觉得在境界的地方设置加锁的栏杆比较好。/Gần đây có nhiều nhà không làm hàng rào ngăn cách khu đất nhà ở và đường sá nên có khi bị trẻ em hàng xóm đi quanh quẩn hoặc bị những chiếc xe lạ lợi dụng quay đầu xe không phép. Để ngăn chặn những việc như vậy, chúng ta nên đặt cọc tiêu giao thông có dây xích làm ranh giới.

🔊 229

でこぼこした道を自転車で走っていたら、カーブを曲がるときに転倒してしまった。大したけがもせず、運が良かったと思ったが、ペダルをこぐと変な音がする。パンクしたようだ。どうしようかとあれこれ考えたが、自転車を押して帰る以外に手段はない。

| 1176 | でこぼこ[する] | 名 動3自 irregularity, be bumpy/凹凸不平[凹凸不平]/sự gập ghềnh, gập ghềnh |

| 1177 □ | カーブ[する] | 名 動3自 curve, take a curve/弯[转弯]/đường cong, góc cua, ôm cua |
|---|---|---|
| 1178 □ | 大した<br>たい | 連 serious/大不了/to tát, quan trọng |
| 1179 □ | 運<br>うん | 名 luck, fortune/运气/vận, số |
| 1180 □ | パンク[する] | 名 動3自 puncture, puncture/爆胎[爆胎]/sự bể lốp, bể lốp |
| 1181 □ | あれこれ(と) | 副 one thing or another/那样这样（的）/nhiều cách, cái này cái kia |
| 1182 □ | 手段<br>しゅだん | 名 means, way/手段/cách thức, phương thức |

Topic 13 ● 町

I was riding my bicycle along a bumpy road and as I took a curve, I fell over. Luckily, I was not seriously injured, but as I pedaled, I heard a strange sound. It seemed I had a puncture. I thought about doing one thing or another, but in the end, walking my bicycle home was the only way./我骑着自行车行走在凹凸不平的路上，转弯的时候摔倒了。没什么大不了的伤，我以为是运气好，但踩自行车的脚踏会有奇怪的声音。可能是爆胎是吧。我就那样这样的想该怎么办，但除了推自行车回去以外，好像也没别的办法。/Tôi chạy xe đạp trên đường gập ghềnh, đến khi ôm cua thì bị ngã. Cứ tưởng may mắn vì không bị thương gì to tát, nhưng khi đạp xe mới nghe âm thanh lạ. Xem chừng là bị bể lốp rồi. Không biết phải làm sao, tôi nghĩ hết cách này đến cách kia nhưng không còn cách nào khác là phải dắt bộ về nhà.

🔊 230

A：すみません、テレビ局に行きたいんですが…。

B：ああ、ジャパンテレビでしたら、この大通り沿いですよ。
あそこに見えてる東京タワーが、だいたい中間地点です。
み　　　　　　　　　　　　とうきょう　　　　　　　　　　　　　　　　ちゅうかん　ち てん

| 1183 □ | ～局<br>きょく | 接尾 ~ station/~台/đài ~, sở ~ |
|---|---|---|
| 1184 □ | ～沿い<br>ぞ | 接尾 along ~/~边上/dọc theo ~ |
| 1185 □ | タワー | 名 tower/塔/tháp |
| 1186 □ | 中間<br>ちゅうかん | 名 center, midway/中间/trung gian, giữa |

A: Excuse me, I'm trying to get to the TV station ... B: Oh, if you mean Japan TV, it's along this main road. You see Tokyo Tower over there? It's about midway between here and there./A: 不好意思，想想去电视台…。 B: 啊～如果是日本电视台的话，就在这条大马路边上。那里看见的就是东京铁塔，大概在中间位置。/A: Xin lỗi, tôi muốn đi đến đài truyền hình.... B: À, nếu là đài Japan TV thì dọc theo con đường lớn này đấy. Tháp Tokyo chị thấy đằng kia đại khái là điểm giữa.

私たち一家が引っ越してきたのは、おいしいお米がよくとれることが特色の、田んぼの多い地域だ。バスが一日に2本しか走っていないので交通の便は悪いが、乗り遅れそうになったらすぐに止まってくれる。人が少ないというのも案外気楽で、田舎も住めば都だ。

| | | |
|---|---|---|
| 1187 ☐ | 一家<br>いっか | 名 family/一家人/cả nhà, cả gia đình |
| 1188 ☐ | 特色<br>とくしょく | 名 characteristic, feature/特色/đặc trưng |
| 1189 ☐ | 田んぼ<br>た | 名 rice paddy/田/đồng ruộng |
| 1190 ☐ | 便<br>べん | 名 convenience/班车/sự thuận tiện |
| 1191 ☐ | 案外<br>あんがい | 副 contrary to expectation/没想到/không ngờ |
| 1192 ☐ | 気楽な<br>きらく | ナ easygoing/舒适的/thoải mái |
| 1193 ☐ | 都<br>みやこ | 名 city, metropolis/都市/thủ đô |

As a family, we moved to an area with many rice paddies; a feature of the area is its delicious rice. Access isn't convenient, since there are only two buses a day, but if you're about to miss the bus, it always stops for you. Contrary to expectation, because so few people live here the countryside is a really easygoing place to live. Home is where you make it./我们一家人搬到的是很多田的地区。这里的特色是产出很多好吃的大米。虽然公交车一天只有2班车，交通非常不方便，但就算差点没赶上也会停下来等你。没想到人少也很舒适，就算是乡下，也是久居则安。/Nơi cả gia đình chúng tôi chuyển đến là khu vực có nhiều đồng ruộng với đặc trưng là trồng được gạo ngon. Do xe buýt chỉ có 2 chuyến 1 ngày nên việc giao thông bất tiện nhưng nếu sắp trễ thì xe luôn dừng lại giúp. Tuy ít người nhưng không ngờ là khá thoải mái, vùng quê vậy chứ rồi sống cũng thành quen.

# 天気
てん き

Weather / 天气 / Thời tiết

No. 1194-1302

🔊232

> ダムは、川の上流で洪水が起きたときに、水を止めることができる。だが、水をためる一方では、溢れて下流に被害を及ぼしてしまうため、たまった水は調節しながら流される。

| 1194 | ダム | 名 dam/水坝/đập |
|---|---|---|
| 1195 | ためる | 動2他 store up/囤积/tích trữ |
| 1196 | 溢れる<br>あふ | 動2自 overflow/溢出/tràn, tràn ngập |
| 1197 | 被害<br>ひがい | 名 damage, harm/受损/thiệt hại |
| 1198 | たまる | 動1自 accumulate, build up/积累/tích trữ được |
| 1199 | ＋水たまり<br>みず | 名 accumulated water/水坑/vũng nước đọng |

When flooding occurs upstream, a dam can hold back the water. However, when water is stored up, it can overflow and cause damage downstream, so the buildup of water is usually channeled away as a regulated flow./在河川上游发生洪水时，水坝可以尽到止水的作用。但一直囤积，就会溢出导致下游受损。所以要放水来调节积累的水量。/Đập nước có thể ngăn nước khi xảy ra lũ lụt ở thượng nguồn dòng sông. Nhưng, nếu chỉ trữ nước sẽ khiến tràn đập, gây thiệt hại cho hạ lưu nên nước tích trữ sẽ được điều tiết để xả.

🔊 233

マラソン大会は、あいにくの豪雨で、一昨年と同じく翌日に延
期された。もし明日も相変わらず雨なら、再延期はされず中止
となる。

| 1200 | あいにく | 副 unfortunately/遗憾/không may, đáng tiếc |
|---|---|---|
| 1201 | 豪雨<br>ごうう | 名 heavy rain/豪雨/mưa lớn |
| 1202 | 一昨年<br>いっさくねん | 名 副 the year before last/前年/hai năm trước |
| 1203 | 相変わらず<br>あいか | 副 the same, unchanged/还是/không thay đổi |
| 1204 | 再〜<br>さい | 接頭 ~ again, re~/再〜/~ lại, ~ nữa |

Unfortunately, the marathon was postponed to the following day due to heavy rain, just like
the year before last. And if it rains the same tomorrow, the marathon will be canceled rather
than postponed again./马拉松大会很遗憾会下豪雨。和前年一样延期到了第二天。如果明天还
是雨天，就不会再次延期直接中止。/Không may là do trời mưa lớn mà giải chạy marathon bị
hoãn lại vào ngày hôm sau, giống với hai năm trước. Nếu ngày mai trời vẫn mưa mà không
có gì thay đổi thì sẽ không hoãn nữa mà hủy bỏ luôn.

🔊 234

紫外線は太陽光線の一種であり、２月から夏にかけて徐々に増
えていく。紫外線は日焼けやしみの原因になるが、日光を浴び
なければ、ビタミンＤが不足してしまう。

| 1205 | 紫外線<br>しがいせん | 名 ultraviolet ray/紫外线/tia cực tím, tia tử ngoại |
| 1206 | 光線<br>こうせん | 名 radiation, ray/光线/tia sáng |
| 1207 | 徐々に<br>じょじょ | 副 gradually/渐渐的/dần dần |
| 1208 | 日焼け[する]<br>ひや | 名 動3自 sunburn, get sunburned/晒黑[晒黑]/sự cháy nắng, bị cháy nắng |
| 1209 | 日光<br>にっこう | 名 sunlight/日光/ánh nắng |
| 1210 | 不足[する]<br>ふそく | 名 動3自 deficiency, be deficient/不足[不足]/sự thiếu, thiếu |

| 1211 | **＋ 運動不足**<br>うんどう ぶ そく | 名 lack of exercise/运动不足/thiếu vận động |

Ultraviolet rays are a type of solar radiation that gradually increases from February throughout summer. Although UV rays can cause sunburn and skin blotches, without exposure to sunlight, we would be deficient in vitamin D./紫外线是太阳光线的一种，从2月到夏季，会渐渐的增加。紫外线虽然会造成晒黑和黑斑的原因，但不晒日光的话，维他命D会不足。/Tia cực tím là một loại tia sáng mặt trời, tăng dần từ tháng 2 đến mùa hè. Tia cực tím là nguyên nhân gây cháy nắng và nám nhưng nếu không tắm nắng thì sẽ thiếu vitamin D.

🔊 **235**

> 梅雨が明け、猛暑日が多くなる７月から８月にかけては、熱中症にかかる人が多い。日中はできるだけ屋外で過ごさず、エアコンの効いた屋内で涼むのが安全だ。

| 1212 | **明ける**<br>あ | 動2自 end/过后/rạng sáng, bắt đầu, sau giai đoạn nào đó |
| 1213 | **猛暑日**<br>もうしょ び | 名 extremely hot day (35°C or more)/酷热天（指最高气温35度以上的日子）/ngày nắng nóng (35 độ trở lên) |
| 1214 | **＋ 猛暑**<br>もうしょ | 名 intense heat/酷热/nắng nóng |
| 1215 | **熱中症**<br>ねっちゅうしょう | 名 heat stroke/中暑/chứng sốc nhiệt |
| 1216 | **日中**<br>にっちゅう | 名 during daytime/白天/ban ngày |
| 1217 | **屋外**<br>おくがい | 名 outdoors/户外/ngoài trời |
| 1218 | **屋内**<br>おくない | 名 indoors/室内/trong nhà |
| 1219 | **涼む**<br>すず | 動1自 cool off, stay cool/凉快/làm mát, làm nguội |

Many people suffer from heat stroke during July and August, after the rainy season has ended and the days are extremely hot (35°C or more). During daytime, it's safer to stay cool indoors with air conditioning and avoid spending time outdoors as much as possible./梅雨季过后，有很多人在7月到8月，酷热天最多的时候中暑。白天最好不要在户外度过，在开着空调的室内凉快是最安全的。/Từ tháng 7 sang tháng 8, sau khi hết mùa mưa, những ngày nắng nóng nhiều lên thì nhiều người bị chứng sốc nhiệt. Ban ngày, cố gắng không ở ngoài trời mà làm mát trong nhà có mở máy lạnh là an toàn.

**Topic 14** ● 天気

**183**

鹿児島県の桜島は、よくニュースなどで蒸気が上がっている姿
を見るが、一年で千回以上噴火することもある比較的不安定な
火山である。噴火で出た灰が、家や畑の作物を覆ってしまうこ
ともよくあるそうだ。鹿児島の人に「噴火は日常の一部分ですよ」
と言われたが、私にはよく分からない感覚である。

| | | |
|---|---|---|
| 1220 ☐ | （水）蒸気<br>すい じょうき | 名 steam/（水）蒸气/hơi nước |
| 1221 ☐ | 噴火[する]<br>ふん か | 名 動3自 eruption, erupt/喷火[喷火]/sự phun lửa, phun lửa |
| 1222 ☐ | 作物<br>さくもつ | 名 crops/农作物/hoa màu, cây trồng |
| 1223 ☐ | 覆う<br>おお | 動1他 cover/覆盖/bao phủ, bao trùm |
| 1224 ☐ | 一部分<br>いち ぶ ぶん | 名 part, section/一部分/một phần |
| 1225 ☐ | 感覚<br>かんかく | 名 feeling/感觉/cảm giác |

Mount Sakurajima in Kagoshima Prefecture is a relatively unstable volcano that erupts over a thousand times a year, frequently pictured on the news with rising plumes of steam. Ash from its eruptions often covers houses and crops in the fields. Someone from Kagoshima once told me, "Eruptions are part of everyday life," but I'll never really understand that feeling./常常会在新闻上见到鹿儿岛县的樱岛冒着蒸气的影像，这个火山很不稳定，大概一年会喷火一千次以上。喷火出的灰，常常会覆盖房子以及田里的农作物。但鹿儿岛的人却对我说「喷火也是日常的一部分」。我无法理解这种感觉。/Tuy ta thường thấy trên tin tức hình ảnh đảo Sakurajima ở tỉnh Kagoshima có hơi nước bốc lên nhưng đó là ngọn núi lửa tương đối bất ổn, có khi phun lửa hơn một nghìn lần trong một năm. Nghe nói có nhiều khi tro bụi phát sinh từ mỗi lần phun lửa như vậy bao trùm cả nhà cửa và hoa màu trên những cánh đồng. Người Kagoshima có nói "núi lửa phun trào là một phần của cuộc sống thường ngày" nhưng đó là cảm giác mà tôi không hiểu rõ lắm.

🔊 237

日本の家によく見られる雨戸は、暴風雨や日差しを防ぐ役割を
果たす。

| | | |
|---|---|---|
| 1226 ☐ | 雨戸<br>あま ど | 名 storm shutters/防雨窗/cửa chớp, cửa che mưa |
| 1227 ☐ | 暴風雨<br>ぼうふう う | 名 rainstorm/暴风雨/mưa gió, bão táp |

| 1228 日差し<br>ひ ざ | 名 sunlight/阳光/ánh nắng |
|---|---|

Storm shutters, which are common in Japanese homes, serve to protect against rainstorms and sunlight./日本的家常见到的防雨窗，有防止暴风雨和阳光的作用。/Những cánh cửa chớp thường thấy ở những ngôi nhà Nhật có vai trò che mưa che nắng.

◀)) **238**

高気圧から吹く風は、北半球では右に、南半球では左にずれる。
こう き あつ　　　　　　　 きたはんきゅう　 みぎ　 みなみはんきゅう　 ひだり
緯度が高いほど、この力は強く働く。これは、風が気圧だけで
い ど　 たか　　　　　　 ちから　 つよ　 はたら　　　　　　　　 かぜ　 き あつ
なく、地球の自転の影響も受けていることにより起こる現象で
　　　 ちきゅう　 じ てん　 えいきょう　 う　　　　　　　　　　 お　　 げんしょう
ある。

| 1229 高気圧<br>こう き あつ | 名 high pressure system/高气压/khí áp cao |
|---|---|
| 1230 ↔ 低気圧<br>てい き あつ | 名 low pressure system/低气压/khí áp thấp |
| 1231 北半球<br>きたはんきゅう | 名 northern hemisphere/北半球/Bắc bán cầu |
| 1232 南半球<br>みなみはんきゅう | 名 southern hemisphere/南半球/Nam bán cầu |
| 1233 ずれる | 動2自 deviate, shift/偏/lệch |
| 1234 緯度<br>い ど | 名 latitude/纬度/vĩ độ |
| 1235 ＋ 経度<br>けい ど | 名 longitude/经度/kinh độ |
| 1236 自転[する]<br>じ てん | 名 動3自 (self-)rotation, rotate/自转[自转]/sự tự xoay, tự xoay |
| 1237 現象<br>げんしょう | 名 phenomenon/现象/hiện tượng |

Winds blowing from high pressure systems shift to the right in the northern hemisphere and to the left in the southern hemisphere. The higher the latitude, the stronger this force. This phenomenon is caused by the wind being affected not only by atmospheric pressure but also by the earth's rotation./高气压吹来的风，在北半球会偏右边，南半球偏左边。纬度越高，这个力量越大。这种现象，除了风被气压影响之外，也受了地球自转的影响。/Gió thổi từ khí áp cao lệch về bên phải ở Bắc bán cầu, và lệch về bên trái ở Nam bán cầu. Vĩ độ càng cao, sức gió này di chuyển càng mạnh. Đây là hiện tượng xảy ra không chỉ do gió chịu ảnh hưởng của khí áp mà còn do ảnh hưởng tự xoay của trái đất.

🔊 239

この冬は吹雪がひどかったせいで、農作物がここ 10 年で最低の
生産量となった。

| 1238 | 吹雪<br>ふぶき | 名 blizzard/暴风雪/bão tuyết |
|---|---|---|
| 1239 | せい | 名 blame, cause (negative)/因为/vì, do, tại |
| 1240 | 農作物<br>のうさくぶつ | 名 agricultural production/products/农作物/nông sản |
| 1241 | 最低<br>さいてい | 名 lowest/最低/thấp nhất, tệ nhất |

Because of the severe blizzards this winter, agricultural production was the lowest in ten years./这个冬天因为暴风雪太严重，农作物竟然是这10年来最低产量。/Mùa đông này do bão tuyết tồi tệ mà sản lượng nông sản thấp nhất trong 10 năm gần đây.

🔊 240

A：さっきの夕立、ひどかったね。急にざあざあ降ってくるか
　　ら服がびしょびしょだ。
B：ほんとだね。あ、虹！
A：え、どこ？
B：あそこ、丘の方。

| 1242 | 夕立<br>ゆうだち | 名 sudden (rain) shower/午后雷阵雨/cơn mưa rào |
| 1243 | ざあざあ | 副 pouring down (rain)/淅沥淅沥/ào ào |
| 1244 | びしょびしょな | ナ soaking wet/全湿透的/ướt sũng |
| 1245 | 虹<br>にじ | 名 rainbow/彩虹/cầu vồng |
| 1246 | 丘<br>おか | 名 hill/小丘/ngọn đồi, quả đồi |

A: What a terrible sudden shower we just had. My clothes are soaking wet because it just started pouring down. B: It really was. Oh look, a rainbow! A: Where? B: Over there, toward the hill./A: 刚才的午后雷阵雨真的好夸张。突然淅沥淅沥的下下来，衣服全湿透了。 B: 真的耶。啊，彩虹！ A: 诶？哪里？ B: 那里，小丘那边。/A: Cơn mưa rào lúc nãy khiếp nhỉ. Thình lình đổ ào ào xuống, áo quần ướt sũng. B: Đúng vậy. A, cầu vồng kìa! A: Hả, đâu? B: Kia kìa, chỗ quả đồi.

昨日、今日と<u>快晴</u>が続きましたが、明日は<u>大気</u>の状態が不安定
になり、<u>平野</u>でも<u>積雪</u>が見られるでしょう。

| 1247 | 快晴<br>かいせい | 名 clear weather/晴天/thời tiết đẹp, trời trong xanh |
|---|---|---|
| 1248 | 大気<br>たいき | 名 atmosphere/大气层/không khí, khí quyển |
| 1249 | 平野<br>へいや | 名 plains/平原/đồng bằng |
| 1250 | 積雪[する]<br>せきせつ | 名 動3自 snowfall, snow/积雪[积雪]/bông tuyết, bông tuyết rơi |

Yesterday's and today's weather was clear, but tomorrow atmospheric conditions will become unstable and we will likely see some snowfall on the plains./昨天跟今天持续着晴天，但明天开始大气层的状态不稳定，平原地区可能也会积雪。/Hôm qua và hôm nay trời tiếp tục trong xanh nhưng ngày mai tình trạng khí quyển trở nên không ổn định, ở đồng bằng cũng có thể thấy bông tuyết rơi.

A：<u>あら</u>、あの猫、さっき庭に出たばかりなのに、もう<u>引き返</u>
　　<u>して</u>きた。
B：見て。<u>霜</u>の上に<u>足跡</u>がついてるけど、途中でなくなってる。
　　冷たかったんだろうね。あ、部屋に<u>引っ込ん</u>じゃった。

| 1251 | あら | 感 Oh/诶/Ủa!, Ái chà! |
|---|---|---|
| 1252 | 引き返す<br>ひ　かえ | 動1自 turn back/掉头回来/quay trở lại |
| 1253 | 霜<br>しも | 名 frost/冰霜/sương |
| 1254 | 足跡<br>あしあと | 名 tracks, footprint/脚印/dấu chân |
| 1255 | 引っ込む<br>ひ　こ | 動1自 retire, withdraw, come inside/缩进/rúc vào |

A: Oh, the cat just went out into the garden a moment ago, but it's already turned back. B: Look. There are tracks on the frost, but they stop partway. It must have been cold. Oh, it's come inside./A: 诶，那只猫，刚才刚出院子而已，就掉头回来了。 B: 你看，冰霜上有脚印，但途中就消失了。一定很冷吧。啊，它缩进房间里了。/A: Ủa, con mèo kia mới vừa ra vườn lúc nãy mà đã quay vào rồi. B: Nhìn kia, trên sương có dấu chân nhưng giữa chừng thì biến mất. Chắc là lạnh lắm nhỉ. A, nó rúc vào phòng rồi.

🔊 243

A：秋の京都ってどうですか？
　　あき　きょうと

B：紅葉がすごくきれいですよ。山だけじゃなくて、地面も落
　　こうよう　　　　　　　　　　やま　　　　　　　　　じ めん　お
　　ち葉でいっぱいになるし、夜は山がライトで照らされるし。
　　ば　　　　　　　　　　　よる　やま　　　　　　　て

| 1256 | 紅葉[する]<br>こうよう | 名 動3自 colorful fall leaves, (leaves) turn red/枫叶[赏枫]/sự đổi màu của lá, sắc lá đổi màu |
| 1257 | 地面<br>じ めん | 名 ground/地面/mặt đất |
| 1258 | 落ち葉<br>お　ば | 名 fallen leaves/落叶/lá rụng |
| 1259 | 照らす<br>て | 動1他 light up/照射/chiếu sáng |

A: What do you think of Kyoto in the fall? B: The colorful fall leaves are very beautiful. Not only the mountains, but also the ground is covered with fallen leaves, and at night the mountains are lit up./A: 秋天的京都怎么样？ B: 枫叶真的很美。不仅山上，地面也被落叶覆盖。晚上山上还有灯光照射。/A: Kyoto mùa thu thế nào? B: Sắc lá đổi màu đẹp cực kỳ luôn. Không chỉ trên núi mà cả mặt đất cũng phủ đầy lá rụng, ban đêm thì núi được chiếu sáng bằng đèn nữa.

🔊 244

航空機は進化し続けているが、それでも霧で運休になることが
こうくう き　しん か　つづ　　　　　　　　　　　　きり　うんきゅう
ある。結局、人の目で確認しなければ、正常な運行は難しい。
　　けっきょく　ひと　め　かくにん　　　　　　せいじょう　うんこう　むずか

| 1260 | それでも | 接続 even so/就算是这样/dù vậy, nhưng |
| 1261 | 霧<br>きり | 名 fog/雾/sương mù |
| 1262 | 運休[する]<br>うんきゅう | 名 動3自 cancelation, cancel/停飞[停飞]/sự hủy chuyến, tạm ngưng hoạt động |
| 1263 | 正常な<br>せいじょう | ナ normal/正常的/bình thường |
| 1264 | 運行[する]<br>うんこう | 名 動3他 operation, operate/运营[运营]/sự vận hành, vận hành |

Aircraft continue to evolve, but even so, flights are sometimes canceled due to fog. After all, it is difficult to operate aircraft normally without confirming with the human eye./航空飞机虽然一直在进化，但就算是这样，有时候起雾时也会停飞。结果，不靠人类的眼睛来确认的话，很难正常运营。/Tuy máy bay tiến hóa không ngừng nhưng vẫn có khi hủy chuyến vì sương mù. Rốt cuộc, nếu con người không kiểm tra bằng mắt thường thì khó mà vận hành bình thường.

梅雨の時期は、衣類が湿気を含みやすいため、油断すると、た
ちまちかびが生えてしまう。

| 1265 | 衣類 (いるい) | 名 clothes/衣服/quần áo, trang phục |
|---|---|---|
| 1266 | 湿気 (しっけ) | 名 dampness, moisture/湿气/hơi ẩm |
| 1267 | + しける | 動1自 get damp/潮湿/ẩm ướt |
| 1268 | 油断[する] (ゆだん) | 名 動3自 negligence, be careless (not careful)/疏忽[疏忽]/sự chủ quan, chủ quan |
| 1269 | たちまち | 副 quickly, right away/立刻/ngay lập tức |

During the rainy season, clothes are prone to dampness, and if you're not careful, they can quickly become moldy./梅雨季节时期，衣服很容易吸收湿气。只要一疏忽，立刻就会发霉。/ Mùa mưa, quần áo dễ hút hơi ẩm, nếu chủ quan là sẽ bị mốc ngay lập tức.

降水確率は「０％」と表示されていても、絶対に雨が降らない
というわけではない。矛盾しているように思えるが、降水確率
は四捨五入されるため、４％以下なら０％となるのである。

| 1270 | 降水確率 (こうすいかくりつ) | 名 probability of rain/降水概率/xác suất mưa rơi |
|---|---|---|
| 1271 | + 降水量 (こうすいりょう) | 名 amount of rainfall/降水量/lượng nước mưa |
| 1272 | 表示[する] (ひょうじ) | 名 動3他 indication, display/显示[显示]/sự hiển thị, hiển thị |
| 1273 | 矛盾[する] (むじゅん) | 名 動3自 contradiction, contradict/矛盾[矛盾]/sự mâu thuẫn, mâu thuẫn |

Even if the probability of rain is indicated as 0%, this doesn't mean it will never rain. This may seem contradictory, but the probability of rain is rounded down, so anything less than 4% is shown as 0%./就算显示降水概率为「0%」，也不是绝对不会下雨。虽然感觉很矛盾，但降水概率是采取四舍五入的。所以4%就算是0%。/Dù xác suất mưa rơi được hiển thị là "0%" đi nữa vẫn không có nghĩa là tuyệt đối không có mưa. Có thể bạn nghĩ là mâu thuẫn nhưng xác suất mưa rơi được tính làm tròn số nên 4% trở xuống sẽ thành 0%.

Topic 14 ● 天気

189

🔊 247

杉の花粉は例年、２月半ばから飛び始める。晴天の日は、空を
見上げると、目に見えるほど花粉が多い日もある。

| 1274 | 杉 すぎ | 名 cedar/杉树/cây liễu sam |
|---|---|---|
| 1275 | 例年 れいねん | 名 every year, usual year/历年/hàng năm |
| 1276 | 晴天 せいてん | 名 sunny weather/晴天/thời tiết đẹp |
| 1277 | 見上げる み あ | 動2他 look up/仰望/nhìn lên |

Every year, cedar pollen usually begins to fly around in mid-February. In sunny weather, when you look up at the sky, some days there is so much pollen you can see it./历年，杉树的花粉从2月中旬就会开始飞。在晴天的日子，很多时候只要一仰望天空，肉眼都能看见花粉。/ Hàng năm, phấn hoa của cây liễu sam bắt đầu phát tán từ khoảng giữa tháng 2. Ngày thời tiết đẹp, nhìn lên trời thì có những ngày phấn hoa nhiều đến nỗi có thể thấy bằng mắt thường.

🔊 248

やはり実家は快適だ。夕焼けを見ると、田舎に帰ってきたこと
を実感する。

| 1278 | 快適な かいてき | ナ comfortable, pleasant/舒适的/sảng khoái, dễ chịu |
|---|---|---|
| 1279 | 夕焼け ゆうや | 名 sunset/晚霞/hoàng hôn |
| 1280 | 実感[する] じっかん | 名 動3他 actual feeling, really feel/感受[感受]/sự cảm nhận, cảm nhận |

Of course, I feel comfortable at my parents' house. When I watch the sunset, I really feel I've returned to the countryside./老家果然还是很舒适。看到晚霞就感受到回到乡下了。/Đúng là nhà bố mẹ đẻ thật dễ chịu. Mỗi khi ngắm hoàng hôn, tôi đều cảm nhận rõ việc mình đã về quê.

「春の嵐」が、急激な風や雨を起こしやすいことからも分かるように、春は四季の中でもっとも天気が変わりやすい季節である。

| 1281 | 嵐<br>あらし | 名 storm/暴风雨/cơn bão |
|---|---|---|
| 1282 | 急激な<br>きゅうげき | ナ sudden/急剧的/đột ngột, thình lình |
| 1283 | 四季<br>しき | 名 four seasons/四季/bốn mùa |

Spring is the most changeable of the four seasons, as evidenced by the fact that spring storms tend to bring sudden winds and rain./「春天的暴风雨」，也能理解为会引发急剧的风雨，所以春天是四季之中天气最易变的季节。/Cũng như mọi người đã biết "cơn bão mùa xuân" là dễ gây ra gió và mưa đột ngột, mùa xuân là mùa mà thời tiết dễ thay đổi nhất trong bốn mùa

雲のない晴れた日でも、いきなり竜巻のような風が起こることがある。これは「つむじ風」と呼ばれ、天候が安定しているときでも起こる。

| 1284 | いきなり | 副 suddenly/突然/thình lình |
|---|---|---|
| 1285 | 竜巻<br>たつまき | 名 tornado/龙卷风/vòi rồng |
| 1286 | 天候<br>てんこう | 名 weather/天候/thời tiết |

Even on clear, cloudless days, a tornado-like wind can suddenly occur. This is called a whirlwind, and it can occur even when the weather is stable./万里无云的晴天，也会突然吹起像龙卷风一样的风。这被称为「旋风」，天候很稳定时也会发生。/Ngay cả những ngày nắng không mây, cũng có khi thình lình có gió như vòi rồng. Đây được gọi là "gió lốc", xảy ra ngay cả khi thời tiết ổn định.

Topic 14 ● 天気

◀))） 251

A：災害 救助マニュアルの見本が届いたので、チェックをお願
　　さいがい きゅうじょ　　　　　　　　みほん　とど　　　　　　　　　　　　　　　　　　　ねが
　　いします。

B：ああ、分かりました。このマニュアルが完成すれば、緊急
　　　　　わ　　　　　　　　　　　　　　　　　　かんせい　　　　　　　きんきゅう
　　時の対応もスムーズにできるようになりますね。
　　じ　たいおう

| 1287 | 災害<br>さいがい | 名 disaster/灾难/thiên tai, thảm họa |
| --- | --- | --- |
| 1288 | 救助[する]<br>きゅうじょ | 名 動3他 relief, relieve/救助[救助]/sự cứu trợ, cứu trợ |
| 1289 | 見本<br>みほん | 名 sample/样本/mẫu, hàng mẫu |
| 1290 | 緊急<br>きんきゅう | 名 emergency/紧急/khẩn cấp |

A: A sample of the Disaster Relief Manual has arrived, and I'd like you to check it. B: Understood. Once the manual is completed, we'll be able to respond more smoothly to emergencies./A: 灾难救助手册的样本到了，请你检查。 B: 啊～我知道了。这个手册完成后，紧急时的应对也可以很顺利。 /A: Sách mẫu hướng dẫn cứu trợ thiên tai đến rồi nên nhờ chị kiểm tra. B: À, tôi hiểu rồi. Nếu sách hướng dẫn này hoàn thành thì việc đối ứng khi khẩn cấp cũng trở nên trôi chảy nhỉ.

◀))） 252

A：他に、登山に必要なものは？
　　ほか　とざん　ひつよう
B：雨具。
　　あまぐ
A：レインコートとか？
B：そう。汗が蒸発しやすいものを買うといいよ。あと、水筒
　　　　　あせ　じょうはつ　　　　　　　　か　　　　　　　　　　　　　すいとう
　　もいる。

| 1291 | 雨具<br>あまぐ | 名 wet weather gear/雨具/đồ đi mưa |
| --- | --- | --- |
| 1292 | レインコート | 名 raincoat/雨衣/áo mưa |
| 1293 | = かっぱ | 名 raincoat/雨衣/áo đi mưa |
| 1294 | 蒸発[する]<br>じょうはつ | 名 動3自 evaporation, evaporate/蒸发[蒸发]/sự bốc hơi, bốc hơi |
| 1295 | 水筒<br>すいとう | 名 water bottle/水壶/bình nước |

A: What else do you need to go hiking? B: Wet weather gear. A: Like a raincoat? B: Right. You should get one that allows sweat to evaporate. You'll need a water bottle too./A: 登山还需要其他什么东西吗？ D: 雨具吧。A: 雨衣等等？ D: 是哦。那就买买流汗也比较好透气的。还有水壶也要。/A: Đồ cần khi leo núi còn gì nữa không? B: Chắc là đồ đi mưa. A: Chẳng hạn như áo mưa? B: Đúng rồi. Nên mua loại mà mồ hôi dễ bốc hơi đấy. Với lại, cũng cần bình nước nữa.

昨晩は地震の後、津波警報が出た。万が一を考え、高いところ
に避難した。寒くて凍えそうだった。夜明けに警報が解除され、
静まった町を歩き、家に帰った。

| 1296 | 昨〜<br>さく | 接頭 last ~/昨〜/~ qua |
| --- | --- | --- |
| 1297 | 万が一／万一<br>まん が いち　まんいち | 副 just in case, in the unlikely event of/万一／万一/chẳng may, bất đắc dĩ |
| 1298 | 避難[する]<br>ひ なん | 名 動3自 evacuation, evacuate/避难[避难]/sự lánh nạn, lánh nạn, sơ tán |
| 1299 | 凍える<br>こご | 動2自 freeze/受冻/đông, cóng |
| 1300 | 夜明け<br>よ あ | 名 dawn/黎明/rạng sáng, bình minh |
| 1301 | 解除[する]<br>かいじょ | 名 動3他 release, lift/解除[解除]/sự dỡ bỏ, dỡ bỏ |
| 1302 | 静まる<br>しず | 動1自 be quiet/沉静/yên tĩnh |

Last night, after the earthquake, there was a tsunami warning. I evacuated to an elevated location, just in case. It was so cold I thought I'd freeze. At dawn the warning was lifted, and I walked through the quiet town and went home./昨晚地震之后，发了海啸警报。以防万一，我去了高处避难。很冷很受冻。黎明时警报解除后，我走在沉静的街道上回家。/Đêm qua, sau trận động đất đã có cảnh báo sóng thần. Lo chuyện chẳng may, tôi đã lánh nạn lên chỗ cao. Lạnh đến suýt cóng cả người. Rạng sáng thì cảnh báo được dỡ bỏ, tôi đi bộ trong phố phường yên tĩnh để về nhà.

# Topic 15

# 旅行
りょこう

Travel / 旅行 / Du lịch

No. 1303-1427

◀)) 254

飛行機に乗る日は、前もって航空会社の運航情報を見て、予約
ひ こう き   の   ひ      まえ        こうくう がいしゃ   うんこうじょうほう   み        よ やく
した便が欠航ではないか確認した方がいい。飛行機は予定通り
       びん   けっこう            かくにん   ほう        ひ こう き   よ ていどお
出発しても、悪天候のため目的地の空港に着陸できないことも
しゅっぱつ       あくてんこう      もくてき ち  くうこう  ちゃくりく
ある。飛行機での移動は、十分に時間に余裕を持って行動した
      ひ こう き    い どう   じゅうぶん  じ かん   よ ゆう   も    こうどう
方がいい。
ほう

| 1303 | 前もって<br>まえ | 副 in advance/提前/trước, từ trước |
| 1304 | 航空<br>こうくう | 名 flight, aviation/航空/hàng không |
| 1305 | 欠航[する]<br>けっこう | 名 動3自 cancelation, cancel (a flight or sea voyage)/停航[停航]/sự hủy chuyến (máy bay, tàu bè), hủy chuyến |
| 1306 | 悪天候<br>あくてんこう | 名 bad weather/坏天气/thời tiết xấu |
| 1307 | 着陸[する]<br>ちゃくりく | 名 動3自 touchdown, land/降落[降落]/sự hạ cánh, hạ cánh |
| 1308 | ↔ 離陸[する]<br>りりく | 名 動3自 takeoff, take off/起飞[起飞]/sự cất cánh, cất cánh |
| 1309 | 余裕<br>よ ゆう | 名 spare, extra/充足/sự thong thả, dư dả |

On the day of your flight, you should check the airline's flight information in advance to make sure the flight you've booked is not cancelled. Even if the plane departs as scheduled, it may be unable to land at the destination airport due to bad weather. It's always a good idea to allow some extra time when flying./搭飞机的日子，我觉得最好提前看航空公司的运营资讯，确认航班有没有停航。就算飞机按照原计划出发，但有时候因为坏天气没办法在目的地降落。所以使用飞机移动时，最好保证有充足的时间来行动。/Ngày đi máy bay thì nên xem thông tin vận hành chuyến bay của công ty hàng không trước để kiểm tra chuyến bay đã đặt có bị hủy chuyến không. Dù máy bay xuất phát đúng dự kiến cũng có khi không thể hạ cánh xuống sân bay ở nơi đến do thời tiết xấu. Di chuyển bằng máy bay thì nên chuẩn bị thời gian thong thả để hành động.

観光には周遊型観光と滞在型観光がある。 周遊型観光とは、 有
名な寺院などの主要な名所を見学することが目的で、 複数の観
光地を点々と見て回るタイプの観光だ。 一方、 滞在型観光は、
ひとつの場所に滞在し心身を休めることやさまざまな体験をす
ることが目的だ。

| | | | |
|---|---|---|---|
| 1310 □ | 寺院<br>じいん | 名 | temple/寺院/thiền viện, chùa chiền |
| 1311 □ | 主要な<br>しゅよう | ナ | major, main/主要的/chính, quan trọng |
| 1312 □ | 名所<br>めいしょ | 名 | attraction, sights/名胜/danh thắng |
| 1313 □ | 点々と<br>てんてん | 副 | here and there, all over the place/点缀/đây đó, rải rác |
| 1314 □ | 体験[する]<br>たいけん | 名 動3他 | experience, experience/体验[体验]/sự trải nghiệm, trải nghiệm |

There are two types of tourism: the "touring" kind of tourism and the "staying" kind of tourism. The purpose of the touring kind is to visit major attractions such as famous temples, which often involves visiting multiple attractions all over the place. On the other hand, the purpose of "staying" tourism is to stay in one place to rest the body and mind and to experience various things./观光有分周游型观光和滞留型观光。周游型观光的目的是把复数的观光地，有名的寺院，主要名胜都参观一次，点缀式观光。而另一个滞留型观光的目的则是在一个地方滞留，让身心放松，并进行各式各样的体验。/Trong tham quan du lịch có tham quan kiểu chu du và tham quan kiểu lưu trú. Tham quan kiểu chu du là tham quan kiểu đi ngắm quanh một số khu du lịch đây đó với mục đích tham quan các thắng cảnh chính như các thiền viện nổi tiếng v.v. Ngược lại, tham quan kiểu lưu trú thì có mục đích lưu trú tại một nơi để cho tinh thần và cơ thể nghỉ ngơi, và trải nghiệm nhiều thứ.

🔊 256

空港に着いたら、まず航空会社のカウンターでチェックインの手
続きをする。そこで、機内に持ち込む手荷物以外の荷物を預ける。
それから、いくつかの決められた検査やチェックを受ける。それ
が終われば、ひとまず搭乗までの手続きは終わりだ。出発まで
時間があれば、空港内にある免税店を覗いてみるのもいい。

| 1315 | 機内<br>きない | 名 on board/机内/bên trong máy bay |
|---|---|---|
| 1316 | 手荷物<br>てにもつ | 名 carry-on baggage/手提行李/hành lý xách tay |
| 1317 | ひとまず | 副 for the moment/暂且/tạm thời |
| 1318 | 搭乗[する]<br>とうじょう | 名 動3自 boarding, board/登机[登机]/sự lên máy bay (tàu), lên máy bay (tàu) |
| 1319 | ＋搭乗券<br>とうじょうけん | 名 boarding pass/登机票/vé lên máy bay (tàu) |
| 1320 | 免税店<br>めんぜいてん | 名 duty-free store/免税店/cửa hàng miễn thuế |
| 1321 | 覗く<br>のぞ | 動1他 have a look, peek/看看/xem qua, nhìn, ngó |

When you arrive at the airport, first you complete check-in procedures at the airline counter.
There, you check in your baggage, except for carry-on baggage that you'll take on board. After
that, you undergo various checks and inspections. Once that's all done, the procedures are
complete for the moment, until you board. If you have time before departure, you may want
to have a look at the airport's duty-free stores./到了机场后，首先去到航空公司柜台办理登机
手续。除了要带上飞机的手提行李以外，其他行李在那里办理托运。然后在接受规定的检查。
结束后到登机为止的手续就暂且结束了。如果到出发还有时间，可以去机场内的免税店看看。
/Khi đến sân bay, trước tiên làm thủ tục check-in ở quầy của công ty hàng không. Ở đó, bạn
phải gửi hành lý, ngoài hành lý xách tay đem lên máy bay. Sau đó, phải làm một số kiểm soát,
kiểm tra theo quy định. Nếu làm xong các việc này, tạm thời là kết thúc thủ tục cho đến khi
lên máy bay. Cho đến khi xuất phát, nếu có thời gian thì bạn nên xem qua các cửa hàng miễn
thuế trong sân bay.

🔊 257

日本人海外旅行者数は1985年の「プラザ合意」以降、円高の
影響もあって増加し、1990年には年間1000万人を上回るよ
うになった。そして、2019年には年間2000万人を超えた。

| 1322 | 円高<br>えんだか | 名 strong yen/日元升值/tiền yên lên giá |
| --- | --- | --- |
| 1323 | ↔ 円安<br>えんやす | 名 weak yen/日元贬值/tiền yên xuống giá |
| 1324 | 上回る<br>うわまわ | 動1他 exceed, surpass/超出/vượt quá |

The number of Japanese people traveling abroad increased after the Plaza Accord in 1985, partly due to the strong yen, and exceeded 10 million per year in 1990. By 2019, the number was more than 20 million per year./日本人的海外旅行者数量自从1985年的「广场协定」后，受了日元升值的影响持续增加，到1990年年间已经超出1000万人。然后到2019年，年间已超过2000万人。/Từ "Thỏa ước Plaza" năm 1985 trở đi, do cũng có ảnh hưởng của việc tiền yên lên giá mà số người Nhật du lịch nước ngoài gia tăng, năm 1990 đã vượt quá 10 triệu người. Và năm 2019 đã hơn 20 triệu người trong năm.

ドイツ、オランダ、ベルギーの三国が接する国境地点が存在する。オランダとベルギー側からはバスでも上れる道路があるが、ドイツ側からは山道を30分ほど歩かなければならないそうだ。今度ヨーロッパへ行ったら、少し足を伸ばして行ってみようと思う。

| 1325 | 国境<br>こっきょう | 名 national border/国境/biên giới quốc gia |
| --- | --- | --- |
| 1326 | 上る<br>のぼ | 動1自 travel up/上去/đi lên |
| 1327 | ↔ 下る<br>くだ | 動1自 travel down/下去/đi xuống |
| 1328 | 山道<br>やまみち | 名 mountain path/山路/đường núi |
| 1329 | 足を伸ばす<br>あし の | 動1他 extend one's journey (literally, stretch one's legs)/走远一点/đi xa, duỗi chân |

There's a point where the national borders of Germany, the Netherlands, and Belgium all meet. From the Dutch and Belgian side, there's a road you can travel up by bus, but from the German side, you have to walk for about 30 minutes along a mountain path. Next time I travel to Europe, I'd like to extend my journey and go there./存在着德国，荷兰，比利时这三个国家交汇的国境地点。从荷兰和比利时有巴士能够上去的道路，但从德国需要步行30分钟左右的山路。下次去欧洲时，我想要走远一点去看看。/Có một địa điểm biên giới quốc gia mà 3 nước Đức, Hà Lan, Bỉ tiếp giáp. Nghe nói từ phía Hà Lan và Bỉ thì có con đường có thể đi lên bằng xe buýt, còn từ phía nước Đức phải đi bộ đường núi khoảng 30 phút. Lần tới nếu đi châu Âu, tôi muốn thử đi xa thêm một chút.

🔊 259

海外に行く人向けに海外旅行保険がある。病気や事故はもちろ
かいがい　い　　ひと　む　　かいがいりょこうほけん　　　　びょうき　じこ
ん、盗難でも適用される。プランによっては、テロに遭ってケ
とうなん　　てきよう　　　　　　　　　　　　　　　　あ
ガをした場合にも使える保険もある。心配性でそそっかしい私
ばあい　つか　ほけん　　　　しんぱいしょう　　　　　　　　わたし
は、海外に行くときは必ず海外旅行保険に入るようにしている。
かいがい　い　　　　かなら　かいがいりょこうほけん　はい

| 1330 ☐ | 盗難<br>とうなん | 名 theft/盗窃/trộm cắp |
| 1331 ☐ | プラン | 名 plan/方案/gói bảo hiểm, kế hoạch |
| 1332 ☐ | テロ | 名 terrorism/恐怖活动/khủng bố |
| 1333 ☐ | そそっかしい | イ careless, scatterbrained/粗心大意/hấp tấp, vội vàng |

People traveling abroad can get overseas travel insurance. It covers illness and accidents as
well as theft. Some plans even cover injuries sustained in the event of a terrorist attack. I tend
to worry and I can be a bit careless, so I always make sure to have travel insurance whenever
I travel abroad./有专门给去海外旅行的人加入的海外旅行保险。生病或意外是当然的，连盗
窃也能理赔。虽然要看方案，但有些保险连遇到恐怖活动受伤也能理赔。爱操心又粗心大意
的我只要去海外，一定会加入海外旅行保险。/Có loại bảo hiểm du lịch nước ngoài dành cho
người đi nước ngoài. Bảo hiểm này không chỉ áp dụng cho bệnh tật, tai nạn mà cả trộm cắp.
Tùy vào gói bảo hiểm mà có bảo hiểm có thể sử dụng trong cả trường hợp bị thương vì gặp
khủng bố. Một người có tính hay lo, hấp tấp như tôi thì luôn mua bảo hiểm du lịch nước
ngoài khi đi nước ngoài.

🔊 260

お金は旅の必需品だが、どのくらい持って行くべきかいつも
かね　たび　ひつじゅひん　　　　　　　　　も　い
迷っていた。しかし、最近はデジタル通貨が普及し通用すると
まよ　　　　　　　　　　　さいきん　　　　　　つうか　ふきゅう　つうよう
ころも増えているので、めっきり現金を両替しなくなった。
ふ　　　　　　　　　　　　　　　　げんきん　りょうがえ

| 1334 ☐ | 必需品<br>ひつじゅひん | 名 necessity/必需品/thứ thiết yếu, nhu yếu phẩm |
| 1335 ☐ | 通貨<br>つうか | 名 currency/货币/tiền tệ, tiền |
| 1336 ☐ | 通用[する]<br>つうよう | 名 動3自 common use, be accepted/通用[通用]/sự thông dụng, được sử dụng |
| 1337 ☐ | めっきり | 副 noticeably, remarkably/完全/rõ ràng |

Money is a necessity for travel, but I've always wondered how much I should take with me. However, since digital currency has recently become more widespread and accepted in more and more places, I exchange cash noticeably less these days./钱是旅行的必需品，但我每次都很忧郁都要带多少才够。但是最近因为数字货币的普及，能使用的地方增加，我完全都不用换现金了。/Tiền là thứ cần thiết trong các chuyến đi nhưng tôi luôn băn khoăn không biết phải đem theo bao nhiêu. Tuy nhiên, gần đây tiền kỹ thuật số trở nên phổ biến, nơi có thể sử dụng cũng tăng lên nên rõ ràng không còn phải đổi tiền mặt nữa.

先日、友だちと船釣りツアーに参加した。沖には私たちの他に5隻ほど船が泊まっていて、みんな釣りをしていた。釣り初心者の私はきらきら光る水面に目を奪われていたが、友達はたった1時間で空っぽだったクーラーボックスを魚でいっぱいにした。釣りは3時間の予定だったが途中で波が荒くなったので、港に戻った。

| 1338 | 沖<br>おき | 名 offshore/海域/vịnh |
|---|---|---|
| 1339 | ～隻<br>せき | 接尾 ~ boats (counter for boats)/〜艘/〜 chiếc thuyền |
| 1340 | 水面<br>すいめん | 名 water's surface/水面/mặt nước |
| 1341 | 空(っぽ)<br>から | 名 emptiness/空（的）/trống rỗng |
| 1342 | 荒い<br>あら | イ rough/汹涌/dữ dội, thô bạo |

The other day, I went on a boat fishing tour with a friend. About five other boats were anchored offshore near ours, and everyone was fishing. As a novice angler, I was transfixed by the sparkling water's surface, but my friend filled his empty cooler box with fish in just one hour. We'd planned to fish for three hours, but the waves grew too rough, so we headed back to the harbor./前几天，我和朋友一起参加了船钓旅行团。海域除了我们以外，还停了5艘船左右，大家都在钓鱼。对于钓鱼初学者的我来说，闪闪发光的水面夺走我的眼球，但朋友只花了一个小时，钓到的鱼就把空的保冷箱填满了。本来是预备钓3小时的，但途中海浪汹涌我们就回码头了。/Hôm trước, tôi đã tham gia tour đi thuyền câu với bạn. Ngoài chúng tôi, còn có khoảng 5 chiếc thuyền đậu ở vịnh, mọi người đều câu cá. Người lần đầu câu cá như tôi đã bị hút hồn bởi mặt nước sáng lấp lánh, còn bạn tôi chỉ trong vòng 1 tiếng đã làm đầy cá vào chiếc thùng lạnh vốn trống rỗng. Tuy dự kiến câu 3 tiếng nhưng giữa chừng sóng dữ dội nên chúng tôi đã quay về cảng.

🔊262

学生のころは<u>宿</u>代を<u>浮かす</u>ために、<u>夜行バス</u>をよく利用していた。夜に東京を<u>発つ</u>と、<u>早朝</u>には大阪に到着する。往復券や<u>回数券</u>を買えば、さらに割引になってもっと安くなる。

| 1343 | 宿<br>やど | 名 accommodation/住宿/nhà trọ, khách sạn |
| 1344 | 浮かす<br>う | 動1他 save money/省下/tiết kiệm |
| 1345 | ↔ 浮く<br>う | 動1自 be left over, be saved (money)/省/thừa ra |
| 1346 | 夜行バス<br>やこう | 名 night bus/夜行巴士/xe buýt chạy đêm |
| 1347 | 発つ<br>た | 動1自 depart/出发/rời khỏi, xuất phát |
| 1348 | 早朝<br>そうちょう | 名 early morning/早晨/sáng sớm |
| 1349 | 回数券<br>かいすうけん | 名 coupon ticket/次数票/联票/vé đi nhiều lần |
| 1350 | + 回数<br>かいすう | 名 number of times/次数/số lần, nhiều lần |

When I was a student, I often took the night bus to save money on accommodation. If the bus departed Tokyo at night, I would arrive in Osaka in the early morning. If you buy a round-trip ticket or a coupon ticket, you can get a discount and pay even less./学生时代，为了省下住宿费，我常常使用夜行巴士。晚上从东京出发，早晨就能到大阪。而且买来回票或次数票，又能够更优惠更便宜。/Thời sinh viên, tôi thường sử dụng xe buýt chạy đêm để tiết kiệm tiền khách sạn. Nếu rời Tokyo vào ban đêm sẽ đến Osaka vào sáng sớm. Nếu mua vé khứ hồi hoặc vé đi nhiều lần thì sẽ được giảm giá nên rẻ hơn nữa.

🔊263

A：ねえ、これ見て。すっごくきれい！

B：「オレンジ色に<u>染まる</u><u>地平線</u>、<u>夕日</u>がきれいなビーチ5選」かあ。

A：あ、ここ結構近いよ。こんなに<u>ロマンチック</u>なビーチが近くにあるんだね。

B：そうだね。じゃあ、<u>早速</u>今から行ってみようか。

| 1351 | 地平線 <br> ち へいせん | 名 horizon/地平线/đường chân trời |
|---|---|---|
| 1352 | 夕日 <br> ゆう ひ | 名 sunset/夕阳/hoàng hôn |
| 1353 | ロマンチックな | ナ romantic/浪漫的/lãng mạn |
| 1354 | 早速 <br> さっそく | 副 right away, right now/马上/nhanh chóng |

A: Hey, look at this. It's so beautiful! B: "Five beaches with horizons bathed in orange and beautiful sunsets," it says. A: Oh, they're quite close. There's a romantic beach like this nearby? B: There is. Let's go there right now./A: 诶，你看这个，好美哦！ B: 「地平线被染成橘色，5个精选夕阳很美的沙滩」呀。 A: 啊，这里还蛮近的。附近就有这么浪漫的沙滩吗？ B: 对呀。那我们现在马上就去吧。/A: Nè, nhìn cái này đi. Đẹp cực kỳ! B: Là "5 bãi biển được chọn có đường chân trời nhuộm màu cam, hoàng hôn tuyệt đẹp" đây sao? A: Ồ, ở đây khá gần đó. Thì ra có một bãi biển lãng mạn như thế ở gần đây nhỉ. B: Ừ, vậy bây giờ nhanh chóng đi thử xem nào.

日本でダイビングをするなら、東京から日帰りも可能な伊豆半島がおすすめだ。カラフルな熱帯魚が見られるため、一年中世界各地からダイバーが潜りに来ている。
にほん　　　　　　　　　　とうきょう　ひがえ　　かのう　いずはんとう　　　　　　ねったいぎょ　み　　　　　いちねんじゅうせかいかくち　　　　　　　　もぐ　き

| 1355 | ダイビング[する] | 名 動3自 diving, dive/潜水[潜水]/sự lặn, lặn |
|---|---|---|
| 1356 | 半島 <br> はんとう | 名 peninsula/半岛/bán đảo |
| 1357 | 熱帯魚 <br> ねったいぎょ | 名 tropical fish/热带鱼/cá nhiệt đới |
| 1358 | ＋ 熱帯 <br> ねったい | 名 tropics/热带/nhiệt đới |
| 1359 | 潜る <br> もぐ | 動1自 dive, pass under/潜/lặn |

If you want to go diving in Japan, the Izu Peninsula is a great spot that you can reach by day trip from Tokyo. Divers from all over the world come here to dive all year round because of the colorful tropical fish./在日本要潜水，推荐可以去伊豆半岛。从东京也可以当天来回。能够看到色彩缤纷的热带鱼，一年四季都有世界各地的潜水员来潜水。/Nếu lặn ở Nhật thì tôi xin khuyến khích bạn đến bán đảo Izu, nơi có thể đi về trong ngày từ Tokyo. Do có thể ngắm cá nhiệt đới đầy sắc màu nên quanh năm nhiều tay lặn từ khắp nơi trên thế giới đều đến đây để lặn.

Topic 15 ● 旅行

🔊 265

毎年８月のお盆休みはお墓参りや親戚に会うために故郷に帰る
人で、新幹線はぼぼ満席になる。新幹線の指定席券は当日でも
買うことはできるが、乗車日の一か月前から予約可能だ。

| 1360 | （お）墓参り [する]<br>はかまい | 名 動3自 grave visit, visit a grave (to pay respects)/扫墓[扫墓]/sự đi tàu viếng mộ, đi viếng mộ |
|---|---|---|
| 1361 | ＋（お）墓<br>はか | 名 grave/墓/mộ |
| 1362 | 故郷<br>こきょう | 名 hometown/故乡/quê nhà |
| 1363 | 指定席<br>していせき | 名 reserved seat/指定座位/ghế chỉ định |
| 1364 | ＋指定 [する]<br>してい | 名 動3他 designated, assign/指定[指定]/sự chỉ định, chỉ định |

Every year during the Bon vacation in August, the bullet trains are fully occupied with people
returning to their hometowns to visit graves and catch up with relatives. You can buy a
reserved seat ticket for the bullet train on the day of the trip, but reservations can be made up to
one month in advance./每年8月的盂兰盆节时，有很多人为了扫墓，见亲戚会回故乡，所以
新干线几乎都会满座。新干线的指定座位票当天也可以买，但搭乗日的一个月前就可以预约。
/Kỳ nghỉ obon vào tháng 8 hàng năm, tàu shinkansen hầu như kín chỗ bởi người về quê để
viếng mộ và gặp họ hàng. Có thể mua vé ghế chỉ định trong tàu shinkansen vào ngày đi tàu
nhưng bạn có thể đặt từ một tháng trước ngày đi tàu.

🔊 266

これまでロープウェイは山や高原、スキー場での移動手段とし
て利用されてきたが、近年は都市での交通手段として利用され
ている。日本での実用化はまだ時間を要するだろうが、ロープ
ウェイがバスや列車の代わりとして市民の足になる日が来るか
もしれない。

| 1365 | ロープウェイ | 名 ropeway/缆车/cáp treo |
|---|---|---|
| 1366 | 高原<br>こうげん | 名 highland/高原/cao nguyên |
| 1367 | 実用化 [する]<br>じつようか | 名 動3他 practical application, put to practical use/实用化[实用化]/việc đưa vào sử dụng thực tế, đưa vào sử dụng |

| | | | |
|---|---|---|---|
| 1368 ☐ | 列車<br>れっしゃ | 名 | train/列车/xe lửa |

Ropeways have long been used for transport in the mountains and highlands and at ski resorts, but in recent years, they are being used as a means of transportation in cities. It might take some time before ropeways are put to practical use in Japan, but the day may come when ropeways replace buses and trains as a means of transportation for citizens./缆车一直以来都是上山，上高原，滑雪场的移动手段，但近年也被利用于都市的交通方式。在日本，实用化可能还需要一段时间，说不定有一天，缆车也能替代巴士，列车等成为市民的移动手段。/ Từ trước đến nay, cáp treo được sử dụng như là phương tiện di chuyển trên núi, cao nguyên, khu trượt tuyết, nhưng những năm gần đây còn được sử dụng như là phương tiện giao thông ở đô thị. Việc đưa vào sử dụng thực tế ở Nhật có lẽ vẫn cần thời gian, nhưng có thể ngày mà cáp treo thay thế xe buýt, xe lửa để trở thành đôi chân của người dân sẽ đến.

お金をかけなくても旅はできる。安いゲストハウスなどに泊まっ
かね　　　　　　　　　　たび　　　　　　　　　　　　　　　　　　　と
て自由に旅を楽しむバックパッカーが世界中にいる。自由な旅
じ ゆう　　たび　たの　　　　　　　　　　　　　　　せ かいじゅう　　　　　　　じ ゆう　りょ
行は刺激的で魅力的だ。ただし、自由には危険が伴うことを忘
こう　し げきてき　み りょくてき　　　　　　　　　じ ゆう　　き けん　ともな　　　　わす
れてはならない。

| | | | |
|---|---|---|---|
| 1369 | ゲストハウス | 名 | guesthouse/民宿/nhà khách |
| 1370 | バックパッカー | 名 | backpacker/背包客/người du lịch bụi |
| 1371 | 刺激的な<br>し げきてき | ナ | exciting, stimulating/刺激的/mang tính kích thích |
| 1372 | ✚ 刺激[する]<br>し げき | 名 動3他 | stimulation, stimulate/刺激[刺激]/sự kích thích, kích thích |
| 1373 | ただし | 接続 | however/然而/tuy nhiên |

You don't need to spend a lot of money to travel. There are backpackers all over the world who stay in cheap guesthouses and enjoy traveling freely. Traveling freely is exciting and fascinating. However, you shouldn't forget that with freedom comes danger./就算没有钱也可以旅行。世界上有很多背包客住在便宜的民宿，只为了享受自由自在的旅行。充满自由的旅行很有魅力很刺激的。然而不能忘记，自由也伴随着危险。/Không tốn tiền vẫn có thể du lịch. Những người du lịch bụi có mặt khắp thế giới, họ nghỉ ở nhà khách rẻ và tự do tận hưởng chuyến đi. Du lịch tự do mang tính kích thích và rất hấp dẫn. Tuy nhiên, không được quên tự do là kèm theo nguy hiểm.

🔊 268

日本は火山が多いため、全国各地に温泉が<u>湧いて</u>いる。温泉は
<u>透き通った無色</u>のお湯もあるが、白や黒や茶色に<u>濁った</u>お湯も
あり、効果もさまざまだ。<u>ちなみに</u>、日本<u>一</u>温泉が湧き出るの
は大分県である。

| 1374 | 湧く (わ) | 動1自 seethe, boil, bubble up/涌出/phun trào |
|---|---|---|
| 1375 | 透き通る (す とお) | 動1自 be transparent/剔透/trong suốt |
| 1376 | 無色 (む しょく) | 名 colorless/无色/không màu |
| 1377 | 濁る (にご) | 動1自 be clouded/浑浊/đục |
| 1378 | ちなみに | 接続 incidentally, by the way/顺带一提/nhân tiện |
| 1379 | ～一 (いち) | 接尾 ~ foremost, ~ largest/highest/best/~ 第一/nhất ~ |

Due to Japan's many volcanoes, hot springs bubble up all over the country. Some hot spring waters are transparent and colorless, while others are cloudy white, black, or brown, and have a variety of effects. Incidentally, Oita Prefecture is home to Japan's largest number of hot springs./日本因为有很多火山，全国各地都有温泉涌出。温泉也有无色剔透的，也有白色，黑色，咖啡色等浑浊的温泉，效果也各不相同。顺带一提，温泉涌出最多的是大分县，是日本第一。/Do Nhật Bản có nhiều núi lửa nên khắp nơi trên cả nước đều có suối nước nóng phun trào. Có loại suối nước nóng mà nước nóng không màu, trong suốt, cũng có loại nước nóng đục màu trắng, đen, màu nâu, và hiệu quả cũng khác nhau. Nhân tiện xin giới thiệu, nơi có nhiều suối nóng phun trào nhất Nhật Bản là tỉnh Oita.

🔊 269

この公園には<u>噴水</u>があり、<u>爽やかな</u>風が吹く春には、公園はお
花見をする人でいっぱいになる。みんなで食べ物や飲み物を<u>持
参して</u>、桜の木の下でお花見を楽しむ人々の様子は、春の日本
ならではの<u>光景</u>だ。

| 1380 | 噴水 (ふんすい) | 名 fountain/喷水池/đài phun nước |
| 1381 | 爽やかな (さわ) | ナ refreshing/凉爽/sảng khoái, dễ chịu |

| 1382 | 持参[する] じさん | 名 動3他 bringing, bring/自带[自带]/sự mang theo, mang theo |
|---|---|---|
| 1383 | 光景 こうけい | 名 scene/景象/quang cảnh |

There is a fountain in this park, and in the springtime when refreshing breezes blow, the park is filled with people viewing cherry blossoms. The sight of people bringing food and drinks and enjoying the blossoms under the cherry trees is a scene unique to springtime in Japan./这个公园有喷水池，春天吹着凉爽的风时，公园会挤满赏花的人们。大家都自带食物饮料，在樱花树下享受赏花的人们，应该可以说是日本春天独特的景象。/Trong công viên này có đài phun nước, vào mùa xuân khi làn gió sảng khoái thổi, công viên đầy ắp người ngắm hoa. Cảnh người người mang theo đồ ăn, thức uống để vui ngắm hoa dưới gốc cây anh đào là quang cảnh chỉ có ở Nhật Bản vào mùa xuân.

◀)) 270

バスや電車に乗ると「つり革、手すりにおつかまりください」というアナウンスが何度も流れる。安全のために急停車することがあるからだ。先日、私が混雑したバスにたくさんの荷物を持って立って乗っていたとき、高校生がすっと席を立って席を譲ってくれた。

| 1384 | つり革 かわ | 名 strap (on a bus or train)/吊环/tay nắm |
|---|---|---|
| 1385 | 手すり て | 名 handrail/扶手/tay vịn |
| 1386 | すっと | 副 quickly, right away/霍地/nhanh nhẹn, nhanh như chớp |

Whenever you get on a bus or train, the announcement "Please hold on to a strap or handrail" is played over and over again. This is because the bus or train might stop suddenly for safety reasons. The other day, when I was standing on a crowded bus carrying a lot of bags, a high school student stood up right away and offered me his seat./搭乘公交车和电车时，广播会说好几次「请扶好吊环，扶手」。这是因为有时候为了安全也会有急刹车的状况。前几天，我拿着很多东西搭上人很多的公交车时，高中生霍地站起来让位给我。/Khi đi xe buýt hay tàu điện, loa thông báo "vui lòng nắm tay nắm, tay vịn" vang lên rất nhiều lần. Là vì để an toàn khi dừng tàu xe đột ngột. Hôm trước, khi tôi xách nhiều hành lý đứng trên chiếc xe buýt đông người, đã có một học sinh PTTH nhanh nhẹn đứng dậy khỏi ghế nhường chỗ cho tôi.

🔊 271

1945年、広島と長崎に原子爆弾が落とされた。広島市平和記念公園には、原爆ドーム、平和の鐘、原爆の子の像などがある。元々はれんが造りの建物が原爆で焼けてしまい、その焼け跡が原爆ドームと呼ばれるようになった。戦争の悲しさやひどさを今も物語っている。

| 1387 | 原子爆弾／原爆<br>げんしばくだん／げんばく | 名 atomic bomb/原子弹/原子炸弹/bom nguyên tử |
|---|---|---|
| 1388 | 像<br>ぞう | 名 statue/像/tượng, tượng đài |
| 1389 | れんが | 名 brick/砖/gạch |
| 1390 | 物語る<br>ものがたる | 動1他 narrate, tell/叙述/kể, kể chuyện |

In 1945, atomic bombs were dropped on Hiroshima and Nagasaki. Hiroshima Peace Memorial Park is home to the Atomic Bomb Dome, the Peace Bell, and the Children's Peace Monument statue. The Atomic Bomb Dome was originally a brick building that now stands as a burned ruin. It still tells of the tragedy and terror of war./1945年，原子弹落在广岛和长崎。在广岛市平和纪念公园，有原爆圆顶馆，平和之钟，原爆之子像等等。原本是砖造的建筑物因为原子弹被烧掉后，被烧毁的废墟被人们称为原爆圆顶馆。它现在也仿佛在叙述着战争的悲伤和残酷。/Năm 1945, bom nguyên tử đã được thả xuống Hiroshima và Nagasaki. Trong Công viên Kỷ niệm Hòa bình thành phố Hiroshima có mái vòm bom nguyên tử, chuông hòa bình, tượng đài nạn nhân trẻ em bị bom nguyên tử v.v. Tòa nhà vốn xây bằng gạch bị bom nguyên tử thiêu cháy, nên tàn tích vụ cháy đó được gọi là mái vòm bom nguyên tử. Cho đến ngày nay mái vòm vẫn đang kể lại nỗi buồn và sự tồi tệ của chiến tranh.

🔊 272

山道は方角が分かりにくく急カーブの道も多いので、運転に集中力が要る。険しい山と谷に挟まれた山道を進むと、小さい滝が現れた。そこで車を停めて一休みすることにした。地図を見ると、幸いもう少しで山道を抜けられることが分かった。

| 1391 | 方角<br>ほうがく | 名 direction/方位/phương hướng |
| 1392 | 険しい<br>けわしい | イ steep/危险/hiểm trở |
| 1393 | 谷<br>たに | 名 valley/山谷/thung lũng |

| 1394 | 滝<br>たき | 名 waterfall/瀑布/thác |
|---|---|---|
| 1395 | 一休み [する]<br>ひとやす | 名 動3自 break, take a rest/休息片刻[休息片刻]/sự tạm nghỉ, tạm nghỉ |
| 1396 | 幸い<br>さいわ | 副 fortunately/庆幸/cực khổ, gian khó |

On this mountain road, the direction is difficult to see and there are many sharp curves, so driving takes a lot of concentration. As we proceeded along the mountain road, winding between steep mountainsides and valleys, we came upon a small waterfall. We decided to stop the car and take a rest there. Fortunately, the map showed that we were almost through the mountain road./山路很容易迷失方位，还有很多急转弯，开车需要很集中。在被危险的山和山谷夹在中间的山路继续前进，发现了小瀑布。我决定把车停在这里休息片刻。庆幸的是，看了地图发现快要开出山路了。/Đường núi do khó biết phương hướng và lại có nhiều đường cua gấp nên cần sức tập trung để lái xe. Khi đi trên đường núi kẹp giữa rừng núi và thung lũng hiểm trở thì dòng thác nhỏ hiện ra. Chúng tôi đã quyết định dừng xe ở đó để tạm nghỉ. Xem bản đồ thì tôi biết chỉ chịu khổ thêm một chút là có thể vượt qua đường núi.

🔊 273

この間の旅行では、子どもが人混みで迷子になって大変な思い
あいだ りょこう　　こ　　　ひとご　　まいご　　たいへん　おも
をした。次の旅行先は未定だが、混雑する時期をずらしてのん
つぎ りょこうさき みてい　　こんざつ　　じき
びりと家族との時間を楽しむ旅行にしようと思う。
かぞく　じかん たの りょこう　　　　おも

| 1397 | 人混み<br>ひとご | 名 crowd/人群/biển người, đám đông |
|---|---|---|
| 1398 | 未定<br>みてい | 名 pending, not decided/未定/chưa dự định |
| 1399 | ずらす | 動1他 avoid, shift/错开/tránh |

On a recent trip, my child got lost in a crowd and it was awful. We still haven't decided where we'll travel next, but I think we'll try to avoid the crowds so we can relax and enjoy time as a family./上次的旅行，我孩子在人群中迷路，真的很不容易。下次的目的地还未定，但下次旅行，我想要错开人多的时期，和家人度过悠闲的时光。/Chuyến du lịch gần đây, con tôi bị lạc trong biển người khiến chúng tôi một phen vất vả. Địa điểm du lịch tiếp theo chúng tôi chưa dự định, nhưng tôi định sẽ tránh thời gian đông đúc để có chuyến đi tận hưởng khoảng thời gian thong thả với gia đình.

Topic 15 ● 旅行

🔊 274

冬に旅行したとき、北海道で車を借りた。私は普段から運転す
るのだが、雪道の運転には慣れていないので、のろのろと空港
からホテルに向かった。たった 30 分でも雪道の運転はどっと疲
れた。助手席に座っていた妻が心配そうに私を見ていた。ホテ
ルの人が今シーズンは特に雪が多いと言っていた。

| | | | |
|---|---|---|---|
| 1400 | 雪道<br>ゆきみち | 名 | snowy road/雪路/đường tuyết |
| 1401 | のろのろ（と） | 副 | slowly/慢吞吞（的）/từ từ, chậm rãi |
| 1402 | どっと | 副 | suddenly/忽然/chợt, thình lình |
| 1403 | 助手席<br>じょしゅせき | 名 | passenger seat/副驾驶席/ghế cạnh ghế tài xế |
| 1404 | ＋ 運転席<br>うんてんせき | 名 | driver's seat/驾驶座/ghế tài xế |
| 1405 | 今～<br>こん | 接頭 | this ~ (time)/这～/~ này |

Once, traveling in winter, I rented a car in Hokkaido. I often drive, but I'm not used to driving on snowy roads, so I drove slowly from the airport to our hotel. After driving on snowy roads, even just for 30 minutes, I was suddenly exhausted. My wife, sitting in the passenger seat, looked at me with concern. The hotel staff said there'd been particularly heavy snowfall this season./冬天去旅行时，在北海道借了车。我平常就会开车，但不习惯开雪路，只能慢吞吞的从机场开往酒店。只开了30分钟的雪路就忽然感到好累。坐在副驾驶座的妻子很担心的看着我。酒店的人还说，尤其这个季节雪特别多。/Khi du lịch vào mùa đông, chúng tôi đã thuê xe ở Hokkaido. Thường ngày, tôi hay lái xe nhưng lái xe đường tuyết thì không quen nên từ sân bay tôi đã từ từ lái đến khách sạn. Chỉ 30 phút lái xe đường tuyết mà tôi đã chợt thấy mệt mỏi. Vợ tôi ngồi ghế bên cạnh ghế tài xế nhìn tôi với vẻ lo lắng. Người của khách sạn nói mùa này đặc biệt nhiều tuyết.

🔊 275

家族旅行はきっちり計画を立てておいても、思いがけないこと
が起こったり誰かがわがままを言い出したりして、なかなか計
画通りにはいかない。

| | | | |
|---|---|---|---|
| 1406 | きっちり（と） | 副 | precisely/完美（的）/kỹ càng, rõ ràng |

208

| 1407 | 思いがけない<br>(おも) | イ unexpected/没想到/bất ngờ, ngoài dự tính |
|---|---|---|
| 1408 | 言い出す<br>(い　だ) | 動1他 say, speak out/说出/nói ra, đòi hỏi |

Even when your family vacation is precisely planned out, it doesn't always go according to plan because unexpected things happen or someone says something selfish./家族旅行、就算计划再怎么完美，还是会发生没想到的事，又或者有人突然说出任性的要求，很难按照计划进行。/Du lịch gia đình dù có lên kế hoạch kỹ càng cũng có khi xảy ra chuyện bất ngờ, hoặc có ai đó đòi hỏi bướng bỉnh khiến cả nhà không thể theo đúng kế hoạch.

🔊 276

日本政府は、公衆トイレの洋式化をすすめている。外国人旅行者からの「和式トイレの使い方が分からない」という声を受けて、駅や観光地にある公衆トイレの整備を補助している。汚い、臭い、危険な「公衆便所」から、清潔で安心な「公衆トイレ」に生まれ変わろうとしている。

| 1409 | 洋式<br>(ようしき) | 名 Western-style/坐式/kiểu Tây |
|---|---|---|
| 1410 | 和式<br>(わしき) | 名 Japanese-style/蹲式/kiểu Nhật |
| 1411 | ＋ ～式<br>(しき) | 接尾 ～ style/～式/kiểu ～, cách ～ |
| 1412 | 補助[する]<br>(ほじょ) | 名 動3他 subsidy, subsidize/补助[补助]/sự hỗ trợ, hỗ trợ |
| 1413 | 便所<br>(べんじょ) | 名 restroom/厕所/nhà xí |
| 1414 | ＋ 便<br>(べん) | 名 feces, stool/便/sự tiện nghi |

The Japanese government is promoting a shift toward Western-style public restrooms. In response to comments from foreign travelers unfamiliar with using Japanese-style squat toilets, the government is subsidizing the construction of public restrooms at train stations and tourist attractions. These will be transformed from dirty, smelly, dangerous public restrooms to clean and safe public amenities./日本政府正在推广公共厕所的坐式化。因为收到了外国人旅客说「不知道怎么上蹲式厕所」，所以现在政府补助整备车站和观光地的公共厕所。又臭又脏又危险的「公共厕所」会改头换面变成卫生又放心的「公共厕所」。/Chính phủ Nhật Bản đang khuyến khích Tây hóa nhà vệ sinh công cộng. Lắng nghe ý kiến nói rằng "tôi không biết cách sử dụng nhà vệ sinh kiểu Nhật" từ du khách nước ngoài, chính phủ hỗ trợ trang bị nhà vệ sinh công cộng ở nhà ga và các khu du lịch. Chính phủ đang muốn thay đổi "nhà xí công cộng" bẩn, hôi, nguy hiểm thành "nhà vệ sinh công cộng" vệ sinh, an toàn.

A：来月、長期休暇取るんだって？
　　らいげつ　ちょうききゅうか　と

B：はい。ビザの申請がうまくいったら、オーストラリアでファー
　　　　　　しんせい

　　ムステイをしたいと思っていて。
　　　　　　　　　　　　おも

A：ファームステイ？何それ？
　　　　　　　　　　なに

B：留学みたいなものなんですが、牧場のオーナーの家に宿泊
　　りゅうがく　　　　　　　　　　　ぼくじょう　　　　　　　　　いえ　しゅくはく

　　して動物の世話をしたり農作業を手伝ったりしながら英語
　　　どうぶつ　せわ　　　　　のうさぎょう　てつだ　　　　　　えいご

　　を勉強するんです。
　　　べんきょう

| 1415 | 長期<br>ちょうき | 名 long term, long period/长期/dài ngày, dài hạn |
|---|---|---|
| 1416 | ↔ 短期<br>たんき | 名 short term, short period/短期/ngắn ngày, ngắn hạn |
| 1417 | 申請[する]<br>しんせい | 名 動3他 application, apply/申请[申请]/đơn xin, xin |
| 1418 | 牧場<br>ぼくじょう | 名 farm, ranch/牧场/nông trại |
| 1419 | オーナー | 名 owner/主人/người chủ |
| 1420 | 宿泊[する]<br>しゅくはく | 名 動3自 accommodation, stay/住宿[住宿]/sự lưu trú, lưu trú, ở |

A: I hear you're taking a long-term vacation next month. B: Yes. If my visa application is successful, I hope to do a farm stay in Australia. A: A farm stay? What's that? B: It's like studying abroad, but you stay at a farm owner's house and study English while taking care of the animals and helping with the farm work./A: 听说你下个月拿了长期假期？ B: 是的。如果申请签证顺利，我想去澳大利亚的体验牧场住宿。 A: 牧场住宿？那是什么？ B: 就像留学一样，但是住在牧场主人家，然后边顾照动物，边做农活，边学英语。/A: Nghe nói tháng tới, anh sẽ lấy phép dài ngày à? B: Vâng, nếu đơn xin visa thành công thì tôi muốn ở làm nông trại ở Úc. A: Ở làm nông? Là gì vậy? B: Kiểu giống như du học nhưng là vừa ở lại nhà của người chủ nông trại, chăm sóc động vật, phụ giúp việc nông vừa học tiếng Anh vậy.

近頃、一人でテントを張ってキャンプをする「ソロキャン」が
人気だ。　一人でも簡単に組み立てられるタイプのテントがある
ので、手軽に本格的なキャンプが楽しめる。慌ただしい日常か
ら離れて過ごせば、いい休養になるし、自然の素晴らしさもし
みじみと感じられるだろう。

| 1421 | 近頃 <br> ちかごろ | 名 recent times, nowadays/最近/gần đây |
|---|---|---|
| 1422 | テント | 名 tent/帐篷/lều |
| 1423 | 張る <br> は | 動1他 stretch, pitch (a tent)/搭/căng |
| 1424 | 組み立てる <br> く　た | 動2他 assemble/组起来/lắp ráp, dựng |
| 1425 | 慌ただしい <br> あわ | イ hectic, rushed/慌慌张张/tất bật, bận rộn |
| 1426 | 休養[する] <br> きゅうよう | 名 動3自 relaxation, take a break/休养[休养]/sự nghỉ dưỡng, nghỉ dưỡng |
| 1427 | しみじみ（と） | 副 quietly, profoundly/深深（的）/yên bình, bình tĩnh |

In recent times, solo camping, in which a person pitches a tent and camps alone, has become
more popular. Some tents can easily be assembled by a single person, making it easy to enjoy
authentic camping. Spending time away from the hectic pace of everyday life is a great way to
take a break and quietly experience the wonders of nature./最近，一个人搭帐篷露营的「Solo
露营」很受欢迎。也有一个人就很容易组起来的帐篷，可以很随意的就享受到真正的露营。
脱离慌慌张张的日常度过，也会是很好的休养，还可以深深的感受到大自然的美好。>/Gần
đây, hình thức "cắm trại solo" là một người giăng lều cắm trại, rất được ưa chuộng. Vì có kiểu
lều có thể dựng đơn giản nên bạn có thể vui thích cắm trại thực thụ một cách dễ dàng. Nếu
có thể trải qua thời gian tách rời cuộc sống tất bật thì vừa thành nghỉ dưỡng tuyệt vời, vừa có
thể yên bình cảm nhận sự kỳ diệu của thiên nhiên.

# Topic 16

# 学校
がっこう

School / 学校 / Trường học

No. 1428-1577

🔊 279

幼い頃から人見知りでなかなか友達ができなかったが、高校の
おさな ころ　　　ひとみ し　　　　　　　　　　　　　　　　ともだち　　　　　　こうこう
時に出会った部活の仲間のおかげで、社交的になり多くの友達
とき で あ　　　　ぶ かつ　なか ま　　　　　　　　　　　しゃこうてき　　　　おお　　ともだち
ができた。本当にいい仲間に恵まれていたと思う。
　　　　　ほんとう　　　　なか ま　めぐ　　　　　　　おも

| 1428 | 幼い<br>おさな | **イ** young/幼小/ngây thơ, thiếu thời |
| 1429 | 人見知り[する]<br>ひとみ し | **名 動3自** shyness, be shy around strangers/怕生[怕生]/sự nhút nhát, nhút nhát, bẽn lẽn |
| 1430 | 部活<br>ぶ かつ | **名** club activity/社团活动/câu lạc bộ, đội nhóm |
| 1431 | 社交的な<br>しゃこうてき | **ナ** sociable/善于社交的/hòa đồng |
| 1432 | 恵まれる<br>めぐ | **動2自** be blessed with/幸运/may mắn, được ban cho |

Ever since I was young, I've been shy around strangers and have had difficulty making friends, but thanks to my friends from club activities in high school, I've became sociable and made more friends. I think I've really been blessed with good friends./幼小时期我很怕生，所以很难交到朋友，但多亏了高中时遇见社团活动的伙伴，我变的善于社交，交到很多朋友。我真的很幸运，有了这么好的伙伴。/Từ thuở thiếu thời, tôi mãi không kết được bạn do tính tình nhút nhát, nhưng nhờ bạn bè trong câu lạc bộ học đường mà tôi đã gặp thời PTTH, tôi trở nên giao tiếp hơn và có nhiều bạn bè. Tôi thấy mình thật may mắn khi có những người bạn tốt.

期末試験で、マークシートの欄を一つずつ間違えて記入してし
まった。もうだめだ！単位を落としたかもしれない。

| 1433 | 期末<br>きまつ | 名 term end, final/期末/cuối kỳ |
| 1434 | マークシート | 名 marksheet/答题卡/phiếu đánh dấu |
| 1435 | 欄<br>らん | 名 column, field/信息位/ô, cột |
| 1436 | 単位<br>たんい | 名 credit/学分/tín chỉ, đơn vị |

In the final exam, I wrote each answer in the wrong column on the marksheet. It's all over! I think I've lost the credit./在期末考时，答题卡上的答案写窜行了。不行了！可能拿不到学分了。/Trong kỳ thi cuối kỳ, tôi đã ghi nhầm từng ô một trong ô trả lời của phiếu đánh dấu. Không xong rồi! Có lẽ tôi đã rớt tín chỉ rồi.

昨年度はやる気がなく、ずいぶん怠けてしまった。今年度はそ
の分を取り戻せるように、ほぼ毎日、授業後は図書館で懸命に
勉強している。

| 1437 | 年度<br>ねんど | 名 year/年度/năm tài khóa |
| 1438 | やる気<br>き | 名 motivation/干劲/động lực |
| 1439 | 怠ける<br>なま | 動 2 他 slack off, be idle/懒散/lười biếng |
| 1440 | 取り戻す<br>と もど | 動 1 他 get back, make up/夺回/lấy lại |
| 1441 | ほぼ | 副 almost/几乎/hầu như |
| 1442 | 懸命な<br>けんめい | ナ hard, intense/拼命的/chăm chỉ, cần cù |

Last year I lacked motivation and slacked off a lot. This year, I'm studying hard in the library almost every day after class to make up for it./去年度实在没干劲，过得很懒散。今年度我为了要夺回去年的份，几乎每天放学后我就在图书馆里读书。/Năm tài khóa trước, tôi không có động lực nên đã khá lười biếng. Năm tài khóa này, hầu như ngày nào tôi cũng học tập chăm chỉ ở thư viện sau giờ học để có thể lấy lại khoảng thời gian đó.

Topic 16

● 学校

🔊 282

中学生とその<u>保護者</u>に<u>塾</u>に通い始めた<u>きっかけ</u>を聞くと、「成績が不安なため」と、<u>学力</u>を気にする回答が最も多かった。ちなみに、塾を選ぶポイントは、塾の雰囲気、家からの近さ、<u>月謝</u>の３つが重視されている。

| 1443 | 保護者<br>ほ ご しゃ | 名 guardian (parent)/家长/phụ huynh, người giám hộ |
| --- | --- | --- |
| 1444 | 塾<br>じゅく | 名 cram school/补习班/trung tâm luyện thi |
| 1445 | きっかけ | 名 opportunity, reason/契机/lý do, động cơ |
| 1446 | 学力<br>がくりょく | 名 academic ability/学力/học lực |
| 1447 | 月謝<br>げっしゃ | 名 monthly tuition fee/每个月的学费/học phí |

When junior high school students and their guardians were asked the reason why the students started attending cram school, the most common answer was, "Because we're worried about grades," indicating concerns about academic ability. Incidentally, the three most important factors when choosing a cram school were the school's atmosphere, proximity to home, and monthly tuition fees./我问中学生和他的家长是有什么契机才会去上补习班，得到的答案最多就是「对成绩感到不安」这种介意学力的回答。顺带一提，选择补习班的要点有3点，补习班的氛围，离家多近，每个月的学费。/Khi hỏi các em học sinh THCS và phụ huynh về lý do bắt đầu đi học thêm ở trung tâm luyện thi thì câu trả lời nhiều nhất là bận tâm về học lực rằng "do thành tích học tập không ổn định". Nhân tiện, 3 điểm quan trọng được chú trọng trong chọn lựa trung tâm luyện thi là bầu không khí của trung tâm, khoảng cách từ nhà và học phí.

🔊 283

小学生の頃、学校の壁に<u>落書きしたり</u>、<u>花壇</u>の花を<u>ちぎったり</u>するかなり悪い子どもだった。<u>それなのに</u>、<u>校長先生</u>はいつも笑顔で優しく、私たちに<u>混じって</u><u>校庭</u>でよく遊んでくれた。あんな先生はなかなかいない。

| 1448 | 落書き[する]<br>らく が | 名 動3他 graffiti, scribble on/涂鸦[涂鸦]/sự viết bậy, viết bậy |
| --- | --- | --- |
| 1449 | 花壇<br>か だん | 名 flower bed/花坛/bồn hoa |

| 1450 ☐ | ちぎる | 動1他 pluck, tear up/扯下/bẻ, ngắt |
|---|---|---|
| 1461 ☐ | それなのに | 接続 despite this, and yet/尽管如此/vậy mà |
| 1452 ☐ | 混じる<br>ま | 動1自 mix with, join in/混在/hòa lẫn, hòa vào |
| 1453 ☐ | 校庭<br>こうてい | 名 schoolyard/操场/sân trường |

In elementary school, I was sort of a bad kid, always scribbling on the school walls and tearing up flowers from the flower beds. But despite this, the principal was always smiling and kind, and would often join us in the schoolyard to play with us. Teachers like that are hard to find./小学生时，我是个会在学校墙壁涂鸦，扯下花坛的花的坏小孩。尽管如此，校长一直都是保持微笑，很温柔的混在我们之间，和我们一起在操场玩。那种老师真的很难得。/ Thời tiểu học, tôi là đứa trẻ khá hư hỏng, khi thì viết bậy lên tường của trường học, khi thì bẻ hoa ở bồn hoa. Vậy mà thầy hiệu trưởng luôn tươi cười, hiền từ, hòa cùng chúng tôi vui chơi ở sân trường. Người giáo viên như vậy thật hiếm có.

◀)284

私が在学する大学は、諸外国の文化の研究に力を入れていて、多くの工芸品が展示されている。修了生の中には、その国で研究を続けている人もいる。

| 1454 ☐ | 在学[する]<br>ざいがく | 名 動3自 enrolment, enrol (to study)/在校[在校]/sự ở trường, theo học |
|---|---|---|
| 1455 ☐ | 諸〜<br>しょ | 接頭 many ~, various ~/诸多～/các ~ |
| 1456 ☐ | 展示[する]<br>てんじ | 名 動3他 display, exhibit/展示[展示]/cuộc triển lãm, triển lãm |
| 1457 ☐ | 修了生<br>しゅうりょうせい | 名 graduate/毕业生/sinh viên tốt nghiệp |
| 1458 ☐ | ✛修了[する]<br>しゅうりょう | 名 動3他 completion, graduate/结束[结束]/sự tốt nghiệp, tốt nghiệp |

The university where I'm enrolled is committed to the study of foreign cultures and has artifacts from various countries on display. Some graduates even go on to continue their studies in those countries./我在校的大学，致力于对诸多外国文化的研究，还展示了很多工艺品。毕业生里面，也有人继续在研究那个国家。/Trường đại học mà tôi theo học đang chú trọng vào việc nghiên cứu văn hóa của các nước nên nhiều sản phẩm thủ công mỹ nghệ được triển lãm. Trong số các sinh viên tốt nghiệp, cũng có người vẫn tiếp tục nghiên cứu ở nước đó.

🔊 285

大学の付属小学校である本校では、特色のあるカリキュラムで指導しています。「読み・書き・計算」といった基礎的な力はもちろん、児童向けソフトを使ってITスキルも伸ばします。伝統的な学校行事も多くあり、学校生活が充実するよう工夫しています。

| | | |
|---|---|---|
| 1459 ☐ | 付属[する]<br>ふぞく | 名 動3自 attachment, be affiliated/附属[附屬]/sự trực thuộc, trực thuộc |
| 1460 ☐ | カリキュラム | 名 curriculum/课程/chương trình giảng dạy |
| 1461 ☐ | 基礎的な<br>きそてき | ナ fundamental/基础的/mang tính cơ sở |
| 1462 ☐ | + 基礎<br>きそ | 名 foundation/基础/cơ sở |
| 1463 ☐ | 児童<br>じどう | 名 child, children/儿童/nhi đồng, trẻ em |
| 1464 ☐ | スキル | 名 skill/技能/kỹ năng |
| 1465 ☐ | 伝統的な<br>でんとうてき | ナ traditional/传统的/mang tính truyền thống |
| 1466 ☐ | + 伝統<br>でんとう | 名 tradition/传统/truyền thống |

As a university-affiliated elementary school, we guide students with a distinctive curriculum. In addition to the fundamental skills of reading, writing, and arithmetic, we also use software designed for children to improve their IT skills. We also hold many traditional school events, and we strive to enrich their school life./身为大学附属小学的本校，拥有具有特色的课程指导。除了基础学习的「读，写，计算」以外，还会使用儿童专用软件来培养IT技能。学校传统的活动也很多，我们在充实学校生活上下了功夫。/Trường chúng tôi là trường tiểu học trực thuộc đại học, dạy theo chương trình giảng dạy có nhiều đặc sắc. Không chỉ các năng lực cơ sở là "đọc, viết, làm toán" mà cả kỹ năng CNTT sử dụng phần mềm dành cho trẻ em cũng được nâng cao. Các sự kiện trường học mang tính truyền thống cũng có nhiều và chúng tôi cũng tìm cách để đời sống học đường trở nên phong phú.

🔊 286

この絵本は登場人物が生き生きと描かれている。難しい言葉は子どもが分かりやすい言葉に言い換えられているし、まさに子どもにとって素晴らしい一冊だと言える。

| 1467 | 絵本<br>え ほん | 名 picture book/图画书/truyện tranh |
|---|---|---|
| 1468 | 生き生き（と）<br>い い | 副 vividly/生动（的）/sống động |
| 1469 | 言い換える<br>い か | 動2他 reword, paraphrase/改变用语/diễn đạt lại |
| 1470 | まさに | 副 exactly, certainly/确实/đúng là, thật sự là |

The characters appearing in this picture book are vividly depicted. Difficult words are reworded in ways that are easy for children to understand, which certainly makes this a wonderful book for children./这本图画书的登场人物被描述的很生动。很难的用语也会改成儿童也能理解的用语，确实对儿童来说是很棒的一本书。/Quyển truyện tranh này vẽ các nhân vật xuất hiện trong truyện rất sống động. Những từ khó được diễn đạt lại bằng những từ để trẻ em dễ hiểu, có thể nói đúng là một quyển sách tuyệt vời đối với trẻ em.

◀)) 287

> 最近、暴力事件や校舎の窓が割られることがよくあり、犯人だと思われる生徒らを呼び出して話を聞いた。生徒らは覚えがないと言って認めないが、このまま帰してもいいものか悩むところだ。

| 1471 | 暴力<br>ぼうりょく | 名 violence/暴力/bạo lực |
|---|---|---|
| 1472 | 校舎<br>こうしゃ | 名 school building/校舍/phòng học, khu học xá |
| 1473 | ～ら | 接尾 group of ~, several ~/～们/các ~ |
| 1474 | 呼び出す<br>よ だ | 動1他 summon, send for/叫来/gọi ra |
| 1475 | 覚え<br>おぼ | 名 memory/这回事/trí nhớ |
| 1476 | 帰す<br>かえ | 動1他 send home, send back/放回去/cho về |

Topic 16 ● 学校

Recently, there have been a number of violent incidents and broken windows in the school buildings. I sent for a group of students whom I believe to be responsible and asked them about it. The students refuse to admit anything, saying they have no memory of it, but I'm not sure I can just send them home./最近常常发生暴力，窗户被打碎的事件。我把怀疑是犯人的学生们叫来问话。但学生们又说没这回事。我很烦恼要不要就这样把他们放回去。/Gần đây, thường xảy ra những vụ bạo lực và cửa sổ phòng học bị vỡ, tôi đã gọi các học sinh bị cho là thủ phạm để hỏi chúng. Các em học sinh nói không nhớ và không nhận tội nhưng tôi rất băn khoăn không biết cứ như vậy mà để các em ra về có được không.

217

◀》 288

昨晩友達とお酒を飲みすぎて、大事な試験の日に寝坊してしまっ
た。焦って<u>言い訳</u>を考えながら学校に行くと、<u>幸運</u>なことに<u>休
講</u>になっていた。あまりの嬉しさに、友達と居酒屋でまた飲んだ。
こんな<u>荒れた</u>生活を親が知ったらどう思うだろう。

| 1477 | 言い訳[する]<br>い わけ | 名 動3自 excuse, make excuses/借口[找借口]/sự phân trần, phân trần |
|---|---|---|
| 1478 | 幸運な<br>こううん | ナ fortunate/幸运的/vận may, may mắn |
| 1479 | 休講[する]<br>きゅうこう | 名 動3自 class cancelation, cancel class/停课[停课]/sự nghỉ dạy, nghỉ dạy, được nghỉ học |
| 1480 | 荒れる<br>あ | 動2自 get rough, go wild/堕落/vô độ, hoang đàng |

I drank too much with my friends the previous night and overslept on the day of an important exam. I rushed to school, trying think of an excuse, but fortunately, the class had been canceled. I was so happy that I went out drinking again at an izakaya with my friends. I wonder what my parents would think if they knew about this wild life./昨晚和朋友喝酒喝多了，结果重要的考试竟然睡过头。我很焦急的边想借口边去学校后发现，很幸运竟然停课了。实在是太开心我又和朋友去居酒屋喝酒。如果父母知道我过得这么堕落会怎么想呢。/Tối qua, do quá chén với bạn mà tôi đã ngủ quên vào ngày có kì thi quan trọng. Tôi hối hả vừa nghĩ cách phân trần vừa đi đến trường thì may mắn là được nghỉ học. Vì quá vui mừng nên tôi lại uống với bạn ở tiệm nhậu. Nếu bố mẹ tôi mà biết tôi có cuộc sống vô độ như thế này thì họ sẽ nghĩ gì đây?

◀》 289

両親への<u>反抗</u>のピークは高校生のときだった。ほとんど話もし
なかったし、顔を合わせれば<u>衝突</u>していた。何度も<u>家出</u>をしたし、
本当に申し訳ないことをした。結婚し、親の<u>立場</u>になってみて
初めてそのときの親の気持ちが分かるようになった。

| 1481 | 反抗[する]<br>はんこう | 名 動3自 defiance, rebel/反抗[反抗]/sự phản kháng, phản kháng |
|---|---|---|
| 1482 | 衝突[する]<br>しょうとつ | 名 動3自 collision, clash/冲突[起冲突]/sự xung đột, xung đột |
| 1483 | 家出[する]<br>いえで | 名 動3自 runaway, run away from home/离家出走[离家出走]/sự bỏ nhà ra đi, bỏ nhà ra đi |

| 1484 | 立場 <br> たち ば | 名 position, standpoint/立场/vị trí, lập trường |
|------|------|------|

The peak of my defiance against my parents was in high school. We hardly ever talked, and whenever we saw each other, we would clash. I ran away from home many times, and I did things I really regret. It was only when I got married and put myself in my parents' position that I began to understand how they felt at that time./我在高中生时是反抗父母的巅峰期。几乎都不和他们说话，只要一见面就起冲突。还离家出走了几次，我觉得很对不起他们。结婚后成为父母的立场，我第一次理解了父母的心情。/Đỉnh điểm phản kháng của tôi đối với cha mẹ là thời PTTH. Hầu như tôi không nói chuyện, và nếu có chạm mặt cũng xung đột. Tôi từng nhiều lần bỏ nhà ra đi, thật sự làm những việc rất có lỗi với họ. Chỉ khi lập gia đình, đứng ở vị trí làm cha mẹ tôi mới hiểu được cảm giác của cha mẹ mình lúc đó.

◀)) 290

今からペアで活動します。まず、出席番号が奇数の人と偶数の人で分かれてください。そして、その中でペアを組んでください。できたら前を見てください。ここに挙げた言葉を使って英文を10個以上作りましょう。一番早くできたペアが勝ちです。

| 1485 | 奇数 <br> き すう | 名 odd number/奇数/số lẻ |
|------|------|------|
| 1486 | 偶数 <br> ぐうすう | 名 even number/偶数/số chẵn |
| 1487 | 組む <br> く | 動1他 form/组成/ghép, kết nối |
| 1488 | 挙げる <br> あ | 動2他 give, list/举出来/đưa ra, nêu lên |
| 1489 | 英文 <br> えいぶん | 名 English sentence/英语文章/câu tiếng Anh |

Now we will work in pairs. Firstly, please divide yourselves into two groups: those with odd seat numbers and those with even seat numbers. Then, once in those groups, please form pairs. When you are ready, please look ahead. Make at least 10 English sentences using the words listed here. The pair that can do it the fastest wins./现在两个人一组进行活动。首先，分成学号奇数，偶数的人。然后再组成一队。组好后请看前面，用这里举出来的语言作出10个以上的英语文章。最快达成的那一组获胜。/Từ bây giờ chúng ta sẽ hoạt động theo cặp. Trước tiên, hãy chia theo người có mã số học sinh số lẻ và số chẵn. Sau đó, hãy bắt cặp trong số đó. Xong rồi thì hãy nhìn phía trước. Hãy tạo thành 10 câu tiếng Anh trở lên bằng cách dùng những từ được đưa ra ở đây. Cặp nào xong nhanh nhất sẽ là người thắng cuộc.

学校

🔊 291

新入生のみなさんは正門に集まってください。これからキャンパス内を案内します。黄色いジャンパーを着ているスタッフを先頭にして、名簿の順番に並んでください。では、キャンパスの地図を配布します。

| 1490 | 新入生<br>しんにゅうせい | 名 new student/新生/sinh viên học sinh mới |
|---|---|---|
| 1491 | 正門<br>せいもん | 名 main (front) gate/正门/cổng chính |
| 1492 | 先頭<br>せんとう | 名 front, lead/前头/sự dẫn đầu |
| 1493 | 名簿<br>めいぼ | 名 roll, list of names/名簿/danh bạ |
| 1494 | 配布[する]<br>はいふ | 名 動3他 distribution, hand out/发[发]/sự phân phát, phân phát |

All new students, please gather at the main gate. We will now conduct a tour of the campus. Please line up in the order listed on the roll, with the staff member wearing the yellow jacket in the lead. We will now hand out campus maps./请各位新生集合在正门。现在开始要介绍校园。请以穿著黄色外套的工作人员为先头，按照名簿顺序排队。那就开始发校园地图了。/Các sinh viên mới nhập học vui lòng tập trung ở cổng chính. Chúng tôi sẽ hướng dẫn mọi người tham quan trong khuôn viên trường. Nhân viên nhà trường mặc áo khoác màu vàng sẽ dẫn đầu, mọi người vui lòng xếp hàng theo thứ tự trong danh bạ. Bây giờ, chúng tôi sẽ phát bản đồ khuôn viên trường.

🔊 292

母は看護師になるため、私を産んでから大学へ通っていた。育児と勉学の両立は大変で、落第したり、体を壊して休学したりしたこともあったようだ。そんな母も今では立派な看護師だ。母は、「あの頃を振り返ると、回り道もしたけど大学に行って本当によかった。でもあの地獄のような日々には戻りたくない。」と言っている。

| 1495 | 両立[する]<br>りょうりつ | 名 動3他 balance, balance/兼顾[兼顾]/sự cân bằng, làm cân bằng |
| 1496 | 落第[する]<br>らくだい | 名 動3自 failure, flunk/不及格[不及格]/sự thi rớt, thi rớt, thi trượt |

| 1497 | 休学 [する]<br>きゅうがく | 名 動3他 leave of absence, take time off from school/休学[休学]/sự nghỉ học, nghỉ học |
|---|---|---|
| 1498 | 振り返る<br>ふ　かえ | 動1他 look back/回首/nhớ lại, ôn lại |
| 1499 | 回り道 [する]<br>まわ　みち | 名 動3自 detour, take the long way around/绕远路[绕远路]/đường vòng, đi đường vòng |
| 1500 | 地獄<br>じごく | 名 hell/地狱/địa ngục |
| 1501 | ＋ 天国<br>てんごく | 名 heaven, paradise/天堂/thiên đường |

After I was born, my mother went to college to become a nurse. It was difficult for her to balance childcare and studies, and she flunked some classes and took time off from school due to health problems. But now she's a fantastic nurse. She says, "Looking back, I'm really glad I went to college, even though I took some detours. But I wouldn't want to go back to those hellish days."/母亲为了成为护理师，生了我以后又去读了大学。但要兼顾育儿和学习实在太辛苦，听说还有不及格，身体搞坏又休学的情形。但母亲现在可是伟大的护理师了。母亲说「回首当时，虽然绕了远路，但能上大学真的太好了。但再也不想回到那种像地狱般的日子了」。/Để trở thành y tá, mẹ tôi đã đi học đại học sau khi sinh tôi. Nghe kể, để cân bằng được cả hai việc nuôi dạy con và học tập rất vất vả, nào thi rớt, nào tổn hại đến sức khỏe có khi phải nghỉ học. Bây giờ, người mẹ như thế của tôi là một y tá tuyệt vời. Mẹ tôi nói "nhớ lại thời gian ấy, tuy mẹ đã đi đường vòng nhưng đi học đại học thật sự đúng đắn. Tuy nhiên, mẹ không muốn quay lại những ngày như địa ngục ấy."

高校のとき、とても怖い先生がいて、同い年の友達と陰で鬼と
こうこう　　　　　　　　こわ　せんせい　　　　　おな　どし　ともだち　かげ　おに
いうあだ名をつけて呼んでいた。
　　　　　な　　　　　　よ

| 1502 | 同い年<br>おな　どし | 名 same age, same year/同年/đồng niên, cùng tuổi |
|---|---|---|
| 1503 | 鬼<br>おに | 名 oni (Japanese ogre)/魔鬼/quỷ |
| 1504 | あだ名<br>な | 名 nickname/外号/biệt danh |

When I was in high school, I had a very scary teacher. Behind his back, I and my friends in the same year called him Oni as a nickname./高中时，有一个很可怕的老师，我和同年的朋友帮他取了个魔鬼的外号，暗地里都这么叫他。/Thời THPT, có một giáo viên rất dữ nên ở phía sau lưng thầy ấy, tôi cùng với các bạn đồng niên đã đặt biệt danh cho thầy là quỷ.

🔊294

小学校の頃、人影のない夜の学校に行くと笛やピアノの音が聞
こえるとか、何も押していないのにブザーが鳴る、人形がひと
りでに歩き出すなど、お化けに関する話がいくつもあった。今
考えるとばかばかしいが、今でも一人で夜の学校に行くのは嫌
だ。

| 1505 | 人影 (ひとかげ) | 名 person, figure/人影/bóng người |
|---|---|---|
| 1506 | ＋影 (かげ) | 名 shadow/影子/cái bóng |
| 1507 | 笛 (ふえ) | 名 whistle, flute/笛子/sáo |
| 1508 | ひとりでに | 副 spontaneously, of its own accord/自行/tự nhiên, tự động |
| 1509 | ばかばかしい | イ absurd, ridiculous/荒谬/ngớ ngẩn |
| 1510 | ＝ ばからしい | イ absurd, ridiculous/无聊/tầm phào, ngu ngốc |
| 1511 | ＋ばかにする | 動3他 make fun of, jest at/瞧不起/xem thường |

When I was in elementary school, I heard so many stories about ghosts—about hearing
a whistle or piano at school at night when there were not a single person around, buzzers
sounding even though nothing had been pressed, dolls walking around of their own accord,
and so on. It's ridiculous when I think about it, but I still don't like going near schools at night
by myself./小学时，有很多关于鬼的故事。像是晚上去到连人影都没一个的学校就会听见笛
子或钢琴的声音，根本没按也会有蜂鸣器响起，还有人偶会自行走路什么的。现在想想虽然
很荒谬，但我还是不喜欢一个人晚上去上学校。/Thời tiểu học, đã có biết bao nhiêu chuyện về
ma quỷ chẳng hạn như đi đến trường ban đêm không bóng người sẽ nghe tiếng sáo và piano,
hay chuông báo động reng dù không ai bấm gì cả, búp bê tự động bước đi v.v. Bây giờ nghĩ lại
thật ngớ ngẩn nhưng đến giờ tôi vẫn không thích một mình đi đến trường vào ban đêm.

🔊295

志望校の願書は明後日が提出締め切りだ。それ以降は受け取っ
てもらえないので、忘れないようにしよう。

| 1512 | 志望校 (しぼうこう) | 名 preferred school/志愿学校/trường có nguyện vọng |
| 1513 | 願書 (がんしょ) | 名 application form/报名表/đơn xin |

| 1514 | 明後日 | 名 副 day after tomorrow/明后天/ngày mốt |
|---|---|---|
| ☐ | みょう ご にち | |

| 1515 | 以降 | 名 after, since/之后/trở đi |
|---|---|---|
| ☐ | い こう | |

The deadline for submitting the application form for your preferred school is the day after tomorrow. After that, it won't be accepted, so don't forget to do it./后天就是交志愿学校报名表的截止日了。那之后就不会收了，一定不能忘记。/Đơn xin vào trường nguyện vọng ngày mốt là hết hạn nộp rồi. Từ hôm đó trở đi họ sẽ không tiếp nhận nên phải cố gắng đừng quên.

🔊 296

A：最近Cさんを見ないね。
B：ああ。退学したらしいよ。あくまでうわさなんだけど、バイトで俳優の仕事をしていたけど、正式に俳優の事務所に属してやっていくことにしたんだって。
A：へえ。それはすごいね。早く世間に認められて活躍してほしいね。

| 1516 | 退学[する] | 名 動3自 leaving school, drop out of school/退学[退学]/sự thôi học, thôi học |
|---|---|---|
| ☐ | たいがく | |

| 1517 | あくまで | 副 just, in the end/只是/dù gì cũng chỉ là |
|---|---|---|
| ☐ | | |

| 1518 | 正式な | ナ official/正式的/chính thức |
|---|---|---|
| ☐ | せいしき | |

| 1519 | 属する | 動3自 join, belong to/隶属/gia nhập, thuộc về |
|---|---|---|
| ☐ | ぞく | |

| 1520 | 世間 | 名 society, public/大众/công chúng, dư luận |
|---|---|---|
| ☐ | せ けん | |

Topic 16

学校

A: I haven't seen C lately. B: I think C dropped out of school. It's just a rumor, but I heard she was working part-time as an actor, and then decided to officially join an acting agency. A: Wow. That's amazing. I really hope she gets recognized by the public soon and becomes successful./A: 最近都没看到C小姐。 B: 啊～。虽然只是听说，但好像退学了哦。说本来只是打临时工当演员，结果好像正式隶属了那家经纪公司，就决定要做下去了。 A: 是哦。好厉害哦。希望她可以赶快活跃起来让大众接受她。/A: Dạo này không thấy cậu C nhỉ. B: Àa, nghe nói thôi học rồi. Tớ nghe đồn thôi, nhưng nghe nói cậu ấy làm thêm nghề diễn viên rồi quyết định chính thức gia nhập công ty quản lý diễn viên rồi. A: Chà, giỏi quá vậy. Mong là cậu ấy sẽ sớm thành danh, được công chúng đón nhận nhỉ.

◀) 297

小学生の頃は絵が得意で、コンテストに応募してみたが、賞は
取れなかった。その悔しさをばねにして、今は本格的に絵の勉
強をしている。

| | | | |
|---|---|---|---|
| 1521 | コンテスト | 名 | contest/比赛/cuộc thi |
| 1522 | 賞<br>しょう | 名 | prize/奖/giải thưởng |
| 1523 | ＋賞金<br>しょうきん | 名 | prize money/奖金/tiền thưởng |
| 1524 | ばね | 名 | springboard/动力/lò xo, bàn đạp |
| 1525 | 本格的な<br>ほんかくてき | ナ | earnest, fully-fledged/认真的/thực thụ |

In elementary school, I was good at drawing and entered a contest, but didn't win any prizes.
Using that frustration as a springboard, I'm now studying painting in earnest./小学生左右的
时候，我很擅长画图，也参加了比赛，但没拿到奖。不甘心的心情成了我的动力，现在我很认
真的在学画画。/Thời tiểu học, tôi vẽ đẹp nên đã thử tham gia cuộc thi vẽ nhưng không đạt
giải. Lấy sự đáng tiếc đó làm bàn đạp, nay tôi đang học vẽ thực thụ.

◀) 298

A：あ！さっきの試験、答案に名前を書くのを忘れた！
B：名前を書き忘れるなんて、ドジだなあ。
A：Bさんだって、この前の試験で嘘の選択肢に引っかかって
たじゃない。

| | | | |
|---|---|---|---|
| 1526 | 答案<br>とうあん | 名 | exam paper, answer sheet/答题纸/giấy thi |
| 1527 | ～なんて | 助 | how ~, what ~ (exclamation)/怎么会～/~ thì đúng là,<br>~ thì là |
| 1528 | 引っかかる<br>ひ | 動1自 | get stuck, get caught/被骗/bị gạt, bị mắc bẫy |
| 1529 | ⑩ 引っかける<br>ひ | 動2他 | catch, hook/骗人/gạt, giăng bẫy, treo |

A: Ah! I forgot to write my name on the exam paper! B: You forget to write your name? How dumb you are. A: Well, you got stuck on a false choice answer in the last exam, didn't you?/A: 啊！刚才的考试我忘了在答题纸上写名字了！ D: 怎么会忘了写名字，太冒失了吧。 A: B你上次考试不是也被骗人的答案给骗到了。/A: A! Bài thi lúc nãy, tớ quên viết tên vào giấy thi rồi. B: Quên viết tên thì đúng là đoảng mà. A: Còn B thì chẳng phải từng bị mắc bẫy ở câu chọn đánh đố trong kỳ thi lần trước sao?

🔊 299

私がいた野球部は、昔は強かったが、私が入った頃はだらだら
練習する緩い雰囲気で、全然強くなかった。しかし、監督が交
代して野球の楽しさを知り、練習中も一球一球全力で投げる
ようになった。その結果、再び強くなり、みんなが一つになれた。
この経験を通して、監督という役割の大きさを知った。

| 1530 | 緩い<br>ゆる | **イ** loose, casual/宽松/lỏng lẻo |
| --- | --- | --- |
| 1531 | 交代[する]<br>こうたい | **名** **動3他** replacement, replace/交替[交替]/sự thay đổi, thay thế |
| 1532 | ～球<br>きゅう | **接尾** ～ball/～球/～ trái |
| 1533 | ＋球<br>きゅう | **名** ～sphere/球体/trái bóng |
| 1534 | 再び<br>ふたた | **副** again, once more/再次/lần nữa |
| 1535 | 役割<br>やくわり | **名** role/作用/vai trò |

Topic 16 ● 学校

My old baseball team was previously competitive, but when I joined the team, it wasn't strong at all, with a casual atmosphere and sloppy practice. However, after the coach was replaced, the team learned to enjoy baseball and began to throw every single ball as hard as they could during practice. As a result, the team got strong once more and all the players were united. This experience taught me the significance of the coach's role./我隶属的棒球队，以前很强，但我加入时气氛很宽松，练习也很随便，一点都不强。但当教练交替后，我理解到棒球的快乐，练习中我也一球接着一球的用尽全力投球。结果，我们再次变强，大家又成为一体。通过这个经验，我才知道教练的作用有多大。/Câu lạc bộ bóng chày mà tôi đã tham gia ngày xưa rất mạnh nhưng khoảng thời gian tôi vào câu lạc bộ thì không khí luyện tập lề mề, lỏng lẻo, hoàn toàn không mạnh chút nào. Tuy nhiên sau khi đổi huấn luyện viên, chúng tôi biết được niềm vui trong bóng chày và ngay cả khi luyện tập, vẫn hết sức ném từng trái bóng từng trái bóng một. Kết quả đó là chúng tôi lại mạnh lên, mọi người có thể đoàn kết. Qua kinh nghiệm này, tôi biết được vai trò to lớn của huấn luyện viên.

🔊 300

私のクラスは<u>学級</u>対抗の<u>縄跳び</u>大会で優勝した。<u>練習</u>中はクラス内で練習方法について<u>対立する</u>こともあったが、最後はみんなで作戦を<u>練って</u>大会に挑んだ。その思い出は、この<u>賞状</u>よりも価値があると思う。

| 1536 | 学級<br>がっきゅう | 名 school class/学年/lớp |
|---|---|---|
| 1537 | 対抗[する]<br>たいこう | 名 動3自 opposition, oppose/对抗[对抗]/sự đối kháng, đối kháng |
| 1538 | 縄跳び<br>なわ と | 名 jump rope/跳绳/nhảy dây |
| 1539 | ＋縄<br>なわ | 名 rope/绳子/dây thừng |
| 1540 | 対立[する]<br>たいりつ | 名 動3自 confrontation, disagree/对立[对立]/sự mâu thuẫn, đối lập |
| 1541 | 練る<br>ね | 動1他 come up with, work out/制定/nhào nặn, rút gọn, tóm lại |
| 1542 | 賞状<br>しょうじょう | 名 award, certificate/奖状/giấy khen |

My class won the jump rope competition between opposing classes. During practice, at times the class disagreed about how to practice, but in the end we came up with a strategy together and really challenged the competition. That memory is even more valuable than this certificate, I think./我们班级在学年对抗的跳绳大会中优胜了。练习中班级内也曾因为练习方法而对立，但最后大家一起制定计划面临大会。我觉得这个回忆比奖状有价值。/Lớp của tôi đã giành chức vô địch trong giải nhảy dây đối kháng giữa các lớp. Trong lúc luyện tập, tuy trong lớp đã có lúc mâu thuẫn về cách luyện tập nhưng cuối cùng mọi người đã tóm lại được phương án tác chiến hướng đến giải đấu. Tôi cho rằng kỷ niệm ấy còn có giá trị hơn cả tờ giấy khen này.

🔊 301

初舞台の前、台詞を<u>必死</u>に覚えて当日を迎えたが、舞台で大勢のお客さんを見ると<u>上がって</u>しまい、一言も言えずに終わってしまった。ところが<u>明くる</u>日、あの演技が良かったとたくさんの人に褒められた。

| 1543 | 必死な<br>ひっし | ナ desperate, urgent/拼命的/ra sức, hết mình |

| 1544 | 上がる<br>あ | 動1自 get nervous/七上八下/căng thẳng |
|------|------|------|
| 1545 | 明くる<br>あ | 連 next, following/第二天/tiếp theo, sau đó |

Before my first performance, I tried desperately to memorize my lines, but when I went up on stage and saw the large audience, I got so nervous that I couldn't say a word. But the following day, many people praised my performance./迎来第一次上台的日子，之前我就拼命的背了台词，但一看见舞台下那么多的观众，我就七上八下，结果到结束一句话都说不出来。没想到第二天，有很多人称赞我演技很好。/Trước buổi biểu diễn đầu tiên, tôi đã ra sức học thuộc lời thoại và đón ngày ấy vậy mà trên sân khấu, nhìn đông đảo khán giả, tôi trở nên căng thẳng và kết thúc mà không nói được lời nào. Vậy mà ngày hôm sau, lại được rất nhiều người khen là màn diễn xuất đó rất tốt.

🔊 302

学校の理科室には、一般的には見られないような特殊な薬品が
多くある。中学のときは、先生から薬品を扱うときには気をつ
けるよう何度も言われ、脅かしているだけだと思っていたが、
実際危険なので子どもは本当に気をつけなければならない。

| 1546 | 特殊な<br>とくしゅ | ナ special/特殊的/đặc thù, đặc biệt |
|------|------|------|
| 1547 | 薬品<br>やくひん | 名 chemicals/药品/dược phẩm, hóa chất |
| 1548 | 脅かす<br>おど | 動1他 scare, threaten/威胁/hù dọa, đe dọa |

The science lab at my school contains many special chemicals not generally found. When I was in junior high school, my teacher always told me to be careful when handling the chemicals. Although I thought he was just trying to scare me, in fact they really are dangerous and children do need to be careful./学校的理科教室有很多平常见不到的特殊药品。中学时，老师说了很多次要我们一定要小心使用药品，我一直觉得只是在威胁我们，但实际上真的很危险，所以孩子们一定要小心才行。/Phòng khoa học của trường có nhiều hóa chất đặc thù mà bình thường không thể thấy được. Thời THCS, được giáo viên nhiều lần nhắc nhở là phải cẩn thận khi dùng hóa chất thì tôi cứ nghĩ thấy cô hù dọa, nhưng thực tế rất nguy hiểm nên trẻ em phải thật sự cẩn thận.

🔊 303

子どもは悪いと思わず、「不潔だ」などと友達をからかったり、
時にはぶったりしている。本人は遊びの延長のつもりでも、相
手が苦痛を感じればいじめとなることを教える必要がある。

| 1549 | 不潔な<br>ふけつ | ナ filthy/肮脏的/không sạch, bẩn |
|---|---|---|
| 1550 | からかう | 動1他 tease/嘲笑/trêu chọc |
| 1551 | ぶつ | 動1他 hit, strike/打/đánh, phá |
| 1552 | 延長[する]<br>えんちょう | 動3他 extension, extend/延长[延长]/sự kéo dài, kéo dài |

Children may tease their friends for being "filthy" or sometimes even hit another child
without knowing it is wrong. We need to teach them that even if it is just an extension of play,
if the other person feels hurt, this is bullying./孩子会嘲笑朋友是「肮脏的」，有时候还会引导
人，并不觉得是坏事。我觉得需要教导他，虽然本人只是抱着好玩的延长心理，但如果对方
感受到痛苦就算是霸凌。/Trẻ con thì cứ trêu chọc là bạn là "đồ bẩn" này kia, đôi khi còn đánh
bạn mà không nghĩ đó là xấu. Cần dạy cho chúng biết nếu đối phương thấy đau khổ thì đó sẽ
là bắt nạt cho dù đứa trẻ đó chỉ xem như là kéo dài trò đùa mà thôi.

🔊 304

A：この課の筆記試験はどのような問題が出ますか。
B：そうですね。まず、漢字を書き取る問題、それから文章を
まとめる問題です。例えば「空いている箇所に言葉を当て
はめて作者の言いたいことをまとめなさい」のような。

| 1553 | 課<br>か | 名 section/课/bài, khóa |
|---|---|---|
| 1554 | 筆記[する]<br>ひっき | 名 動3他 writing, write/笔记[写笔记]/việc viết, viết |
| 1555 | ＋筆記用具<br>ひっきようぐ | 名 writing implements/笔记用具/dụng cụ ghi chép, bút viết |
| 1556 | 書き取る<br>かと | 動2他 transcribe, take dictation/写/viết lại |
| 1557 | 箇所<br>かしょ | 名 place, space/部位/chỗ |
| 1558 | 当てはめる<br>あ | 動2他 apply, fit in/填写/thích hợp, làm cho đúng với |

1559 ⑩ 当てはまる
あ

【動1自】 be applicable/套用/dúng với

A: What kind of questions will be on the written test in this section? B: Well, there will be questions involving dictation of kanji characters and summarizing sentences. For example, "Summarize what the author is trying to say by fitting words into the blank spaces."/A: 这个课的笔试会出怎么样的问题呢? B: 是的。首先，是写汉字的问题，还有总结文章的问题。例如像「在空白部分填写语言，总结作者想表达的意思」这样的。/A: Thi viết khóa này sẽ ra để thế nào ạ? B: Ừ nhỉ, trước tiên là câu viết lại chữ Kanji, tiếp theo là câu tóm tắt đoạn văn. Ví dụ như "hãy điền từ thích hợp vào chỗ trống và tóm tắt điều tác giả muốn nói".

🔊 305

学校で行っている募金活動の規模を広げ、今年から学外でも行
がっこう おこな        ぼ きんかつどう  き ぼ ひろ    ことし    がくがい    おこな
うようにした。その結果、去年の分も含め100万円以上を環
          けっ か きょねん ぶん ふく    まんえん い じょう  かん
境保護団体に寄付することができた。今後もこの活動は継続し
きょう ほ ご だんたい  き ふ          こん ご     かつどう  けいぞく
ていきたい。

| 1560 | 募金[する]<br>ぼ きん | 【名】【動3自】 fund-raising, raise funds/募捐[募捐]/sự quyên tiền, quyên tiền |
| 1561 | 規模<br>き ぼ | 【名】scale/规模/qui mô |
| 1562 | 含める<br>ふく | 【動2他】include/包含了/kể cả, bao gồm |
| 1563 | ⑩ 含む<br>ふく | 【動1他】integrate, contain/包含/được bao gồm, chứa |
| 1564 | 寄付[する]<br>き ふ | 【名】【動3他】donation, donate/捐赠[捐赠]/sự quyên góp, quyên góp |
| 1565 | 継続[する]<br>けいぞく | 【名】【動3他】continuation, continue/继续[继续]/sự tiếp tục, duy trì |

We've expanded the scale of our fund-raising activities at the school, and starting this year, we've also been holding them off-campus. As a result, including last year's amount, we've been able to donate more than 1 million yen to environmental conservation groups. We intend to continue these activities in the future./今年学校又扩展了举办募捐活动的规模。也会在校外进行。结果，包含去年分，捐赠了100万以上给环境保护团体。今后我也想继续这个活动。/ Chúng tôi đã quyết định mở rộng qui mô hoạt động quyên góp tổ chức trong trường, từ năm nay sẽ tổ chức cả bên ngoài trường. Kết quả đó là kể cả phần của năm ngoái, chúng tôi đã có thể quyên cho tổ chức bảo vệ môi trường hơn 1 triệu yên. Chúng tôi vẫn muốn tiếp tục duy trì hoạt động này trong tương lai.

🔊 306

今でも<u>記憶</u>に残る先生の一人に<u>保健室</u>の先生がいる。<u>マイペー</u>
<u>ス</u>な性格でなかなか友達の<u>輪</u>に入れなかった私だが、先生がい
つも話を聞いてくれたおかげで、学校に来ることができた。先
生は、どんな話も大人の<u>物差し</u>で判断しない人だった。

| 1566 | 記憶[する]<br>き おく | 名 動3他 memory, memorize/记忆[记住]/trí nhớ, nhớ |
|---|---|---|
| 1567 | 保健室<br>ほ けんしつ | 名 infirmary/医务室/phòng y tế |
| 1568 | ➕ 保健<br>ほ けん | 名 health/保健/y tế, chăm sóc sức khỏe |
| 1569 | マイペースな | ナ my own pace/我行我素/thế giới riêng |
| 1570 | 輪<br>わ | 名 circle/圈子/vòng tròn |
| 1571 | 物差し<br>もの さ | 名 standard, measure/尺度/尺/thước đo |

One teacher that has stayed in my memory was in charge of the infirmary. As a child, I went along at my own pace and it wasn't easy for me to make a circle of friends, but I was able to attend school thanks to that teacher, who always listened to what I had to say. No matter what I said, she never judged me by adult standards./有一位医务室的老师，现在还留在我的记忆中。当时我性格比较我行我素，所以一直无法加入朋友的圈子。但多亏了老师一直听我说话，所以我一直有来学校。老师是那种，不管我说什么事，都不会用成年人的尺度来判断的人。/Trong các giáo viên còn đọng lại trong trí nhớ của tôi cho đến nay, có một giáo viên phòng y tế. Tôi vốn có tính hay suy nghĩ trong thế giới của riêng mình, khó hòa nhập cùng bạn bè nhưng nhờ cô luôn lắng nghe mà tôi có thể đến trường. Cô là người không bao giờ đánh giá theo thước đo của người lớn cho dù bất kỳ là chuyện gì.

🔊 307

学校で掃除の片付けをしていたとき、<u>はしご</u>が倒れてきて足に
当たった。そのときはあまり痛くなかったが、だんだんと痛み
が<u>こらえられなく</u>なり、<u>翌</u>日病院に行った。

| 1572 | はしご[する] | 名 動3他 ladder, go bar hopping/梯子[连接着]/cái thang, đi từ chỗ này sang chỗ khác |
|---|---|---|
| 1573 | こらえる | 動2他 endure, bear/忍耐/chịu đựng |
| 1574 | 翌～<br>よく | 接頭 following ~/翌～/~ sau |

I was cleaning up at school when a ladder fell over and hit me on the leg. It didn't hurt too much at the time, but gradually the pain became unbearable and I went to hospital the following day./在学校打扫整理时，梯了倒下来撞到我的脚。当时虽然不怎么痛，但渐渐的忍不住疼痛，翌日去了医院。/Khi dọn dẹp sau khi quét dọn ở trường, cái thang ngã xuống trúng chân tôi. Lúc đó tôi không đau lắm nhưng dần dần tôi không chịu nổi cơn đau nữa nên hôm sau đã đi bệnh viện.

◀ঙ 308

歴史を学ぶ際、ただ出来事を<u>暗記する</u>だけではもったいない。
時代<u>区分</u>によって、それぞれ<u>言葉遣い</u>が異なるという面白さもあるので、当時の言葉にも注目してみてはどうだろう。

| 1575 暗記[する]<br>あん き | 名 動3他 learning by heart, memorize/背下来[背下来]/việc học thuộc lòng, thuộc lòng, ghi nhớ |
|---|---|
| 1576 区分[する]<br>く ぶん | 名 動3他 category, division, divide/区分[做区分]/sự phân chia, phân chia |
| 1577 言葉遣い<br>こと ば づか | 名 use of language/措辞/cách sử dụng từ ngữ |

When you study history, it's pointless to just memorize events. What's interesting is how the use of language differs depending on the division of historical periods, so it's worth examining the language of the time./学历史时，如果只把发生的事背下来就太浪费了。随着每个时代区分，措辞不同也很有趣味。着重当时的语言怎么样呢。/Khi học lịch sử, nếu chỉ học thuộc lòng các sự kiện thì thật phí. Vì còn có sự thú vị trong cách sử dụng từ ngữ khác nhau tùy theo sự phân chia thời đại nên hãy thử chú ý cả vào từ ngữ thời đó xem sao.

Topic 16 ● 学校

# 仕事
しごと

Work / 工作 / Công việc

No. 1578-1708

🔊 **309**

<u>厳重</u>に <u>警備</u>していたにもかかわらず<u>強盗</u>に入られた。しかし、
げんじゅう　けいび　　　　　　　　　　　　　　ごうとう　　はい
<u>もともと</u>現金はほとんど置いておらず、大事なものは<u>金庫</u>に入
　　　　　げんきん　　　　　　　　　　お　　　　だいじ　　　　　　きんこ　い
れてあったので、あまり<u>損害</u>はなかった。
　　　　　　　　　　　　　そんがい

| | | |
|---|---|---|
| 1578 ☐ | 厳重な<br>げんじゅう | ナ strict, rigorous/严重的/nghiêm ngặt, cẩn trọng |
| 1579 ☐ | 警備[する]<br>けいび | 名 動3他 guard, guard/戒备[戒备]/cảnh bị, bảo vệ |
| 1580 ☐ | 強盗<br>ごうとう | 名 thief, burglar/强盗/kẻ trộm, kẻ cướp |
| 1581 ☐ | もともと | 名 副 original position, all along, from the beginning/原本/vốn dĩ |
| 1582 ☐ | 金庫<br>きんこ | 名 safe/保险箱/két sắt |
| 1583 ☐ | 損害<br>そんがい | 名 damage, harm/损害/thiệt hại, tổn thất |

Although the place was strictly guarded, burglars still got in. However, since we'd left very little cash on the premises from the beginning and kept important items in a safe, we didn't suffer much damage./尽管已经戒备森严，还是有强盗入侵了。但原本就几乎没有放现金，重要的东西也放在保险箱，没什么损害。/Tuy đã được bảo vệ nghiêm ngặt mà vẫn bị kẻ trộm xâm nhập. Nhưng vốn dĩ hầu như không để tiền mặt, và đồ quan trọng đều cất trong két sắt nên không bị thiệt hại gì nhiều.

**◀))310**

欠勤は事情があれば当日の申請でも認められるが、できれば振り替え休日か有給休暇を取ってしっかり休息した方がよい。

| 1584 | 欠勤[する]<br>けっきん | 名 動3自 absence from work, be absent from work/请假[请假]/sự nghỉ, vắng mặt (trong công việc) |
|---|---|---|
| 1585 | 事情<br>じじょう | 名 circumstances, affairs/事情/lý do, sự tình |
| 1586 | 振り替え<br>ふ か | 名 transfer, substitution/补/bù, đổi |
| 1587 | 休息[する]<br>きゅうそく | 名 動3自 rest, take a rest/休息[休息]/sự nghỉ giải lao, nghỉ ngơi |

An absence from work can be requested on the same day if circumstances allow, but if possible, it is better to take a substitute day off to make up for it or take a paid vacation day to get some proper rest./如果有事情请假，当天申请也能获得许可。但最好还是请补休日或有薪假期，好好休息比较好。/Việc vắng mặt trong công việc nếu có lý do thì xin nghỉ vào ngày hôm đó sẽ được chấp nhận, nhưng nếu được thì nên nghỉ bù hoặc lấy phép có lương để nghỉ ngơi đầy đủ.

**◀))311**

就職して新人研修を受けるまで、「存じております」とか「承りました」、「ただ今お持ちします」といった、丁寧に応対するときの日本語を使うことはなかった。

| 1588 | 新人<br>しんじん | 名 newcomer/新人/người mới |
| 1589 | 存じる／存ずる<br>ぞん ぞん | 動2他 動3他 know, feel [humble form of 知る]/明白，知道("知る"的谦让语)/biết (từ khiêm nhường của "知る") |
| 1590 | 承る<br>うけたまわ | 動1他 understand [humble form of 受ける]/收到("受ける"的谦让语)/tiếp nhận (từ khiêm nhường của "受ける") |
| 1591 | ただ今<br>いま | 副 now, right away/立刻马上/bây giờ |
| 1592 | 応対[する]<br>おうたい | 名 動3自 service, respond/对应[对应]/sự trả lời, trả lời, đối ứng |

Until I got a job and underwent training as a newcomer, I'd never used the polite versions of Japanese phrases for serving customers, such as "I know," "I understand," or "I'll bring it right away."/入职到接受新人实习开始，我都没用过「我明白了」还有「收到」，「立刻马上拿来」这种有礼貌的日文对应。/Mãi cho đến khi tìm việc và được tham gia đợt tập huấn người mới, tôi đã không dùng đến tiếng Nhật khi trả lời một cách lịch sự như "Tôi biết ạ" hoặc "Tôi đã tiếp nhận", "Tôi sẽ đem đến ngay".

233

🔊 312

A：コンビニのバイトはどう？

B：それが、店長に<u>サービス残業</u>を<u>要求</u>されたり、前日に突然
<u>シフト</u>に入ってくれって言われたりする。

A：えー、そんな人なの？

B：しかも「仕事遅いね」とか、<u>嫌味</u>ばかり言ってくるし、そ
れでバイトを<u>辞めた</u>人もいて、<u>やばい</u>店に来ちゃったなと
思った。

| 1593 | サービス残業<br>ざんぎょう | 名 overtime work without pay/自愿加班/sự làm thêm giờ không lương |
|---|---|---|
| 1594 | 要求[する]<br>ようきゅう | 名 動3他 request, demand/要求[要求]/lời yêu cầu, yêu cầu |
| 1595 | シフト | 名 shift/轮班/ca làm việc |
| 1596 | 嫌味<br>いやみ | 名 nasty, sarcastic/讽刺/sự mỉa mai |
| 1597 | 辞める<br>や | 動2他 quit/辞职/bỏ, thôi |
| 1598 | やばい | イ awful, terrible/糟糕/dã man, tồi tệ, cực kỳ |

A: How's your part-time job at the convenience store? B: Well, the manager demands that I work overtime without pay, and suddenly asks me to work shifts the day before. A: Oh, is that what he's like? B: And he's always saying nasty things like, "You're a slow worker." Some employees quit because of it, and I realized I'd come to work at an awful store./A: 便利店的打工怎么样？ B: 说到这个，店长还会要求我们自愿加班，前一天还会突然要我来轮班。 A: 诶～，竟然是这样的人吗？ B: 而且还一直说讽刺的话，像「你做事真慢」，也有打工的人因为这样辞职了，我觉得我来到了很糟糕的店。/A: Công việc làm thêm ở cửa hàng tiện lợi sao rồi? B: Chỗ đó, khi thì bị cửa hàng trưởng yêu cầu làm thêm không lương, khi thì ngay hôm trước bất ngờ bị kêu đi làm. A: Hả, người như vậy á? B: Chưa kể còn toàn nói mỉa mai kiểu như "làm chậm vậy", cho nên cũng có người bỏ làm thêm rồi, tớ thấy mình đến trúng cái tiệm dã man rồi.

🔊 313

A：あの新しく<u>オープンした</u>コンビニ、行った？

B：行った行った。店長がすっごい<u>笑顔</u>のイケメンだよね。

A：そうそう。あそこバイト<u>募集して</u>たよ。

| 1599 | オープン[する]<br>☐ | 名 動3他 opening, open/开张[开张]/sự khai trương, mở, khai trương |
|---|---|---|
| 1600 | 笑顔<br>えがお ☐ | 名 smile/笑脸/tươi cười, nụ cười |
| 1601 | 募集[する]<br>ぼしゅう ☐ | 名 動3他 recruitment, take applications/招募[招募]/sự tuyển dụng, tuyển người |

A: Have you been to that convenience store that just opened? B: I did. The manager is so handsome, with a fantastic smile. A: That's the one. They were taking applications for part-timers./A: 你去过那家新开张的便利店吗? B: 去了去了, 店长是个很有笑脸的帅哥对吧。 A: 对呀对呀。那里有在招募打工呢。/A: Cậu đi cái cửa hàng tiện lợi mới mở kia chưa? B: Đi rồi, đi rồi. Cửa hàng trưởng tươi cười, đẹp trai cực nhỉ. A: Đúng đúng. Chỗ đó đang tuyển làm thêm đó.

🔊314

A：今度、社内レクリエーションで何をするか提案しなきゃいけないんです。
　　こんど　　しゃない　　　　　　　　　　　なに　　　　ていあん

B：へー、何するんですか?
　　　　なに

A：今のところ、ビンゴ大会にしようかなと思ってます。当た
　　いま　　　　　　　たいかい　　　　　　　　おも　　　あ
　　りは温泉旅館のチケットです。
　　　おんせんりょかん

| 1602 | レクリエーション | 名 recreation/文娱/chương trình giải trí, tiêu khiển |
|---|---|---|
| 1603 | 提案[する]<br>ていあん | 名 動3他 recommendation, proposal, suggest/提议[提议]/kế hoạch, đề xuất |
| 1604 | 今のところ<br>いま | 副 at the moment/目前/hiện tại, thời điểm này |
| 1605 | ビンゴ | 名 bingo/宾果/lô tô |
| 1606 | 当たり<br>あ | 名 win/中奖/奖项/trúng |

A: It's my turn to make some proposals for recreation for the company. B: Wow, what are you going to suggest? A: At the moment, I'm thinking of holding a bingo tournament. The winner would get a ticket to a hot spring resort./A: 关于下次公司内部的文娱活动, 需要我来提议。 B: 是哦, 要做什么? A: 目前我想办宾果大会。奖项是温泉旅馆的票。/A: Tôi phải đề xuất làm gì đó trong chương trình giải trí nội bộ công ty lần tới. B: Hả, làm gì chứ? A: Hiện tại thì tôi định chơi lô tô. Trúng thì được vé lữ quán suối nước nóng.

🔊 315

日本でも 1980 年代の初め頃までは、よく労働組合がストライ
キを起こし、会社に給与の交渉を求めていた。

| 1607 組合<br>くみあい | 名 union/公会/công đoàn, nghiệp đoàn |
|---|---|
| 1608 スト(ライキ) | 名 (industrial) strike/罢工/đình công, bãi công |
| 1609 給与<br>きゅうよ | 名 salary/薪资/tiền lương |
| 1610 交渉[する]<br>こうしょう | 名 動3他 negotiation, negotiate/交涉[交涉]/sự đàm phán, đàm phán, thương lượng |

In Japan, up to the early 1980s, labor unions often went on strike and demanded to negotiate their salaries with employers./日本到1980年初左右为止，劳动公会常常会罢工，和公司交涉薪资。/Ngay cả ở Nhật, cho đến khoảng đầu thập niên 80, công đoàn lao động cũng thường tổ chức đình công, yêu cầu công ty đàm phán tiền lương.

🔊 316

A：職場のマネージャーから、また二人で飲みに行こうってメー
　　しょくば　　　　　　　　　　ふたり　の　い
　　ルが来た…。
　　き
B：また？ しつこいね。

A：勤務日に顔を合わせるのが苦痛。
　　きんむび　かお　あ　　　　　くつう
B：あの人、他のスタッフにも声をかけてるらしいけど、はっ
　　ひと　ほか　　　　　　　こえ
　　きり断ったら、仕事で意地悪してくるんだって。
　　ことわ　　しごと　いじわる

| 1611 マネージャー | 名 manager/经理/người quản lý |
|---|---|
| 1612 しつこい | イ persistent/烦人/dai, lì |
| 1613 勤務[する]<br>きんむ | 名 動3自 work, go to work/工作[工作]/sự làm việc, làm việc |
| 1614 苦痛<br>くつう | 名 misery, pain/痛苦/khổ sở |
| 1615 スタッフ | 名 staff/工作人员/nhân viên |
| 1616 意地悪[する]<br>いじわる | 名 動3自 malice, be spiteful/使坏[使坏]/sự chơi xấu, chơi xấu, đì |

A: I got a text from my manager at work inviting me out for a drink with him again ... B: Again? Persistent, isn't he? A: It's so painful to see him on workdays. B: He's been asking other staff members to join him, but when they clearly refuse, he's spiteful to them at work./A: 职场经理又发邮件来，找我2个人去喝酒。 B: 又来? 真烦人。 A: 工作日要面对他好痛苦。 B: 那个人好像也会找其他工作人员，听说拒绝他的话还会在工作上对你使坏呢。 /A: Lại có tin nhắn rủ đi uống 2 người với nhau từ người quản lý ở chỗ làm... B: Lại nữa, dai nhỉ. A: Phải nhìn mặt anh ta vào ngày đi làm thật khổ sở. B: Nghe nói anh ta còn rủ rê nhân viên khác nữa mà bị từ chối thẳng là sẽ chơi xấu trong công việc đó.

🔊317

A：どうしたの？ さっきから<u>ため息</u>ばかりだけど。

B：今度、<u>本部</u>で役員を相手に<u>プレゼン</u>するんですけど、すごい <u>プレッシャー</u>で…。

A：じゃあ、この<u>お守り</u>をもっていくといいよ。

B：ありがとうございます。失敗したときは<u>慰めて</u>ください。

| 1617 | ため息 <br> いき | 名 sigh/叹气/thở dài |
|---|---|---|
| 1618 | 本部 <br> ほん ぶ | 名 head office, headquarters/本部/trụ sở chính |
| 1619 | プレゼン[する] | 名 動3他 presentation, give a presentation/展示[展示]/ bài thuyết trình, thuyết trình |
| 1620 | プレッシャー | 名 pressure/压力/áp lực |
| 1621 | お守り <br> まも | 名 good-luck charm/护身符/bùa may mắn |
| 1622 | 慰める <br> なぐさ | 動2他 console, cheer up/安慰/an ủi |

A: What's wrong? You've been sighing for a while. B: I have to give a presentation to the board of directors at head office, and it's a lot of pressure... A: Then you should take this good-luck charm with you. B: Thank you very much. If it goes badly, please cheer me up./A: 怎么了? 你从刚才就一直叹气。 B: 下次我要在本部董事面前做演示，压力好大…。 A: 那你把这个护身符拿走呢。 B: 谢谢你。如果失败了你要安慰我哦。 /A: Sao vậy? Từ nãy đến giờ anh cứ thở dài mãi. B: Lần tới, tôi phải thuyết trình cho cấp lãnh đạo ở trụ sở chính, áp lực quá…A: Vậy anh đem theo lá bùa may mắn này đi. B: Cảm ơn. Hãy an ủi khi tôi thất bại nhé.

🔊 318

A：昨日のプレゼン、どうだった？
　きのう

B：まあまあです…。ベテラン社員から鋭い意見が出たときは、
　　　　　　　　　　　　　　しゃいん　　するど　いけん　で

　　ちょっとパニックになっちゃいましたけど。

A：確かにそんなとき冷静でいるのは難しいよね。
　　たし　　　　　　れいせい　　　　　　　むずか

| 1623 ☐ | ベテラン | 名 veteran/资深/kỳ cựu |
|---|---|---|
| 1624 ☐ | 鋭い<br>するど | イ sharp, pointed/尖锐/sắc bén, sắc sảo |
| 1625 ☐ | パニック | 名 panic/恐慌/hoảng loạn |
| 1626 ☐ | 冷静な<br>れいせい | ナ calm/冷静的/bình tĩnh |

A: How was your presentation yesterday? B: Not too bad ... I did get a little panicked when a veteran employee made a pointed comment. A: It's not easy to stay calm at times like that, is it?/A: 昨天的展示做得怎么样？ B: 还算可以…。但资深员工发表尖锐意见时，我稍微恐慌了一下。 A: 的确，这种时候很难保持冷静。/A: Bài thuyết trình hôm qua sao rồi? B: Tàm tạm… Khi có ý kiến sắc bén từ nhân viên kỳ cựu, tôi đã hơi hoảng một chút. A: Đúng là những lúc như thế thì khó mà giữ bình tĩnh nhỉ.

🔊 319

新型コロナウイルスが流行して以来、飲食店には厳しい衛生管
しんがた　　　　　　　りゅうこう　いらい　いんしょくてん　きび　　えいせいかん
理が求められるようになった。
り　もと

| 1627 ☐ | 以来<br>いらい | 副 since/以后/kể từ khi, trở đi |
|---|---|---|
| 1628 ☐ | 飲食[する]<br>いんしょく | 名 動3自 food and beverages, eat and drink/饮食[饮食]/sự ăn uống, ăn uống |
| 1629 ☐ | 衛生<br>えいせい | 名 hygiene/卫生/vệ sinh |
| 1630 ☐ | ＋ 衛生的な<br>えいせいてき | ナ hygienic/卫生的/tính vệ sinh |
| 1631 ☐ | ＋ 不衛生な<br>ふえいせい | ナ unhygienic/不卫生的/mất vệ sinh |

Since the outbreak of COVID-19, restaurants and bars have been required to maintain strict hygiene./新冠肺炎流行以后，更加严格要求对饮食店的卫生管理。/Kể từ khi dịch COVID-19 hoành hành, các cửa hàng ăn uống bị yêu cầu quản lý vệ sinh nghiêm ngặt.

◢》320

A：部下が有能なら、上司は必ずしも有能じゃなくてもいいよね。
　　ぶか　ゆうのう　じょうし　かなら　ゆうのう

B：有能じゃなくてもいいけど、うちの上司みたいに無能だと部下が迷惑するよ。
　　ゆうのう　じょうし　むのう　ぶか　めいわく

| 1632 | 部下 ぶか | 名 subordinate, those working under (someone)/下属/cấp dưới |
|---|---|---|
| 1633 | 有能な ゆうのう | ナ capable, competent/有能力的/có tài, có năng lực |
| 1634 | 上司 じょうし | 名 boss, superior/上司/cấp trên |
| 1635 | 必ずしも～ない かなら | 副 not necessarily/未必/không nhất thiết phải |
| 1636 | 無能な むのう | ナ incompetent/没用的/không có tài, không có năng lực |

A: If those working under him are capable, the boss doesn't necessarily have to be capable.
B: He doesn't have to be capable, but if he's as incompetent as our boss, the people working under him will be annoyed./A: 如果下属有能力的话，上司未必要有能力对吧。 B: 没有能力也可以，但像我们上司那样没用的话，下属就有麻烦了。/A: Cấp dưới mà có năng lực thì cấp trên không nhất thiết phải có tài năng cũng được nhỉ. B: Không có tài năng cũng được đi nhưng mà không có năng lực như cấp trên tôi thì cấp dưới phiền đấy.

◢》321

会議で打ち合わせる前に、文書を回覧して、先に目を通しておいてもらうといい。
かいぎ　うあ　まえ　ぶんしょ　かいらん　さき　めとお

| 1637 | 打ち合わせる うあ | 動2他 discuss, make arrangements/洽谈/họp bàn, bàn bạc |
|---|---|---|
| 1638 | ＋打ち合わせ うあ | 名 meeting/洽谈/cuộc họp bàn |
| 1639 | 文書 ぶんしょ | 名 document/文书/văn bản |
| 1640 | 回覧[する] かいらん | 名 動3他 circulation, circulate/传阅[传阅]/chuyển để xem |
| 1641 | 目を通す めとお | 動1自 look over/看过一次/xem qua, đọc lướt |

Before discussing the matter at the meeting, you can circulate the document and ask people to look it over first./在洽谈会议之前，先让大家看一次传阅文书比较好。/Trước khi họp bàn trong cuộc họp, nên chuyển văn bản để được xem qua trước thì tốt hơn.

🔊 322

A：あの人、重役なのによく現場に顔を出すし、誰と話すとき
も敬語を使うよね。

B：そうそう。従業員にもいろいろ質問して学ぼうとするし、
すごく謙虚な人だよね。

| 1642 | 重役 (じゅうやく) | 名 executive/要職/lãnh đạo cấp cao |
|---|---|---|
| 1643 | 現場 (げんば) | 名 site, workplace/现场/hiện trường |
| 1644 | 従業員 (じゅうぎょういん) | 名 employee/员工/nhân viên |
| 1645 | 謙虚な (けんきょ) | ナ humble, unassuming/谦虚的/khiêm tốn, khiêm nhường |

A: Even though she's an executive, she often shows up in the workplace and uses very courteous language when she talks. B: That's right. She asks the employees all kinds of questions and tries to learn from them, and she seems very humble./A: 那个人明明身处要职，还会到现场露脸，而且不管对谁说话都是用敬语呢。 B: 对呀。还会为了学习问员工各式各样的问题，真是个谦虚的人。/A: Cô ấy, lãnh đạo cấp cao vậy mà thường có mặt ở hiện trường, nói chuyện với ai cũng dùng kính ngữ nhỉ. B: Ừ, ừ, còn đặt rất nhiều câu hỏi với nhân viên để học hỏi, người gì mà cực kỳ khiêm tốn nhỉ.

🔊 323

求人サイトに「急募」と書いてある倉庫のバイトを申し込んだ
ら、人手が足りていないようで、明日から来てくれと言われた。

| 1646 | 求人[する] (きゅうじん) | 名 動3他 recruitment, recruit/招人[招人]/sự tuyển dụng, tuyển dụng |
| 1647 | 急募[する] (きゅうぼ) | 名 動3他 urgent recruitment, urgently seek workers/急聘[急聘]/sự tuyển gấp, tuyển dụng gấp |
| 1648 | 倉庫 (そうこ) | 名 warehouse/仓库/kho hàng |
| 1649 | 人手 (ひとで) | 名 staff, worker/人手/nhân công, người làm |

I applied for a part-time job at a warehouse that said "Urgently seeking workers" on the recruitment site. They were short-staffed and asked me to come in the very next day./我看见招人网站有个仓库打工写着「急聘」，我就报名了。好像说人手不足，叫我明天就去。/Vừa đăng ký công việc làm thêm ở kho hàng có viết "Tuyển gấp" ở trang tuyển dụng thì có vẻ như họ thiếu nhân công nên tôi được đề nghị đi làm từ ngày mai.

🔊 324

助手だった頃は給料が低かったので、たくさんの仕事を受け持ち、狂ったように働きました。それで、正社員になって早く苦しい生活を抜け出したかったんです。

| 1650 | 助手 じょしゅ | 名 assistant/助手/trợ lý |
|---|---|---|
| 1651 | 受け持つ う も | 動1他 take on, take charge of/承包/đảm nhận, làm |
| 1652 | 狂う くる | 動1自 go crazy, be mad/发疯/điên cuồng |
| 1653 | 正社員 せいしゃいん | 名 full-time employee/正式员工/nhân viên chính thức |

When I was an assistant, my salary was low, so I took on a lot of work and worked like crazy. I wanted to become a full-time employee and escape that hard life as soon as possible./还在当助手时薪资很低，所以我承包了很多工作，像发疯似的工作。然后我想快点成为正式员工好摆脱那么辛苦的生活。/Lúc còn là trợ lý, tiền lương thấp nên tôi làm nhận nhiều công việc cùng một lúc, làm việc như điên. Do vậy, tôi đã rất muốn thành nhân viên chính thức để sớm thoát khỏi cuộc sống cực khổ.

🔊 325

イベントのポスターを、各階の掲示板に貼っておいてもらえますか。全部で8箇所です。で、イベントが終わったら、忘れずに剥がしておいてください。

| 1654 | 各〜 かく | 接頭 each 〜/各 〜/các 〜 |
|---|---|---|
| 1655 | 貼る／張る は は | 動1他 put up, affix, attach/贴/张贴/dán, căng |
| 1656 | 〜箇所 かしょ | 接尾 〜 locations, 〜 places/〜 地方/〜 chỗ |
| 1657 | 剥がす は | 動1他 take down, peel off/撕掉/gỡ ra, tháo xuống |

Could you please put up posters for the event on the noticeboards on each floor? There are eight locations in total. Also, please remember to take them down after the event./活动海报麻烦各位张贴在各层楼的公布栏。全部有8个地方。然后等活动结束后，别忘了要撕掉。/Có thể dán giúp tôi áp phích của sự kiện ở các bảng thông báo của các tầng không? Có tất cả 8 chỗ. Và sự kiện kết thúc thì đừng quên gỡ ra.

🔊 326

A：最近新しく入った<u>アシスタント</u>、すごく<u>頼もしい</u>よ。
　　さいきんあたら　　　　　　　　　　　　　　たの

B：へー、どんなふうに？

A：一つ一つの仕事の<u>処理</u>が、正確な上に速い。
　　ひと　ひと　しごと　しょり　　せいかく　うえ　はや

B：そうなんだ。うちの<u>人事</u>は優秀だね。<u>他社</u>では<u>人事</u>への<u>不</u>
　　　　　　　　　　　じんじ　ゆうしゅう　　　たしゃ　　じんじ　　ふ

<u>満</u>をよく聞くけど。
まん　　　き

A：<u>人事</u>って、どうやって<u>雇う人</u>を<u>選ん</u>でるんだろう。
　　じんじ　　　　　　　　やと　ひと　　えら

B：うーん…結局、<u>勘</u>じゃない？
　　　　けっきょく　かん

| 1658 ☐ | アシスタント | 名 assistant/助理/trợ lý |
|---|---|---|
| 1659 ☐ | 頼もしい<br>たの | イ dependable, promising/可靠/trông cậy được, nhờ được |
| 1660 ☐ | 処理[する]<br>しょり | 名 動3他 processing, handle/处理[处理]/sự xử lý, xử lý |
| 1661 ☐ | 人事<br>じんじ | 名 human resources, HR/人事/nhân sự |
| 1662 ☐ | 他~<br>た | 接頭 other ~/其他~/~ khác |
| 1663 ☐ | 雇う<br>やと | 動1他 hire, employ/雇用/tuyển dụng, thuê |
| 1664 ☐ | 勘<br>かん | 名 intuition/第六感/trực giác, linh cảm |

A: The new assistant who joined us recently is very dependable. B: Oh, in what way? A: He handles every single job quickly and accurately. B: I see. HR at our company is excellent. You often hear complaints about HR at other companies. A: I wonder how HR selects the people they hire. B: Well ... in the end, it's just intuition, isn't it?/A: 最近新进来的助理，很可靠哦。 B: 是哦～怎么说？ A: 每个工作处理的又快又正确。 B: 是哦。我们的人事真优秀。我常常听说其他公司对人事感到不满。 A: 人事到底是怎么选要雇用的人呢？ B: 嗯～…结果还是靠第六感吧？ /A: Gần đây có trợ lý mới vào, nhờ được lắm đấy. B: Ồ, như thế nào? A: Xử lý từng công việc một không những chính xác mà còn nhanh nữa. B: Vậy à? Nhân sự chỗ chúng ta ưu tú nhỉ. Tôi thường nghe công ty khác bất mãn với bộ phận nhân sự lắm. A: Nhân sự họ làm cách nào để chọn người tuyển dụng nhỉ. B: Ừm, rốt cuộc thì chẳng phải là trực giác sao?

🔊 327

文字を<u>確定する</u>と、過去のデータから<u>推測して</u>、次に使用する
もじ　かくてい　　　かこ　　　　　　すいそく　　　つぎ　しよう

<u>確率</u>が高い文字を出してくれます。
かくりつ　たか　もじ　だ

| 1665 | 確定[する]<br>かくてい | 名 動3他 decision, confirm/确定[确定]/sự xác định, xác định |
| 1666 | 推測[する]<br>すいそく | 名 動3他 guess, estimate/推测[推测]/sự suy đoán, suy đoán |
| 1667 | 確率<br>かくりつ | 名 probability, likelihood/概率/xác suất |

Whenever you confirm a character, it makes a guess based on past data and suggests the most likely character to be used next./文字确定后，会从过去数据中推测，然后显示下次使用概率最高的文字。/Khi xác định chữ, nó sẽ suy đoán từ dữ liệu trong quá khứ, tiếp theo sẽ đưa ra chữ có xác suất sử dụng cao cho chúng ta.

◀)) 328

A：宛名の形式は、人が「様」、会社とか団体が「御中」ですよね。

B：そうそう。

A：「御社」と「貴社」はどう違うんでしたっけ。

B：意味は同じだけど、「御社」は話し言葉で使われるかな。「貴社」は書き言葉。

| 1668 | 形式<br>けいしき | 名 form, format/形式/hình thức |
| 1669 | 御中<br>おんちゅう | 名 for the attention of … (form of address) (onchu)/公启/quý cơ quan |
| 1670 | 御社<br>おんしゃ | 名 your company (onsha)/贵公司/quý công ty |
| 1671 | 貴社<br>きしゃ | 名 your company (kisha)/贵司/quý công ty |

A: In Japanese, the form of address is sama for a person and onchu for a company or organization, right? B: That's right. A: What is the difference between onsha and kisha? B: They mean the same thing, but onsha is used in spoken language and kisha is used when written./A: 收件人的形式人就是用「先生，女士」，公司或者团体的话就是用「公启」对吗？ B: 对对。 A: 那「贵公司」和「贵司」有什么不一样呢？ B: 意思是一样的，但「贵公司」算是口语，而「贵司」是用于书写比较多。（日语中的使用方法）/A: Hình thức (ghi) địa chỉ nơi nhận nếu là người thì "様 (Ông/Bà)", còn công ty hay đoàn thể thì "御中 (Quý cơ quan)" đúng không nhỉ. B: Đúng rồi. A: "御社" và "貴社" khác nhau thế nào nhỉ? B: Ý nghĩa thì giống nhau nhưng "御社" thì được dùng trong văn nói. Còn "貴社" là văn viết.

243

🔊 329

ウイルス対策に協力した飲食店には、協力金が平等に支給された
が、大きな飲食店からは不平不満も出ている。大きな飲食
店は、家賃や給料を払うだけで足が出るからだ。

| 1672 | 平等な<br>びょうどう | ナ equal/平等的/đồng đều, bình đẳng |
|---|---|---|
| 1673 | 支給[する]<br>し きゅう | 名 動3他 supply, provide/支付[支付]/sự chi cấp, chi cấp, chi trả |
| 1674 | 不平<br>ふ へい | 名 complaint, dissatisfaction/不公/bất bình |
| 1675 | 足が出る<br>あし で | 動2自 can't cover expenses, exceed budget/亏损/vượt quá ngân sách, không đủ trang trải, thiếu |

Restaurants cooperating with anti-viral measures were each provided with an equal amount of money, but there were some complaints from larger restaurants. This was because just paying rent and salaries meant large restaurants couldn't cover their expenses./对愿意协助助防疫对策的饮食店，平等的支付了协力金，但大规模的饮食店为此表示不公不满。因为大规模的饮食店光支付房租和薪资就已经亏损了。/Các cửa hàng ăn uống hợp tác phòng chống lây nhiễm vi-rút được chi cấp tiền hợp tác đồng đều, nhưng các cửa hàng ăn uống lớn thì có ý kiến bất mãn bất bình. Vì cửa hàng ăn uống lớn thì chỉ trả tiền thuê mặt bằng và tiền lương là không đủ trang trải rồi.

🔊 330

下町に腕のいい包丁職人がいると聞いたので、取材を申し込ん
だ。頑固で難しい性格の持ち主だそうなので、断られるかもし
れないと思ったが、簡単に了解してもらった。

| 1676 | 下町<br>したまち | 名 downtown/平民区/khu trung tâm thành phố |
|---|---|---|
| 1677 | 職人<br>しょくにん | 名 artisan, craftsperson/匠人/người thợ, nghệ nhân |
| 1678 | 取材[する]<br>しゅざい | 名 動3他 interview, interview/采访[做采访]/sự phỏng vấn, phỏng vấn |
| 1679 | 頑固な<br>がん こ | ナ stubborn/顽固的/bảo thủ, cứng đầu |
| 1680 | 持ち主<br>も ぬし | 名 owner, proprietor/主人/người chủ, người sở hữu |
| 1681 | 了解[する]<br>りょうかい | 名 動3他 understand, agree/同意[同意]/sự đồng ý, đồng ý |

I'd heard there was a skilled knife-making artisan in downtown Tokyo, so I asked to interview him. I'd heard that the proprietor had a stubborn, difficult personality, so I thought he might refuse, but he readily agreed./我听说平民区有技术很好的菜刀匠人，所以我申请采访。听说主人是个性格很孤僻，又很顽固的人，我以为会被拒绝，没想到他很爽快的同意了。/Nghe nói có nghệ nhân làm dao tay nghề rất giỏi ở khu trung tâm thành phố nên tôi đăng ký phỏng vấn. Nghe nói đó là người bảo thủ, sở hữu tính cách khó khăn nên tôi cứ nghĩ sẽ bị từ chối nhưng lại được đồng ý một cách dễ dàng.

🔊331

A：日本の会社では、上司と日常的にどう接したらいいですか？
B：そうですね…仕事は教わった通りにするとか、言われたことには言い返さず、うなずくとか、宴会では誰よりも早くお酒をつぐとか、かな？
A：えー…。

| 1682 | 日常的な<br>にちじょうてき | ナ common, everyday/日常的/thường ngày |
| 1683 | 接する<br>せっ | 動3自 interact/接触/tiếp xúc |
| 1684 | 教わる<br>おそ | 動1他 be taught/受教/được chỉ bảo |
| 1685 | 言い返す<br>い かえ | 動1他 talk back (to someone)/顶嘴/đáp trả, cãi lại |
| 1686 | うなずく | 動1自 nod/点头/gật đầu |
| 1687 | 宴会<br>えんかい | 名 banquet, party/宴会/tiệc tùng, bữa tiệc |

A: At a Japanese company, how should I interact with my boss on an everyday basis? B: Well ... do your job like you were taught, don't talk back when spoken to, nod your head, and pour the drinks before anyone else at banquets. Okay? A: Right .../A: 在日本公司，日常中要怎么和上司接触比较好呢？ B: 嗯～…像做事的时候就按照受教的方法做，还有被说了也不要顶嘴，点头就好，在宴会上要比任何人都更快倒酒什么的？ A: 诶～…。/A: Ở công ty Nhật thì thường ngày tiếp xúc với cấp trên như thế nào ạ? B: Ừ nhỉ.. Công việc thì làm theo như được chỉ bảo, không đáp trả những gì được nói, gật đầu hay là trong tiệc tùng thì rót rượu sớm hơn ai hết, kiểu vậy? A: Ồ…

245

🔊 332

A：オーダーを間違えた件、A社に説明しに行くのは来週でも
いいかな。

B：何のんきなこと言ってるんですか。至急、A社にアポをとっ
て、謝りに行ってください。

| 1688 | オーダー[する] | 名 動3他 order, place an order/订单[下订]/đơn đặt hàng, đặt hàng |
|---|---|---|
| 1689 | 件 けん | 名 matter, incident/那件事/vụ, vụ việc |
| 1690 | のんきな | ナ carefree, complacent/懒怠的/vô lo |
| 1691 | 至急 しきゅう | 副 immediately, urgently/火速/khẩn cấp, cấp tốc |
| 1692 | アポ(イントメント) | 名 appointment/预约/cuộc hẹn |

A: I suppose I can visit Company A next week to explain about the matter of the mistake in the order. B: Why are you being so complacent about this? Make an appointment immediately with Company A so you can apologize./A: 关于订单错误的那件事，下周再去A公司解释可以吗？ B: 你说什么懒怠的话，你得火速联系A公司预约时间，去道歉才行。/A: Vụ đặt hàng nhầm, để tuần sau đi giải thích cho công ty A có được không nhỉ? B: Chị nói gì mà vô lo vậy? Hãy cấp tốc đặt hẹn với công ty A rồi đi xin lỗi ngay đi.

🔊 333

A：最後はどうせ社長が決めちゃうんでしょ？

B：そうそう。若い芽を育てようとしないし、人を機械みたい
に乱暴に扱う会社だからね。

| 1693 | どうせ | 副 anyway, in any event/反正/dằng nào thì |
| 1694 | 芽 め | 名 bud, sprout/苗/mầm |
| 1695 | 乱暴な らんぼう | ナ without care, rough, violent/粗暴的/quá đáng, thô lỗ |
| 1696 | 扱う あつか | 動1他 handle, treat/用/sử dụng, xử lý |
| 1697 | + 扱い あつか | 名 handling, treatment/使用/cách sử dụng, cách xử lý |

246

A: Anyway, the CEO will make the final decision, right? B: That's right. This company doesn't try to tenderly nurture young buds—instead, it treats people without care, like they're machines./A: 反正最后都是老板决定的吧？B: 对呀，都不会想说要培养新苗，这家公司只会粗暴的把人当成机器用。/A: Cuối cùng thì đằng nào giám đốc cũng quyết định mà đúng không? B: Đúng đúng. Vì đây là công ty không hề có ý định nuôi dưỡng mầm non, lại sử dụng con người như máy móc một cách quá đáng.

◀)) 334

A：プログラミングをマスターすれば、フリーランスでいける
かな。

B：私の知り合いにＳＥも兼ねてるプログラマーがいるけど、
けっこう稼いでるみたい。

| 1698 | プログラミング[する] | 名 動3他 programming, program/编程[編程]/chương trình, lập trình |
|---|---|---|
| 1699 | マスター[する] | 名 動3他 mastery, master/习得[習得]/sự thành thạo, thành thạo |
| 1700 | フリーランス | 名 freelance/自由职业者/làm tự do |
| 1701 | いける | 動2自 do well, go well/过得下去/sống |
| 1702 | ＳＥ／システムエンジニア | 名 SE (system engineer)/系统工程师/kỹ sư hệ thống |
| 1703 | プログラマー | 名 programmer/程序员/lập trình viên |
| 1704 | 稼ぐ | 動1自 earn/赚钱/kiếm tiền |

A: If I can master programming, I can do well as a freelancer. B: I know a programmer who's also an SE, and he seems to earn a lot./A: 只要习得编程，当个自由职业者也可以过得下去吧。B: 我认识的人是系统工程师兼程序员，听说满赚钱的。/A: Nếu thành thạo lập trình thì sống bằng con đường làm tự do được không nhỉ? B: Trong số người quen của tôi có lập trình viên kiêm cả kỹ sư hệ thống và hình như kiếm ra tiền lắm.

◀)) 335

愛社精神をもって会社に貢献してきたが、今回の事件で、会社
あいしゃせいしん　　　　　　かいしゃ　こうけん　　　　　　こんかい　じけん　　かいしゃ
への信用はすっかり失われた。もう会社としておしまいだ。
しんよう　　　　　　　　うしな　　　　　　　かいしゃ

| | | |
|---|---|---|
| 1705 □ | 精神<br>せいしん | 名 spirit, mentality/精神/tinh thần |
| 1706 □ | 貢献[する]<br>こうけん | 名 動3自 contribution, contribute/贡献[奉献]/sự cống hiến, cống hiến |
| 1707 □ | 失う<br>うしな | 動1他 lose/失去/đánh mất |
| 1708 □ | （お）しまい | 名 finish, end/完蛋/kết thúc |

I've always tried to contribute to the company in a spirit of loyalty, but after this incident I've completely lost my trust in them. This company is finished./一直以来，我抱着爱公司的精神贡献，但这次的事件让我完全失去对公司的信任。这家公司已经完蛋了。/Tôi đã cống hiến cho công ty với tinh thần yêu công ty nhưng với vụ việc lần này, tôi đã hoàn toàn bị mất lòng tin với công ty. Với tư cách công ty thì kết thúc rồi.

# Topic 18

# 人生
じんせい

Life / 人生 / Cuộc đời

No. 1709-1838

◀》336

彼女と私は<u>一人っ子</u><u>同士</u>で、彼女の家族から<u>婿</u>にと<u>望まれた</u>が、
かのじょ　わたし　　ひとり　こ　どうし　　　　かのじょ　か　かぞく　　むこ　　　のぞ
うちの<u>親</u>が許さなかった。<u>結局親</u>に<u>逆らって結婚した</u>。
　　　おや　ゆる　　　　　　けっきょくおや　さか　　　けっこん

| 1709 ☐ | 一人っ子 ひとり こ | 名 only child/独生子女/con một |
|---|---|---|
| 1710 ☐ | 同士 どう し | 名 both, fellow/一样/cùng là, đều là |
| 1711 ☐ | 婿 むこ | 名 bridegroom, son-in-law/入赘/con rể |
| 1712 ☐ | ↔ 嫁 よめ | 名 bride, daughter-in-law/嫁人/con dâu |
| 1713 ☐ | 望む のぞ | 動1他 hope/希望/mong đợi, kỳ vọng |
| 1714 ☐ | 親 おや | 名 parent/父母/cha mẹ |
| 1715 ☐ | 逆らう さか | 動1自 defy, go against/违抗/làm trái, ngược lại |

Both she and I are only children, and her family had hoped to adopt me as a son-in-law into
their family, but my parents wouldn't allow it. In the end, we went against her parents' wishes
when we married./她和我都一样是独生子女。她家人希望我能入赘，但我父母不同意。结果
我违抗了父母结婚了。/Cô ấy và tôi đều là con một với nhau nên tôi được gia đình cô ấy kỳ
vọng tôi sẽ đổi họ về ở rể nhưng cha mẹ tôi không cho phép. Rốt cuộc chúng tôi đã làm trái ý
cha mẹ cô ấy mà kết hôn.

🔊 337

貯金を全部はたいて、花嫁が憧れていた豪華な結婚式を挙げた。
家族や友達の前で永久の愛を誓ったが、その一年後に離婚した。
詐欺にあったような気がしている。

| 1716 | 花嫁 はなよめ | 名 bride/新娘子/cô dâu |
|---|---|---|
| 1717 | 憧れる あこが | 動2自 long for/憧憬/ngưỡng mộ |
| 1718 | 式 しき | 名 ceremony/礼/lễ, nghi thức |
| 1719 | 永久 えいきゅう | 名 eternity, forever/永久/vĩnh cửu |
| 1720 | 誓う ちか | 動1他 pledge, swear/发誓/thề |
| 1721 | 離婚[する] りこん | 名 動3自 divorce, get divorced/离婚[离婚]/vụ ly hôn, ly hôn |
| 1722 | 詐欺 さぎ | 名 fraud, swindle/诈骗/cú lừa |

The bride spent all her savings on the lavish wedding ceremony that she'd always longed for. The couple pledged their eternal love before family and friends, but a year later they got divorced. It feels as if she's been swindled./我用了全存款，举办了新娘子憧憬的豪华婚礼。虽然在家人和朋友面前发誓了永久的爱，但一年后我们就离婚了。我感觉遇到诈骗了。/Tôi đã trút hết số tiền tiết kiệm để tổ chức lễ cưới hoành tráng mà cô dâu ngưỡng mộ. Trước mặt gia đình và bạn bè, chúng tôi đã thề nguyện tình yêu vĩnh cửu nhưng sau đó một năm đã ly hôn. Tôi có cảm giác như gặp phải một cú lừa.

🔊 338

マスコミ関連企業でカメラマンとして働いていたが、独立し、フリーで活動している。もうかってはいないが、仕事の依頼は順調で、何より煩わしい人間関係に振り回されることなく、伸び伸びと好きな写真を撮れるのがよい。

| 1723 | マスコミ | 名 media, mass media/媒体/truyền thông |
| 1724 | 関連[する] かんれん | 名 動3自 relationship, be related/关联[关联]/mối liên quan, liên quan |
| 1725 | 独立[する] どくりつ | 名 動3自 independence, be independent/独立[独立]/sự ra riêng, ra riêng, độc lập |

| 1726 ☐ | フリーな | ナ free/自由的/tự do |
|---|---|---|
| 1727 ☐ | もうかる | 動1自 make good money, be profitable/赚钱/có lời, sinh lời |
| 1728 ☐ | ⑩ もうける | 動2他 earn (money), generate/赚钱/kiếm lời |
| 1729 ☐ | 順調な<br>じゅんちょう | ナ steady, favorable/顺利的/thuận lợi |
| 1730 ☐ | 伸び伸びと<br>の　の | 副 in a relaxing way/悠然自得/thoải mái |

I used to work as a photographer for a media-related company, but I have since set up my own independent business and am now working as a freelance photographer. Although I don't make good money, job offers come in steadily, and most importantly, I can just take whatever photos I like in a relaxing way without interference by annoying interpersonal relationships./我本来是一名媒体关联企业的摄影师，现在独立以后就自由活动。虽然不赚钱，但接工作也很顺利，最重要的是不用再被麻烦的人际关系耍的团团转，可以悠然自得的拍自己喜欢的相片。/Tôi đã làm việc ở một doanh nghiệp liên quan đến truyền thông với tư cách thợ chụp ảnh nhưng ra riêng, hoạt động tự do. Tuy không có lời nhưng các mối hàng đều thuận lợi, hơn hết là không bị xoay như chong chóng vì các mối quan hệ người với người phiền phức, có thể thoải mái chụp ảnh mình thích.

◀))) 339

推薦で大学に入学したものの、明確な目標もなくぼんやり過ご
すいせん　　だいがく　　にゅうがく　　　　　　めいかく　　もくひょう　　　　　　　　　　す
していたら、卒業単位が足りなくなり、一年ダブってしまった。
そつぎょうたんい　　い　　た　　　　　　　　　　　　いちねん

| 1731 ☐ | 明確な<br>めいかく | ナ clear/明确的/rõ ràng |
|---|---|---|
| 1732 ☐ | 目標<br>もくひょう | 名 goal, objective/目标/mục tiêu |
| 1733 ☐ | ぼんやり | 副 aimlessly, absent-mindedly/茫然/mơ hồ, |
| 1734 ☐ | ダブる | 動1自 double, repeat a year/留级、重复/trùng, đúp |

I entered university on a recommendation, but I didn't have a clear goal in mind and was just living aimlessly. I didn't have enough credits to graduate, so I had to repeat a year./以推荐进了大学，但没有明确的目标，每天都过得很茫然。结果没修够毕业的学分，留级了一年。/Tuy đã vào đại học bằng hình thức tiến cử nhưng vừa không có mục tiêu rõ ràng, vừa cứ để ngày tháng trôi qua mơ hồ nên tôi thiếu tín chỉ tốt nghiệp, phải học đúp một năm.

🔊 340

このままでは<u>もしかすると</u>卒業できないかもしれないと<u>教員</u>か
ら言われ、心を入れ替えることにした。

| | | |
|---|---|---|
| 1735 ☐ | もしかすると／<br>もしかしたら／<br>もしかして | 副 perhaps, maybe/说不定/có thể là, không chừng là, có lẽ là |
| 1736 ☐ | **教員**<br>きょういん | 名 faculty member, teacher /教员, 教师/giáo viên |

A faculty member told me that I perhaps I'd never graduate if I continued at this rate, so I decided to change my approach./这样下去说不定我就不能毕业，教员这么对我说后，我决定要改过自新。/ Bị giáo viên nói nếu cứ như vậy thì có thể không tốt nghiệp được nên tôi đã quyết định thay đổi thái độ.

🔊 341

私は子どもの頃、親の愛情に<u>飢えて</u>いた。<u>大企業</u>に勤める両親
はいつも忙しく、誕生日もまともに祝ってもらえなかった。だ
から私は娘の<u>出産</u>を機に<u>退職する</u>。娘の誕生日会を開くとい
う夢を<u>叶えたい</u>。

| | | |
|---|---|---|
| 1737 ☐ | **飢える**<br>う | 動2自 starve/饥渴/đói, khao khát |
| 1738 ☐ | **大企業**<br>だい き ぎょう | 名 large company/大企业/doanh nghiệp lớn |
| 1739 ☐ | **＋ 中小企業**<br>ちゅうしょう き ぎょう | 名 small and medium companies/中小企业/doanh nghiệp nhỏ và vừa |
| 1740 ☐ | **出産**[する]<br>しゅっさん | 名 動3他 birth, give birth/生孩子[生孩子]/sự sinh con, sinh con |
| 1741 ☐ | **退職**[する]<br>たいしょく | 名 動3他 retirement, resign from a job/退职[退职]/sự thôi việc, thôi việc |
| 1742 ☐ | **叶える**<br>かな | 動2他 fulfil, grant/为～实现/hoàn thành, làm thành hiện thực |
| 1743 ☐ | **⊕ 叶う**<br>かな | 動1自 be granted, be realized/实现/trở thành hiện thực |

When I was a child, I was starved for my parents' love. My parents, who both worked for large companies, were always busy and never celebrated my birthday properly. So I resigned from my job after the birth of my daughter. I want to fulfill my dream by throwing birthday parties for my daughter./我小时候，很饥渴父母的爱。父母就职于大企业，一直都很忙，连生日都无法好好为我庆生。所以我在生女儿时就退职了。我要实现为女儿开生日会的梦想。/Lúc nhỏ, tôi đã khao khát tình cảm của cha mẹ. Cha mẹ tôi làm việc ở doanh nghiệp lớn, luôn bận rộn, cả ngày sinh nhật tôi cũng không được chúc mừng tử tế. Vì vậy, nhân dịp sinh con gái, tôi sẽ thôi việc. Tôi muốn hoàn thành ước mơ tổ chức tiệc sinh nhật cho con gái.

🔊 **342**

私は結婚相手に求める条件が多い。友人からは欲張りだと言われるが、年収、学歴、職歴はどうしても譲れない。そんな私に、お見合いは条件に合った人を見つけられる合理的な選択肢だ。

| 1744 | 欲張りな<br>よくば | ナ avaricious, greedy/贪心的/tham lam |
|---|---|---|
| 1745 | 年収<br>ねんしゅう | 名 (annual) income/年收入/thu nhập hằng năm |
| 1746 | 学歴<br>がくれき | 名 educational background/学历/trình độ học vấn |
| 1747 | 職歴<br>しょくれき | 名 work experience/工作经历/lý lịch làm việc |
| 1748 | (お)見合い[する]<br>みあ | 名 動3自 matchmaking, matchmake/相亲[去相亲]/việc xem mắt, xem mắt |
| 1749 | 合理的な<br>ごうりてき | ナ reasonable/合理的/mang tính hợp lý |
| 1750 | ＋合理化[する]<br>ごうりか | 名 動3他 rationalization, rationalize/合理化[合理化]/sự hợp lý hóa, hợp lý hóa |
| 1751 | 選択肢<br>せんたくし | 名 option/选择/lựa chọn |

I have a lot of requirements for a partner in marriage. My friends say I'm avaricious, but I won't compromise on income, educational background, and work experience. For me, matchmaking is a reasonable option to find someone who meets my requirements./我要求结婚对象的条件很多。虽然朋友都说我贪心，但年收入，学历，工作经历是不能让步的。这样的我，相亲的方式，是可以找到适合条件的人最合理的选择。/Tôi có nhiều điều kiện đưa ra cho đối tượng kết hôn. Tuy bạn tôi nói vậy là tham lam nhưng thu nhập hằng năm, trình độ học vấn, lý lịch làm việc thì tôi không thể nào nhân nhượng. Với một người như tôi thì việc xem mắt là một lựa chọn hợp lý để có thể tìm được người phù hợp với điều kiện của mình.

🔊 343

両親はかたい職業に就き、安定した身分を得てほしいと言ったが、私は平凡な人生を送りたくない。舞台の主役の座を勝ち取るまで、挑戦し続ける決心をしている。

| 1752 | 就く<br>つ | **動1自** attain, assume/就/làm việc |
|---|---|---|
| 1753 | 安定[する]<br>あんてい | **名 動3自** stability, be stable/安定[稳定]/sự ổn định, ổn định |
| 1754 | 身分<br>みぶん | **名** identity, position in society/身份/vị trí, thân phận |
| 1755 | 平凡な<br>へいぼん | **ナ** average, mediocre/平凡的/bình thường, tầm thường |
| 1756 | 舞台<br>ぶたい | **名** stage/舞台/sân khấu |
| 1757 | 主役<br>しゅやく | **名** leading role/主角/vai chính |
| 1758 | 決心[する]<br>けっしん | **名 動3他** determination, be determined/下决心[下决心]/lòng quyết tâm, quyết tâm |

My parents wanted me to attain a solid job and a stable position in society, but I don't want to lead a mediocre life. I'm determined to keep trying until I win a leading role on the stage./父母希望我能够就职于很稳定的职业，有安定的身份。但我不想走平凡的人生。我下决心要一直挑战，直到拿到舞台的主角角色。/Cha mẹ tôi nói muốn tôi làm công việc vững chắc, có vị trí ổn định nhưng tôi không muốn sống cuộc đời bình thường. Cho đến khi giành được vị trí vai chính trên sân khấu, tôi quyết tâm tiếp tục thử thách.

🔊 344

塾の講師として働いている。高水準の教育を提供するのが主な仕事だと思われがちだが、むしろ勉強が嫌いな子どもの知的好奇心を育てることに力をそそいでいる。子どもたちが持つ無限の可能性を引き出したい。

| 1759 | 講師<br>こうし | **名** instructor, teacher/讲师/giáo viên |
|---|---|---|
| 1760 | 水準<br>すいじゅん | **名** standard/水准/tiêu chuẩn |
| 1761 | むしろ | **副** rather/反倒/ngược lại |

| 1762 | 好奇心<br>こう き しん | 名 curiosity/好奇心/tính hiếu kỳ, sự tò mò |
|---|---|---|
| 1763 | 無限<br>む げん | 名 limitless, unlimited/无限/vô hạn |

I work as an instructor at a cram school. People tend to think that my job is mainly to provide a high standard of education, but rather, I'm dedicated to nurturing intellectual curiosity in children who don't like to study. I want to draw out the limitless potential in children./我的工作是补习班的讲师。大家都认为我们的主要工作是提供高水准的教育，但我反倒是下功夫在培养儿时习学习的孩子的智能好奇心上面。我想要引出孩子们的无限可能。/Tôi đang làm việc với tư cách giáo viên trung tâm luyện thi. Người tay hay nghĩ rằng cung cấp giáo dục tiêu chuẩn cao là công việc chính nhưng ngược lại, tôi đang dốc sức trong việc nuôi dưỡng tính hiếu kỳ tri thức của những đứa trẻ không thích học. Tôi muốn khơi dậy khả năng vô hạn mà bọn trẻ có.

🔊345

インターンシップに参加したいと思っているが、応募したい企業が多すぎて、数社に絞りきれない。参加したい企業がないよりはましだが、エントリーシートを何枚も作成しなければならず、大変だ。

| 1764 | インターン<br>（シップ） | 名 intern, internship/实习/sự thực tập, chuyến thực tập |
|---|---|---|
| 1765 | 応募[する]<br>おう ぼ | 名 動3他 application, apply for/应聘[应聘]/sự ứng tuyển, ứng tuyển |
| 1766 | 絞る<br>しぼ | 動1他 narrow down/锁定/rút lại, thu gọn lại |
| 1767 | ましな | ナ better, preferable/比较好/đỡ, tốt |
| 1768 | エントリーシート | 名 application form/简历/bộ hồ sơ |
| 1769 | ＋ エントリー<br>［する］ | 名 動3自 entry, enter/报名[报名]/sự tiến vào, tiến vào, tiếp cận |

I'd like to do an internship, but there are so many companies I want to apply to that I can't narrow them down to just a few. That's better than not having any companies I want to join, but it's hard because I have to prepare so many application forms./我想参加实习，但想应聘的企业太多了，没办法锁定几家。虽然比起没有想参加的企业来说是好一点，但这样我要写很多张简历才行，真累人。/Tôi muốn tham gia thực tập nhưng có quá nhiều doanh nghiệp mà tôi muốn ứng tuyển nên không thu gọn lại thành vài công ty được. Tuy đỡ hơn là không có doanh nghiệp muốn tham gia nhưng phải soạn bao nhiêu bộ hồ sơ, thật vất và.

高校２年生から<u>文系</u>コース・<u>理系</u>コースに分かれて勉強する。
どちらに進むか悩んでいた時、両親に「<u>就職</u>に<u>不利な</u>文系ではなく、<u>有利な</u>理系にしておけ」と言われ、<u>とりあえず</u>理系コースに進んだ。しかし、<u>社会人</u>になった今、そのような学問<u>分野</u>の違いは関係なく、人間としての<u>総合</u>力が大切であると思う。

| 1770 | 文系<br>ぶんけい | 名 humanities, liberal arts/文科/Khoa học Xã hội |
|---|---|---|
| 1771 | 理系<br>りけい | 名 science/理科/Khoa học Tự nhiên |
| 1772 | 不利な<br>ふり | ナ disadvantageous/不利的/bất lợi |
| 1773 | 有利な<br>ゆうり | ナ advantageous/有利的/có lợi |
| 1774 | とりあえず | 副 for the time being/暂且/tạm thời |
| 1775 | 社会人<br>しゃかいじん | 名 working adult, member of society/踏入社会/người trưởng thành, người đi làm ngoài xã hội |
| 1776 | 分野<br>ぶんや | 名 field/领域/lĩnh vực |
| 1777 | 総合[する]<br>そうごう | 名 動3他 overall, comprehensive/综合[综合]/sự toàn diện, tổng hợp |

From the second year of high school, study is divided into humanities and science courses. When I was wondering which course to take, my parents told me I should take the science course because it was more advantageous than the humanities course, which was disadvantageous for finding work, so I took the science course for the time being. However, now that I'm a working adult, I believe that these differences in academic fields are irrelevant and that our overall strengths as human beings are more important./高中二年级开始就要分文科课程，理科课程来学习。我正烦恼要选哪边时，父母跟我说「文科对就职不利，选有利的理科」，我就暂且选择了理科课程。但踏入社会的现在，我发现根本没有所谓的学问领域的不同，最重要的身为人的综合能力。/Từ lớp mười một, chúng tôi chia thành ban Khoa học Xã hội và ban Khoa học Tự nhiên để học. Khi tôi còn đang băn khoăn không biết theo ban nào thì được ba mẹ nói "con đừng chọn ban Xã hội bất lợi trong tìm việc, hãy chọn ban Khoa học có lợi hơn đi" nên tôi đã tạm chọn ban Khoa học. Nhưng bây giờ khi đã thành người trưởng thành đi làm ngoài xã hội, tôi cho rằng quan trọng là năng lực toàn diện với tư cách con người chứ không liên quan đến sự khác biệt trong lĩnh vực học vấn như thế.

いつも<u>ふざけ</u>ている彼から、真剣な声で「話があるから部屋に行く」と電話があった。悪い<u>予感</u>がして会うかどうか<u>迷った</u>が、<u>すでに</u>家の前に来ているようで、窓から<u>ちらっと</u>姿が見えた。彼は部屋に入るなり、緊張した面持ちで「<u>精いっぱい</u>幸せにします」と言って<u>婚約</u>指輪を差し出した。思いがけない事態に私<u>の思考</u>は停止した。

| | | |
|---|---|---|
| 1778 ☐ | ふざける | **動2自** joke around/调皮/bỡn cợt, nghịch ngợm |
| 1779 ☐ | 予感[する]<br>よかん | **名 動3他** premonition, have a foreboding feeling/预感[预测]/điềm, linh cảm, tiên đoán |
| 1780 ☐ | 迷う<br>まよ | **動1自** hesitate, waver/犹豫/băn khoăn, phân vân |
| 1781 ☐ | すでに | **副** already/已经/đã rồi |
| 1782 ☐ | ちらっと | **副** accidentally, at a glance/瞥到/thoáng qua, trong nháy mắt |
| 1783 ☐ | 精いっぱい<br>せい | **名 副** the very best one can do, with all one's might/拼尽全力/ra sức, hết sức |
| 1784 ☐ | 婚約[する]<br>こんやく | **名 動3自** engagement, get engaged/订婚[订婚]/sự đính hôn, đính hôn |
| 1785 ☐ | 思考[する]<br>しこう | **名 動3他** thoughts, think/思考[思考]/sự trăn trở, trăn trở, suy nghĩ |

He's always joking around, but he called me in a serious voice, saying, "We need to talk, so I'm coming over to your place." I had a foreboding feeling and hesitated whether or not I should meet him, but he was already in front of my house and I caught a glance of him through the window. As soon as he entered, he nervously said, "I will do my very best to make you happy," and presented me with an engagement ring. At this unexpected turn of events, all my thoughts just stopped./一直都很调皮的男友突然打电话来用很正经的口吻说「我有话要对你说，我现在去你家」。因为有一种不好的预感，所以我很犹豫要不要见他，但我从窗户瞥到他的身影，好像已经来到家门口了。他一进房间就一副很紧张的表情说道「我会拼尽全力让你幸福的」然后把订婚戒指交给我。这突如其来的事情让我思考停止。/Tôi nhận được cuộc điện thoại từ anh ấy, vốn là người luôn bỡn cợt, nói bằng một giọng nghiêm túc rằng "anh có chuyện muốn nói nên sẽ đi đến nhà em". Tôi có linh cảm xấu nên phân vân có nên gặp hay không, nhưng hình như anh ấy đã đến trước cửa nhà, có thể thấy thoáng qua dáng anh ấy từ cửa sổ. Vừa bước vào nhà, anh ấy nói với vẻ mặt căng thẳng "anh sẽ cố gắng hết sức làm cho em hạnh phúc" rồi đưa chiếc nhẫn đính hôn ra. Trước sự việc không ngờ, tôi đã không nghĩ được gì.

🔊348

ほとんどの人が漁師の小さな町で生まれ育った私は、都会にあこがれていた。上京すれば職と生きがいを得ることができると思っていたが、実際は全くの見当外れで、仕事を求め続けたが、納得できるものを見つけることができず、くたびれてしまった。

| 1786 | 漁師<br>りょうし | 名 fisherman, fisher (gender-neutral term)/漁夫/ngư dân |
|---|---|---|
| 1787 | 上京[する]<br>じょうきょう | 名 動3自 moving to Tokyo, go to Tokyo/上京[上京]（去东京）/việc lên Tokyo, lên Tokyo |
| 1788 | 職<br>しょく | 名 job, career/工作/nghề nghiệp |
| 1789 | 生きがい<br>い | 名 purpose in life, meaning in life/生活の意义/lẽ sống |
| 1790 | 見当<br>けんとう | 名 conjecture, guess/判断/sự dự đoán |
| 1791 | 求める<br>もと | 動2他 seek, look for/追求/找/tìm kiếm |
| 1792 | 納得[する]<br>なっとく | 名 動3自 acceptance, convince, persuade/接受[接受]/sự vừa ý, vừa ý |
| 1793 | くたびれる | 動2自 tire of/疲惫/mệt mỏi, kiệt sức |

Born and raised in a small town where most people worked as fishermen, I always longed for city life. I thought that if I moved to Tokyo, I would find a career and purpose in life, but in fact this conjecture was completely wrong. I kept looking for work, but I never found anything convincing, and eventually I got tired of it./我在大部分的人都是渔夫的小城市中出生长大，我一直向往大都市。我以为只要上京就能找到工作和生活的意义，但实际上却是我的判断错误。我虽然一直在找工作，但找不到自己能接受的，我感到疲惫。/Sinh ra và lớn lên ở một thị trấn nhỏ mà hầu hết mọi người đều là ngư dân nên tôi rất ngưỡng mộ thành phố. Tôi cho rằng chỉ cần lên Tokyo là có thể kiếm được việc và lẽ sống, nhưng thực tế hoàn toàn ngoài dự đoán, tôi đã tiếp tục tìm kiếm công việc nhưng không tìm được công việc nào vừa ý, cảm thấy rất mệt mỏi.

🔊349

社宅に住んでいたが、妻が双子を妊娠したタイミングで、一戸建てを購入した。しかし、完全に予算オーバーで、蓄えていたお金は全部無くなった。最近宝くじに当たる夢ばかり見ている。

| 1794 | 双子<br>ふた ご | 名 twins/双胞胎/sinh đôi |
|---|---|---|
| 1795 | 妊娠[する]<br>にんしん | 名 動3他 pregnancy, become pregnant/怀孕[怀孕]/sự mang thai, mang thai |
| 1796 | タイミング | 名 timing/时机/thời điểm |
| 1797 | 購入[する]<br>こうにゅう | 名 動3他 purchase, buy/买[买了]/việc mua, mua |
| 1798 | オーバー[する] | 名 動3他 over, go over/超出[超出]/sự vượt quá, vượt quá |
| 1799 | 蓄える<br>たくわ | 動2他 save up, store/储蓄/tích lũy |
| 1800 | くじ | 名 lottery/彩票/签/vé số |
| 1801 | ＋くじ引き[する]<br>び | 名 動3自 drawn lot, draw a lottery/抽签[抽签]/sự rút thăm, rút thăm |

We'd been living in company housing, but we bought a house at the time my wife became pregnant with twins. However, we went completely over budget and now all the money we'd saved is gone. Recently, I've been dreaming of winning the lottery./本来住在公司宿舍，但趁妻子怀了双胞胎的时机，我购入了独栋住宅。但是完全超出预算，我的储蓄全都没了。最近老是梦到中彩票。/Tôi đã sống ở nhà của công ty nhưng vào thời điểm vợ tôi mang thai song sinh, chúng tôi đã mua nhà riêng. Tuy nhiên, do hoàn toàn vượt quá ngân sách nên toàn bộ tiền tích lũy đều hết sạch. Gần đây, tôi toàn nằm mơ trúng vé số.

🔊 350

NGO、つまり非政府組織の職員の役目は、民間の立場で世界の課題を解決するために活動することだ。

| 1802 | 組織[する]<br>そ しき | 名 動3他 organization, organize/组织[组织]/cấu trúc, tổ chức |
| 1803 | 職員<br>しょくいん | 名 employee, member/职员/nhân viên |
| 1804 | 役目<br>やくめ | 名 role/作用/vai trò |
| 1805 | 民間<br>みんかん | 名 private sector/民间/tư nhân |

The role of an employee at an NGO, or non-governmental organization, is to try to solve the world's problems from a private-sector standpoint./NGO，也就是非政府组织的职员的作用是站在民间的立场活动，解决世界的问题。/Vai trò của nhân viên NGO, tức là tổ chức phi chính phủ, là hoạt động để giải quyết các vấn đề của thế giới ở vị trí tư nhân.

◀)) 351

私は、子どもの貧困問題の現状を目の当たりにし、早急に問題
解決に取り組むという決意を新たにした。

| 1806 | 決意<br>けつい | 名 determination, decision/决心/quyết tâm |
| --- | --- | --- |
| 1807 | 新たな<br>あら | ナ new, fresh/新的/mới |

I have witnessed the current situation of child poverty and it has renewed my determination to help solve this problem as soon as possible./我亲眼目睹到孩子们贫困的现状后，我决定新的决心就是要马上开始解决这个问题。/Chứng kiến hiện trạng vấn đề nghèo khó ở trẻ em, tôi đã có quyết tâm mới là nỗ lực giải quyết vấn đề thật nhanh chóng.

◀)) 352

合同企業説明会で商社の採用担当者に、内定をもらえるのはど
のような人かと質問したところ、問題が生じたとき、その場で
すぐに原因を考慮し、適切な対応をとることができる人だと教
えてくれた。

| 1808 | 合同[する]<br>ごうどう | 名 動3自 joint, join, unite/联合[联合]/sự cùng nhau, chung |
| --- | --- | --- |
| 1809 | 商社<br>しょうしゃ | 名 trading company/贸易公司/công ty thương mại |
| 1810 | 採用[する]<br>さいよう | 名 動3他 recruitment, hire/招聘[招聘]/sự tuyển dụng, tuyển dụng |
| 1811 | 内定[する]<br>ないてい | 名 動3自 (unofficial) job offer, offer a job/内定[内定]/sự nhận tuyển, được nhận |
| 1812 | 場<br>ば | 名 place, spot/场/场合/nơi |
| 1813 | 考慮[する]<br>こうりょ | 名 動3他 consideration, consider/考虑[考虑]/sự cân nhắc, cân nhắc |
| 1814 | 適切な<br>てきせつ | ナ appropriate/适当的/phù hợp |
| 1815 | 対応[する]<br>たいおう | 名 動3自 response, take action/应对[应对]/cách xử lý, xử lý |

260

When I asked a recruiter from a trading company at a joint corporate information session what kind of person receives a job offer, he said it's someone who, when a problem arises, is able to immediately consider the causes and take appropriate action on the spot./在联合企业说明会，我问了贸易公司的招聘负责人说，什么样的人能拿到内定。他告诉我，发生问题时，能够当场考虑原因，作出适当应对的人。/Tại buổi giải thích chung của các doanh nghiệp, tôi đã hỏi người phụ trách tuyển dụng công ty thương mại rằng người được nhận là người như thế nào, thì được cho biết là người có thể cân nhắc nguyên nhân, có cách xử lý phù hợp ngay tại nơi đó khi xảy ra vấn đề.

🔊 353

甘やかされて育ったせいか、大ざっぱな性格で、将来の生活設計をしたり、金銭を細かく管理するのが苦手だ。こんなことでは一生結婚できないのではないかという考えがふと頭をよぎったが、そんなはずはないとすぐに打ち消した。

| 1816 | 甘やかす<br>あま | 動1他 spoil (a child)/宠溺/nuông chiều |
|---|---|---|
| 1817 | 大ざっぱな<br>おお | ナ careless, sloppy/大咧咧的/sơ sài, đại khái |
| 1818 | 設計[する]<br>せっけい | 名 動3他 design, plan/设计[设计]/sự thiết kế, thiết kế |
| 1819 | ✚設計図<br>せっけい ず | 名 design diagram/设计图/bản vẽ |
| 1820 | 金銭<br>きんせん | 名 finances/金钱/tiền bạc |
| 1821 | 一生<br>いっしょう | 名 副 lifetime, in one's lifetime/一辈子/cả đời |
| 1822 | ふと | 副 suddenly, unintentionally/忽然/thình lình, bất chợt |
| 1823 | 打ち消す<br>う け | 動1他 dismiss, deny/打消/xóa bỏ, bác bỏ |

Perhaps because I grew up spoiled, I have a careless personality and I'm not good at planning my future life or managing my finances in detail. The thought suddenly crossed my mind that because of this, I'd never get married in my lifetime, but I quickly dismissed the idea because it couldn't be true./不知道是不是被宠大的，我是大咧咧的性格，很不擅长设计将来的生活和管理金钱这种小事。忽然我脑海里浮现了这样可能一辈子也无法结婚的念头，但我还是觉得不可能，打消了念头。/Không biết có phải vì lớn lên trong nuông chiều không mà tôi có tính cách sơ sài và không giỏi trong việc thiết kế cuộc sống tương lai cũng như quản lý tiền bạc một cách chi tiết. Đã từng có suy nghĩ thoáng qua trong đầu tôi, rằng biết đâu cả đời mình không thể kết hôn vì những việc như thế này nhưng ngay lập tức xóa bỏ, không thể nào có chuyện đó được.

🔊 354

前の会社での<u>地位</u>に納得できず、もっと<u>実績</u>を<u>生かし</u>たいと思
い、<u>転職した</u>。しかし、思うようにはいかず、<u>中途半端な 覚悟</u>
で<u>安易に</u>転職してしまったことを<u>後悔している</u>。

| 1824 ☐ | 地位<br>ちい | 名 position, status/地位/vị trí, địa vị |
|---|---|---|
| 1825 ☐ | 実績<br>じっせき | 名 accomplishments/实际成果/thành tích thực tế |
| 1826 ☐ | 生かす<br>い | 動1他 make use of, take advantage of/利用/phát huy |
| 1827 ☐ | 転職[する]<br>てんしょく | 名 動3自 job change, change jobs/跳槽[跳槽]/sự chuyển việc, chuyển việc |
| 1828 ☐ | 中途半端な<br>ちゅうとはんぱ | ナ halfway, by half-measures/不充分的/giữa chừng, nửa vời |
| 1829 ☐ | 覚悟[する]<br>かくご | 名 動3他 readiness, be ready/觉悟[觉悟]/tinh thần chuẩn bị, chuẩn bị tâm lý |
| 1830 ☐ | 安易な<br>あんい | ナ easy, careless/简单的/dễ dàng, dễ dãi |
| 1831 ☐ | 後悔[する]<br>こうかい | 名 動3他 regret, regret/后悔[后悔]/sự hối hận, hối hận |

I wasn't satisfied with my position at my previous employer and wanted to make use of my accomplishments, so I changed jobs. However, it didn't work out the way I wanted and now I regret that I took the easy option and changed jobs when I was only halfway ready./我无法接受在前公司地位，想要利用实际成果跳槽。但是并不顺利，我现在很后悔竟然以不充分的觉悟选择跳槽。/Vì không thỏa mãn với vị trí ở công ty trước, muốn phát huy thành tích thực tế hơn nữa nên tôi đã chuyển việc. Nhưng không được như ý, tôi đang hối hận vì đã chuyển việc dễ dàng với tinh thần chuẩn bị nửa vời.

🔊 355

有名大学を卒業した後は、<u>大手</u>企業に<u>入社し</u>、同期の中で一番
に<u>出世して</u>高<u>収入</u>を得る予定だった。<u>まあ</u>、<u>現実</u>はそんなに甘
くない。

| 1832 ☐ | 大手<br>おおて | 名 leading, major/大（企业，公司）/lớn, hàng đầu |
| 1833 ☐ | 入社[する]<br>にゅうしゃ | 名 動3自 entrance, join (a company)/入职[入职]/sự gia nhập, vào công ty |

| | | |
|---|---|---|
| 1834 ☐ | 出世[する]<br>しゅっせ | 名 動3自 success, succeed, rise/出人头地[出人头地]/<br>sự thành đạt, thành đạt |
| 1836 ☐ | 収入<br>しゅうにゅう | 名 income/收入/thu nhập |
| 1836 ☐ | まあ | 感 well/不过/mà thôi |
| 1837 ☐ | 現実<br>げんじつ | 名 reality/现实/hiện thực, thực tế |
| 1838 ☐ | ＋ 現実的な<br>げんじつてき | ナ realistic/实际的/mang tính hiện thực |

After graduating from a famous university, I planned to join a leading company, rise to the top among my colleagues, and earn a huge income. Well, reality is not so kind./自有名大学毕业后，我入职了大企业。我预定在同届中我要第一个出人头地，拿到最高薪资的。不过，现实却没那么简单。/Sau khi tốt nghiệp trường đại học nổi tiếng, tôi gia nhập một doanh nghiệp hàng đầu, dự tính thành đạt trước nhất trong số các bạn cùng khóa, và có thu nhập cao. Mà thôi, hiện thực không dễ dàng như thế.

# Topic 19

# 健康
けん こう

Health / 健康 / Sức khỏe

No. 1839-1927

◀)) 356

A：この前 血圧 を 測定したら、ちょっと高かったんだよ。
　　　　まえ けつあつ　　そくてい

B：そうなんだ。水分 を 取ったり、運動したりするのが大事ら
　　　　　　　　すいぶん　と　　　　　うんどう　　　　　だい じ
　　しいね。

A：うん。やってみた。でも、なかなか下がらなくて、今は 血
　　　　　　　　　　　　　　　　　　　　　　　　いま けっ
　　管 を 広げる薬を 服用してるんだ。この薬を飲むと、副作用
　　かん　ひろ　くすり　ふくよう　　　　くすり の　　　　　ふくさよう
　　で少し 目まいがするんだけど。
　　　すこ め

| 1839 | 血圧<br>けつあつ | 名 blood pressure/血压/huyết áp |
|------|------|------|
| 1840 | 測定[する]<br>そくてい | 名 動3他 measurement, measure/測[测]/sự đo đạc, đo |
| 1841 | 水分<br>すいぶん | 名 moisture, fluids/水分/nước |
| 1842 | 血管<br>けっかん | 名 blood vessels/血管/huyết quản, mạch máu |
| 1843 | 服用[する]<br>ふくよう | 名 動3他 dose, take (medicine)/服用[服用]/sự uống thuốc, uống thuốc |
| 1844 | 副作用<br>ふくさよう | 名 side effect/副作用/tác dụng phụ |
| 1845 | 目まい<br>め | 名 dizziness/头晕/chóng mặt |

264

A: I measured my blood pressure the other day and it was a little high. B: I see. I heard it's important to drink fluids and exercise. A: Yes. I've tried to do that. But it didn't really work, so now I'm taking a drug that dilates blood vessels. When I take it, I get a little dizzy as a side effect./A: 上次我测血压，有点高呢。 B: 是哦。听说重要的是要好好摄取水分，还要运动。 A: 嗯，我有做。可是还是不太会降低，现在我在服用扩张血管的药物。但吃这个药，就会有头晕的副作用。/A: Hôm trước, tôi đo huyết áp thấy hơi cao. B: Vậy à? Hình như hơi quan trọng là phải uống nước, vận động đấy. A: Ừm. Tôi thử rồi. Nhưng mãi không hạ nên bây giờ đang uống thuốc mở rộng huyết quản. Uống thuốc này thì bị tác dụng phụ là hơi chóng mặt nhưng mà…

◀)) 357

先日、事故に遭った友達の<u>お見舞い</u>に行ってきた。友達は<u>輸血</u>を受けるぐらいの大けがで、まだ<u>青白い</u>顔をしていた。体はたくさんの<u>管</u>に繋がれ、ずっと<u>あおむけ</u>の状態で、頭にも<u>包帯</u>が巻いてあった。<u>回復</u>まで、まだ時間がかかりそうだ。

| 1846 | （お）見舞い みま | 名 visit (someone unwell)/探病, 看/sự thăm bệnh |
|---|---|---|
| 1847 | 輸血[する] ゆけつ | 名 動3他 blood transfusion, transfuse/输血[输血]/sự truyền máu, truyền máu |
| 1848 | 青白い あおじろ | イ pale/苍白/trắng xanh, xanh xao |
| 1849 | 管 くだ | 名 tube/管子/ống |
| 1850 | あおむけ | 名 lying on one's back/平躺/nằm ngửa |
| 1851 | 包帯 ほうたい | 名 bandage/绷带/băng bó |
| 1852 | 回復[する] かいふく | 名 動3他 recovery, recover/恢复[恢复]/sự phục hồi, phục hồi |

The other day I went to visit a friend who'd been in an accident. She was so badly injured that she'd had a blood transfusion, and she still looked pale. Her body was connected to a lot of tubes, and she was lying on her back with bandages on her head. Apparently, it'll take her a long time to recover./前几天，我去看了发生车祸的朋友。朋友严重到需要输血，而且脸色还很苍白。身体也接了好多管子，一直是平躺的状态，头被包着绷带。看来恢复还需要很长一段时间。/Hôm trước, tôi đi thăm bệnh người bạn bị tai nạn. Bạn tôi bị thương nặng đến mức phải truyền máu nên mặt vẫn còn xanh xao. Cơ thể bạn tôi gắn đầy ống, ở trong tư thế nằm ngửa suốt, mặt còn bị băng bó. Có vẻ vẫn cần nhiều thời gian cho đến khi anh ấy hồi phục.

🔊 358

健康診断で胸のレントゲンを撮ったら、肺に影が見つかった。
その後、がんと診断され、すぐに治療が開始された。

| 1853 ☐ | 健康診断<br>けんこうしんだん | 名 physical examination, health checkup/体检/khám sức khỏe |
|---|---|---|
| 1854 ☐ | レントゲン | 名 X-ray/X光片/X-quang |
| 1855 ☐ | 肺<br>はい | 名 lungs/肺部/phổi |
| 1856 ☐ | 診断[する]<br>しんだん | 名 動3他 diagnosis, diagnose/诊断[诊断]/sự chẩn đoán, chẩn đoán |
| 1857 ☐ | 治療[する]<br>ちりょう | 名 動3他 medical treatment, treat/治疗[治疗]/sự điều trị, điều trị |

During a physical examination, a shadow was found on his lungs after a chest X-ray. Subsequently, he was diagnosed with cancer and started medical treatment immediately./体检时拍了胸部的X光片，结果发现肺部有阴影。之后，被诊断为癌症，马上开始治疗。/Tôi chụp X-quang khi đi khám sức khỏe thì phát hiện phổi có bóng mờ. Sau đó, bị chẩn đoán là ung thư nên đã bắt đầu điều trị ngay lập tức.

🔊 359

頭痛がひどくても頭痛薬を飲みたくない場合がある。そんなときは、脇やあごの周りの筋肉をもむとよい。目の疲れが原因のこともあるため、まぶたの上に温かいタオルを乗せたり、額をマッサージしたりすると楽になるだろう。

| 1858 ☐ | ～薬<br>やく | 接尾 ～ medicine/～药/thuốc ～ |
| 1859 ☐ | 脇<br>わき | 名 armpit, side (of body)/腋下/nách |
| 1860 ☐ | あご | 名 jaw/下巴/cằm |
| 1861 ☐ | もむ | 動1他 rub, massage/揉/mát-xa, chà xát |
| 1862 ☐ | まぶた | 名 eyelids/眼皮/mí mắt |
| 1863 ☐ | 額<br>ひたい | 名 forehead/额头/trán |
| 1864 ☐ | ＝おでこ | 名 forehead/额头/trán |

| 1865 | マッサージ[する] | 名 動3他 massage, massage/按摩[按摩]/sự mát-xa, mát-xa, xoa bóp |

Sometimes you might have a severe headache but you don't want to take any medicine for it. In such cases, it's a good idea to rub the muscles around your sides and jaw. Sometimes it's due to eye fatigue, so placing a warm towel over your eyelids or massaging your forehead can help./有时候头很痛但又不想吃药。这时候可以揉腋下和下巴周围的肌肉。也有可能是因为眼睛疲劳的原因，所以在眼皮上放上温毛巾，然后按摩额头就会变得比较好。/Có khi dù nhức đầu bạn vẫn không muốn uống thuốc nhức đầu. Những lúc như thế, bạn có thể mát-xa các cơ ở xung quanh nách, cằm. Do cũng thể mỏi mắt là nguyên nhân nên bạn đắp khăn ấm lên mí mắt, hoặc mát-xa trán cũng sẽ thấy thoải mái hơn.

🔊 360

Ａ：風邪をひかないように、何か気をつけてることある？
Ｂ：こまめに換気したり、ちゃんと効力が裏付けられた除菌スプレーを使ったりしてるよ。それから、寒けがしたり、風邪気味だと思ったりしたら、出社しないようにしてる。

| 1866 | 換気[する] | 名 動3自 ventilation, ventilate/换气[换气]/sự thông khí, làm thông khí |
| 1867 | 効力 | 名 effectiveness/效力/hiệu lực |
| 1868 | 裏付ける | 動2他 demonstrate, back up/证明/hậu thuẫn, trợ giúp |
| 1869 | 除菌[する] | 名 動3他 disinfectant, disinfect/除菌[除菌]/sự loại khuẩn, loại khuẩn |
| 1870 | 寒け | 名 (body) chill/发冷/khí lạnh, hơi lạnh |
| 1871 | ～気味 | 接尾 feeling of ~, suggestion of ~/感觉有点～/cảm giác ~, có vẻ ~ |

A: Do you take any precautions to avoid catching a cold? B: I ventilate the room frequently and I use a disinfectant spray that is demonstrated to be effective. I also try to avoid going to work if have a chill or the suggestion of a cold./A: 为了不要感冒，你有什么特别注意的事吗？ B: 我很频繁的换气，然后还会使用效力有证明的除菌喷雾。还有，如果发冷，感觉有点感冒时，我就不会去上班。/A: Anh có làm gì đó để không bị cảm không? B: Thông khí và sử dụng thuốc xịt giảm khuẩn có hiệu lực rõ ràng. Với lại, nếu thấy hơi lạnh, hay cảm giác bị cảm thì không đi làm.

🔊 361

A：最近、疲れがたまってて…。
　　　　　さいきん　　つか

B：働きすぎじゃない？ 寿命が縮まるよ。まずは、生活リズム
　　はたら　　　　　　　　　じゅみょう　　ちぢ　　　　　　　　　せいかつ
　　を整えた方がいいよ。休憩時間は深く呼吸して、リラック
　　　ととの　　ほう　　　　きゅうけい　じ　かん　　ふか　　こ きゅう
　　スしてね。

| 1872 | 寿命<br>じゅみょう | 名 lifespan/寿命/tuổi thọ |
|---|---|---|
| 1873 | 整える<br>ととの | 動2他 arrange, prepare, set up/调整/sắp xếp, điều chỉnh |
| 1874 | ⓐ 整う<br>ととの | 動1自 be ready, be arranged/整顿/được sắp xếp, được chuẩn bị |
| 1875 | 呼吸[する]<br>こ きゅう | 名 動3自 breath, breathe/呼吸[呼吸]/sự hít thở, hô hấp, hít thở |

A: I've been feeling so tired lately ... B: Maybe you're working too hard? You're really shortening your lifespan. First of all, you should set up a daily rhythm. During your breaks, breathe deeply and relax./A: 最近我觉得好疲劳…。 B: 是不是工作太多了? 会缩短寿命哦。首先，你要先调整一下生活节奏。休息时间要深呼吸，放松才行。/A: Gần đây, tôi thấy mệt mỏi nhiều … B: Làm việc nhiều quá chứ gì? Giảm thọ đấy. Trước tiên, cậu nên điều chỉnh lại nhịp sinh hoạt. Giờ nghỉ giải lao thì hít thở sâu, thư giãn nhé.

🔊 362

A：また交通事故のニュースだね。
　　　　こうつう じ こ

B：そうだね。車同士の衝突で、お母さんは頭を強く打って重
　　　　　　くるまどうし　しょうとつ　　　かあ　　　あたま　つよ　　う　　じゅう
　　体、お父さんは命に問題はないけれど重症、子どもは軽い
　　たい　　とう　　　いのち　もんだい　　　　　　　じゅうしょう　こ　　　かる
　　けがで軽傷か…。お母さん、なんとか助かってほしいね。
　　　　けいしょう　　　　かあ　　　　　　　　　たす

A：うん。事故のニュースを見るたびに、心が痛むよ。
　　　　　じ こ　　　　　　　み　　　　　　こころ　いた

| 1876 | 重体<br>じゅうたい | 名 critical condition/重伤/bị thương nguy kịch, bị thương nặng nguy hiểm đến tính mạng |
|---|---|---|
| 1877 | 重症<br>じゅうしょう | 名 serious condition/重症/bị thương nặng |
| 1878 | 軽傷<br>けいしょう | 名 minor injuries/轻伤/chấn thương nhẹ |
| 1879 | たび | 名 (every) time, instance/每次/mỗi lần |
| 1880 | 痛む<br>いた | 動1自 ache, hurt/痛/đau |

A: There's another traffic accident in the news. B: I know. The mother is in critical condition after hitting her head, the father is in serious condition, although his life isn't in danger, and the child sustained minor injuries ... I hope the mother manages to survive. A: Yes. Every time I see news of an accident, my heart aches./A: 又是车祸的新闻。 B: 对呀，车子相撞后，母亲的头撞的很严重导致重伤，父亲虽然没有生命危险但也是重症，而孩子是轻微的轻伤…。希望这位母亲能救回来。 A: 嗯，每次看见车祸的新闻，就会心痛。/A: Lại có tin về tai nạn giao thông. B: Ừ, hai xe đâm vào nhau, người mẹ thì bị đập vào đầu nguy hiểm đến tính mạng, người cha thì bị thương nặng nhưng không ảnh hưởng đến tính mạng, đứa con thì bị thương nhẹ nên chắc là chấn thương nhẹ… Mong là người mẹ không sao. A: Ừm, mỗi lần xem tin tức về tai nạn là lại đau lòng.

🔊 363

解剖学の観点から、脳と腸は互いに影響を及ぼし合うことが分かっている。脳が疲れていると、腸が栄養を吸収する力も弱まるし、腸の調子がいいと、脳の調子もいい。朝からしっかり脳を働かせるには、腸が最も活動を高める0時に寝ていることが重要だ。

| 1881 | 解剖[する]<br>かいぼう | 名 動3他 anatomy, dissect/解剖[解剖]/sự giải phẫu, giải phẫu |
|---|---|---|
| 1882 | 脳<br>のう | 名 brain/脑/não |
| 1883 | 腸<br>ちょう | 名 gut, intestines/肠子/ruột già |
| 1884 | 吸収[する]<br>きゅうしゅう | 名 動3他 absorption, absorb/吸收[吸收]/sự hấp thu, hấp thu |
| 1885 | 高める<br>たか | 動2他 increase, raise/提高/nâng cao |
| 1886 | ⑩ 高まる<br>たか | 動1自 rise/高涨/dâng lên, cao lên |

From an anatomical perspective, we know that the brain and the gut influence each other. When the brain is tired, the gut is less able to absorb nutrients, and when the gut is in good condition, the brain is in good condition. In order for the brain to function well in the morning, it's important to be asleep by midnight, which increases gut activity to the highest level./在解剖学的观点来说，已经知道道脑和肠子会互相影响。当脑感到疲倦时，肠子吸收营养的能力也会变弱，肠子状态好的话，脑的状态也会好。所以，为了从早上开始让大脑好好运作，重要的就是必须在肠子提高活动的晚上12点睡觉。/Từ quan điểm giải phẫu học, người ta biết được não và ruột già có ảnh hưởng lên nhau. Khi não mệt mỏi thì sức hấp thu dinh dưỡng của ruột già cũng yếu đi; còn khi tình trạng của ruột tốt thì tình trạng của não cũng tốt. Để não vận hành chắc chắn từ sáng, quan trọng là phải ngủ lúc 0 giờ khi ruột già nâng cao hoạt động nhất.

◀)) 364

2020 年、強力な感染力を持つ伝染病が世界中に拡大した。
ウイルスが国内に侵入するのを防ぐために、経済よりも人命を
優先し、各国が入国を制限してきた。しかし、ワクチンが開発
されてから、徐々にその制限は解除された。

| 1887 | 強力な<br>きょうりょく | ナ powerful/强力的/mạnh, mạnh mẽ |
|---|---|---|
| 1888 | 伝染病<br>でんせんびょう | 名 epidemic/传染病/bệnh truyền nhiễm |
| 1889 | + 伝染[する]<br>でんせん | 名 動3自 contagion, infect/传染[传染]/sự lây nhiễm, lây nhiễm |
| 1890 | 侵入[する]<br>しんにゅう | 名 動3自 intrusion, invade/入侵[入侵]/sự xâm nhập, xâm nhập |
| 1891 | 人命<br>じんめい | 名 human life/人命/tính mạng con người |
| 1892 | 入国[する]<br>にゅうこく | 名 動3自 entry (into a country), enter a country/入境[入境]/sự nhập cảnh, nhập cảnh |
| 1893 | ↔ 出国[する]<br>しゅっこく | 名 動3自 exit (from a country), exit a country/出境[出境]/sự xuất cảnh, xuất cảnh |
| 1894 | ワクチン | 名 vaccine/疫苗/vắc-xin |

In the year 2020, a powerfully contagious epidemic spread across the globe. In order to prevent intrusion of the virus, countries restricted entry, prioritizing human life over the economy. However, after a vaccine was developed, these restrictions were gradually lifted./2020年，有着强力的传染力的传染病在全世界扩大。各个国家和经济相比为了优先人命，各国一直以来都限制入境来防止病毒入侵国内。但是，当开发疫苗后，渐渐地就解除限制了。/Năm 2020, căn bệnh truyền nhiễm có sức lây nhiễm mạnh mẽ đã lan rộng khắp thế giới. Để ngăn chặn vi-rút xâm nhập vào trong nước, các quốc gia đã ưu tiên tính mạng con người hơn thay vì kinh tế nên hạn chế nhập cảnh. Tuy nhiên, sau khi vắc-xin được phát triển thì hạn chế đó dần dần được dỡ bỏ.

◀)) 365

子どもが外でけがをしたら、まずは出血の有無を確認し、傷口
の汚れを水で流すことが大切だ。その後、清潔なタオルやハン
カチで拭くとよい。子どもは小さいけがでもびっくりして泣い
てしまうが、親は落ち着いて手当てをすることが大切だ。

| 1895 | 有無 うむ | 名 presence/有无/có hay không |
|---|---|---|
| 1896 | 傷口 きずぐち | 名 wound/伤口/miệng vết thương |
| 1897 | 清潔な せいけつ | ナ clean/干净的/vệ sinh, sạch sẽ |
| 1898 | 手当て[する] てあ | 名 動3他 medical treatment, treat/处理[处理]/sự chăm sóc, chăm sóc |

When a child is injured outdoors, it is important to first check for the presence of any bleeding and wash the wound with water. Then, wipe it with a clean towel or handkerchief. Children may cry when startled by even the smallest injury, but it's important for parents to stay calm and treat the injury./孩子在外面受伤的话，首先要确认有无流血，最重要的是用水冲洗伤口的污垢。然后用干净的毛巾或手帕擦拭就好。孩子受了一点小伤就会吓到大哭，但重要的是家长必须要冷静处理。/Nếu con trẻ bị thương bên ngoài, trước tiên là kiểm tra xem có bị chảy máu hay không và quan trọng là rửa sạch miệng vết thương bằng nước. Sau đó, nên dùng khăn hoặc khăn tay sạch để lau. Trẻ em thì dù là vết thương nhỏ thôi vẫn có thể giật mình mà khóc nên quan trọng là cha mẹ phải bình tĩnh để chăm sóc vết thương.

🔊366

最近お気に入りの入浴剤を入れて、お風呂に入っている。入浴剤の成分は気にしていないが、使いやすい錠剤タイプを選んでいる。

| 1899 | 入浴剤 にゅうよくざい | 名 bath salts/入浴剂/chất thơm bồn tắm |
|---|---|---|
| 1900 | 成分 せいぶん | 名 active ingredient/成分/thành phần |
| 1901 | 錠剤 じょうざい | 名 tablet/锭剂/viên, viên nén |
| 1902 | ＋カプセル | 名 capsule/胶囊/viên con nhộng, viên nang |

Recently I've been taking baths with my favorite bath salts. I don't care about the active ingredients, but I prefer tablet-type bath salts because they're so easy to use./最近我泡澡时都会加我喜欢的入浴剂。虽然我不介意入浴剂的成分，但我都选好用的锭剂类型。/Dạo gần đây, tôi cho chất thơm bồn tắm mà mình yêu thích vào bồn để tắm. Tôi không bận tâm đến thành phần của chất thơm bồn tắm nhưng chọn kiểu viên nén cho dễ sử dụng.

A：最近疲れやすくて、念のため病院で検査を受けたら、肥満
　　が原因だって言われたんだ。
B：そうなんだ。大変だね。薬を飲んでるの？
A：ううん、今はサプリでビタミンとカルシウムをしっかりとっ
　　て、お酒は控えるようにしている。
B：そっか。お酒好きには気の毒な生活だね。

| 1903 □ | 念のため<br>ねん | 句 just in case/以防万一/để cho chắc, để đảm bảo |
| 1904 □ | 肥満<br>ひ まん | 名 obesity/肥胖/béo phì |
| 1905 □ | サプリ(メント) | 名 supplement/健康食品/thực phẩm chức năng |
| 1906 □ | ビタミン | 名 vitamin/维生素/vitamin |
| 1907 □ | カルシウム | 名 calcium/钙/can-xi |
| 1908 □ | 控える<br>ひか | 動2他 avoid, limit/控制/hạn chế |
| 1909 □ | 気の毒な<br>き どく | ナ unfortunate/可怜/đáng thương, tội nghiệp |

A: I've been getting tired lately, so I went to the hospital for a checkup, just in case, and they said it's because I'm obese. B: Oh. That's terrible. Are you taking any medicine? A: No, I'm taking proper vitamin and calcium supplements and trying to avoid alcohol. B: I see. That's unfortunate for someone who enjoys a drink./A: 最近很容易感到累，就去医院检查了，结果说原因是肥胖。 B: 是哦。那真糟糕。你有吃药吗？ A: 没有，现在我控制喝酒喝少一点，然后坚持吃维生素和钙片的健康食品。 B: 是哦。对喜欢喝酒的人来说真是可怜。/A: Dạo này, do dễ bị mệt nên để cho chắc, tôi đã đi xét nghiệm ở bệnh viện thì bị nói nguyên nhân là béo phì. B: Vậy à? Vậy gay go nhỉ. Vậy có uống thuốc không? A: Ừ, ừm, giờ tôi đang cố gắng hấp thụ vitamin và can-xi bằng thực phẩm chức năng và hạn chế rượu. B: Vậy à? Với người thích rượu thì đúng là một cuộc sống đáng thương nhỉ.

A：最近いびきうるさいよ。顔色もよくないし、一度病院で検査を受けてきたら？よくしゃっくりも出ているじゃない。

B：そうだな。朝なのに、疲労が残っているように感じるし、体調もあまりよくないし。でも、病院は嫌なんだよな…。

A：付き添ってあげるから、ぶつぶつ言ってないで病院に行こう！

| 1910 | いびき | 名 snoring/打呼噜/tiếng ngáy, sự ngáy |
|---|---|---|
| 1911 | 顔色 かおいろ | 名 (face) color/脸色/sắc mặt |
| 1912 | しゃっくり[する] | 名 動3自 hiccup, hiccup/打嗝[打嗝]/sự nấc cụt, nấc cụt |
| 1913 | 疲労 ひろう | 名 fatigue/疲劳/lao lực |
| 1914 | 体調 たいちょう | 名 physical condition/身体状况/tình hình sức khỏe |
| 1915 | 付き添う つ そ | 動1自 escort, attend on/陪着/đi theo, đi cùng |
| 1916 | ぶつぶつ | 副 in a grumbling or moaning manner/碎碎念/làu bàu, cằn nhằn |

A: You've been snoring loudly lately, and your color is a bit off. Why don't you go into the hospital for a checkup? You hiccup a lot too. B: I think you're right. Even in the mornings, I feel fatigued, and my physical condition isn't great. But I don't like the hospital ... A: I'll escort you, so stop grumbling and let's go to the hospital!/A: 最近你打呼噜很吵哦。脸色也不好，你还是去医院检查一次吧？你还常常打嗝呢。 B: 说的也是。明明还是早上，就觉得疲劳都没有消除。身体状况好像也不太好。但是我很讨厌医院…。 A: 别碎碎念了。我陪着你去医院吧！/A: Dạo này em ngáy ồn lắm đó. Sắc mặt cũng không tốt, hay đi bệnh viện xét nghiệm qua một lần xem? Lại hay nấc cụt nữa đúng không? B: Đúng rồi, mới sáng mà em đã cảm thấy như lao lực, tình hình sức khỏe cũng không tốt lắm.Nhưng mà em ghét bệnh viện quá à… A: Anh sẽ đi cùng em. Đừng có cằn nhằn nữa, đi bệnh viện thôi!

273

🔊 369

祖母は<u>生まれつき</u>身体が弱く、小さい頃はよく熱を出し、両親
に<u>看病して</u>もらったそうだ。だが、母を産んでからは<u>心身</u>とも
に強くなり、病気をすることもなくなったそうだ。

| 1917 ☐ | 生まれつき<br>う | 副 from birth, by nature/天生/bẩm sinh |
|---|---|---|
| 1918 ☐ | 看病[する]<br>かんびょう | 名 動3他 nursing, nurse to health/照看[照看]/sự chăm bệnh, chăm bệnh |
| 1919 ☐ | 心身<br>しんしん | 名 mind and body/身心/tinh thần và cơ thể, tâm thân |

From birth, my grandmother was physically weak, and as a child she often had fevers and had to be nursed to health by her parents. However, after she gave birth to my mother, she became stronger both in mind and body, and she never got sick again./祖母天生身体就不好，小时候常常会发烧，父母都一直照看她。但自从生了母亲以后，身心都变强，也不太会生病了。/Nghe kể bà tôi có cơ thể yếu ớt bẩm sinh, lúc nhỏ thường bị sốt, phải được bố mẹ của bà chăm bệnh. Nhưng nghe nói sau khi sinh mẹ tôi xong, cả tinh thần và cơ thể của bà đều trở nên mạnh mẽ, không còn đau ốm nữa.

🔊 370

娘の<u>誕生</u>をきっかけに、医師サポートを受けながら、たばこを
<u>減らし</u>はじめた。病院は予約<u>制</u>で、2週に1回きちんと通い、
<u>着々と</u>禁煙計画を進めている。

| 1920 ☐ | 誕生[する]<br>たんじょう | 名 動3自 birth, be born/出生[出生]/sự chào đời, chào đời |
| 1921 ☐ | ～制<br>せい | 接尾 ~ system/～制/hệ thống ~, chế độ ~ |
| 1922 ☐ | 着々と<br>ちゃくちゃく | 副 steadily/逐步的/từng bước một, một cách chắc chắn. |

The birth of her daughter was an opportunity to cut down on smoking cigarettes, which was supported by her doctor. Hospital visits are by appointment only, and she attends every two weeks, making steady progress with her plans to quit smoking./以女儿出生为契机，我开始边接受医生的帮忙，边减少抽烟。医院是预约制的，我每2个星期就会去1次，逐步的进行我的戒烟计划。/Nhân dịp con gái chào đời, tôi bắt đầu giảm thuốc lá với sự hỗ trợ của bác sĩ. Bệnh viện áp dụng hệ thống đặt trước, nghiêm túc đi bệnh viện 2 tuần 1 lần để tiến hành kế hoạch cai thuốc lá từng bước một.

腰の痛みを<u>訴えて</u>、<u>医療</u>機関を受診する人は多い。だが、原因
がはっきり分からないこともあり、痛みを<u>散らす</u>注射を打って
終わることもある。そのため、病院ではなく、ジムなどで経験
が<u>豊富な</u>インストラクターから指導を受け、腰痛を改善させる
人もいる。

| 1923 ☐ | 訴える<br>うった | 動2他 complain, litigate/求助, 控诉/kêu, khiếu kiện |
|---|---|---|
| 1924 ☐ | ＋訴え<br>うった | 名 lawsuit, legal action/诉苦/lời kêu gọi, sự khiếu kiện |
| 1925 ☐ | 医療<br>いりょう | 名 medical treatment, medicine/医疗/y tế |
| 1926 ☐ | 散らす<br>ち | 動1他 relieve, disperse/消除/làm phát tán, làm giảm |
| 1927 ☐ | 豊富な<br>ほうふ | ナ rich, abundant/丰富的/phong phú, giàu |

Many people visit medical facilities complaining of back pain. However, sometimes the cause of this pain is unclear, and they end up receiving an injection to relieve the pain. For this reason, instead of a hospital, some people go to a gym to receive guidance from an instructor with abundant experience to improve their back pain./有很多人会因为腰痛而求助医疗机构。但有时候无法特定原因，只能打消除疼痛的针结束治疗。因为这样，有的人并不是去医院，而是去健身房找经验丰富的教练指导，改善了腰痛。/Có nhiều người kêu đau thắt lưng và đi khám ở các cơ quan y tế. Nhưng cũng có khi không rõ nguyên nhân, cũng có khi tiêm thuốc giảm đau rồi xong. Do đó, cũng có người nhờ người hướng dẫn giàu kinh nghiệm ở phòng tập gym v.v. chứ không phải bệnh viện hướng dẫn để cải thiện cơn đau thắt lưng.

🔊 **372**

求人情報には「年齢を問わない」と書いてあったが、面接官は
きゅうじんじょうほう　　　ねんれい　と
未成年である私に対して、明らかに圧力をかけてきた。さすが
みせいねん　　わたし　たい　　　　あき　　　あつりょく
にひどすぎると思い、後日、雇い主に苦情の電話をかけ、求人
おも　　　ごじつ　やと　ぬし　くじょう　でんわ　　きゅうじん
サイトに面接での出来事を書き込んだ。
めんせつ　できごと　か　こ

| 1928 | 問う<br>と | **動1他** question, call into question/问/hỏi |
|---|---|---|
| 1929 | 未成年<br>みせいねん | **名** minor/未成年/vị thành niên |
| 1930 | 明らかな<br>あき | **ナ** clear, obvious/明显的/rõ ràng |
| 1931 | 圧力<br>あつりょく | **名** pressure/压力/áp lực |
| 1932 | さすがに | **副** as (might be) expected/实在是/quả thật là |
| 1933 | ～主<br>ぬし | **接尾** ～ owner, proprietor of ～/～主/chủ ～ |
| 1934 | 苦情<br>くじょう | **名** complaint/投诉/khiếu nại, phàn nàn |
| 1935 | 書き込む<br>か　こ | **動1他** write, post/写/viết vào |

Although the job posting said "regardless of age", the interviewer clearly pressured me, a minor. As might be expected, I felt this was too much, so I later called the proprietor to complain and posted on the recruitment site about what had happened at the interview./在招聘资讯中明明写着「不问年龄」，但面试负责人对我这个未成年很明显的施加压力。我实在是觉得很过分，过几天，我打电话去给雇主投诉，然后在招聘网站写了面试当天发生的事。/Trong thông tin tuyển người có ghi "Không hỏi tuổi" nhưng người phỏng vấn rõ ràng đã gây áp lực cho người vị thành niên như tôi. Tôi nghĩ quả thật là quá đáng nên hôm sau tôi đã gọi điện phàn nàn với người chủ thuê và viết lại vụ việc trong cuộc phỏng vấn vào trang web tuyển người.

◀) 373

> A ：友達に、内定を断るときのメールの文面を相談されたから、
> 「その書き方は礼儀正しくないと思う。内定をくれたことに
> 対する感謝の気持ちを込めるべきだよ」ってアドバイスし
> たんだ。そうしたら、友達の機嫌が悪くなっちゃった。ちょっ
> と強引な言い方だったかな。
> B ：いや、そんなことないと思うよ。

| 1936 | 礼儀<br>れい ぎ | 名 etiquette, politeness/礼貌/lễ nghĩa |
|---|---|---|
| 1937 | 込める<br>こ | 動 2 他 include, put into/怀着/bao gồm |
| 1938 | 機嫌<br>き げん | 名 mood, temper/心情/tâm trạng |
| 1939 | 強引な<br>ごういん | ナ forceful, aggressive/强迫，直白/quá đáng, ép buộc |
| 1940 | いや | 感 oh, no (exclamation)/不会/không, không đâu |

A: A friend of mine asked me for advice on writing an email to refuse a job offer. I advised her, "I don't think it's polite to write like that. You should include some gratitude for the job offer. Then my friend's mood turned sour. I guess I was a bit forceful." B: No, I don't think so./A: 朋友找我商量拒绝内定工作的邮件内容。我就给他意见说「我觉得你这样写没礼貌。你应该要怀着感谢对方给你内定的心情」。结果我朋友的心情就变差了。我是不是说的太直白了。B: 不会。我觉得没有。/A: Có người bạn hỏi ý kiến tôi về cách hành văn trong e-mail khi từ chối trúng tuyển vào công ty nên tôi khuyên là "tớ thấy cách viết đó không lịch sự. Phải bày tỏ lòng biết ơn đối với việc nhận mình vào làm chứ". Thế là, tâm trạng của bạn tôi trở nên xấu đi. Hay là tôi đã nói hơi quá lời nhỉ. B: Không, tôi nghĩ không có chuyện đó đâu.

🔊 374

今日の<u>明け方</u>、友達が酒に酔って<u>車道</u>で<u>寝転</u>んだり、車の邪魔
になるほどふらついて歩いたりしていたらしい。この行為は道
路交通法違反であり、<u>罰金</u>を取られることもある。この話を友
達から聞いて、なんて<u>みっともない</u>やつだと思った。

| 1941 | 明け方 <br> あ　がた | 名 dawn, daybreak/破晓/rạng sáng |
|---|---|---|
| 1942 | 車道 <br> しゃどう | 名 roadway/车道/đường xe chạy |
| 1943 | ＋歩道 <br> ほどう | 名 sidewalk/人行道/đường đi bộ |
| 1944 | 寝転ぶ <br> ねころ | 動1自 lie down/躺/nằm lăn ra |
| 1945 | 罰金 <br> ばっきん | 名 fine/罚款/tiền phạt |
| 1946 | みっともない | イ disgraceful/不要脸/không chấp nhận được |

Apparently, at dawn today, a friend of mine was drunk, lying down and walking unsteadily on the roadway, interfering with traffic. Such behavior is a violation of the road traffic laws and can result in a fine. When my friend told me this story, I thought he was disgraceful./今天的破晓时分，朋友喝醉躺在车道上，还听说他还在车道上摇摇晃晃的走了一段路，阻碍了车子通行。这个行为违反了交通法，有可能会被罚款。我听朋友说了这件事，我觉得他真是个不要脸的家伙。/Hình như rạng sáng hôm nay, bạn tôi say rượu, khi thì nằm lăn ra đường xe chạy, khi thì đi bộ lảo đảo đến mức gây phiền cho xe cộ. Hành vi này vi phạm luật giao thông đường bộ, có khi bị phạt tiền. Tôi nghe bạn kể chuyện này mà nghĩ thật không thể chấp nhận được.

🔊 375

A：面接で、どうやったらうまく<u>自身</u>を<u>アピール</u>できるかな。
B：うーん。<u>ささいな</u>出来事でも、それらを<u>寄せ集めて</u>、いか
　に活躍できたか話せばいいんじゃないかな。

| 1947 | 自身 <br> じしん | 名 oneself/自己/bản thân |
|---|---|---|
| 1948 | アピール[する] | 名 動3他 appeal, promote/展现[展现]/sự thu hút, làm nổi bật |
| 1949 | ささいな | ナ trivial, little/小/nhỏ nhặt |

| 1950 | 寄せ集める<br>よ　あつ | 動2他 gather together, bring together/拼凑/tập hợp |
|---|---|---|
| 1951 | **+** 寄せる<br>よ | 動2他 come near, bring near/聚集/dựa vào, tập trung |

A: I wonder how I can be more successful promoting myself in interviews. B: Hmmm. I think you should bring together a lot of little events to make a statement about how active you've been./A: 在面试中，怎么样才能很好的展现自己呢？ B: 嗯～。就算是小事，也拼凑起来，然后看能把自己说得多活跃，这样比较好吧。/A: Lúc phỏng vấn, làm cách nào để có thể làm nổi bật bản thân cho hay nhỉ? B: Ừm, chẳng phải là tập hợp những sự kiện dù là nhỏ nhặt để nói mình đã năng nổ hoạt động như thế nào sao?

🔊 376

私は目に障がいがある。いつも杖を持ちながら歩いているが、杖の先端で道を把握するには、やはり限度がある。特に夜間は前に進めるかどうかの判断が難しく、混乱することもあるので、たまに声をかけてくれる人がいて、ありがたいと思う。

| 1952 | 障がい<br>しょう | 名 disability/残疾/khuyết tật |
|---|---|---|
| 1953 | **+** 障がい者<br>しょう　しゃ | 名 person with a disability/残疾人/người khuyết tật |
| 1954 | 先端<br>せんたん | 名 tip/前端/đầu, đầu mũi |
| 1955 | 限度<br>げんど | 名 limit/限度/giới hạn, hạn mức tối đa |
| 1956 | 夜間<br>やかん | 名 night/晚上/ban đêm, buổi tối |
| 1957 | 混乱[する]<br>こんらん | 名 動3自 confusion, get confused/混乱[混乱]/sự hỗn loạn, rối, bối rối |

I have a visual disability. I always walk with a cane, but of course, there's a limit to what I can comprehend with the tip of my cane. Especially at night, it's difficult for me to judge whether or not to move forward, and I sometimes get confused, so I'm grateful that people call out to help me./我眼睛有残疾。我每次都带着拐杖走路，但想用拐杖前端来掌握道路，还是有限度的。尤其是晚上，我常常很混乱，很难判断能不能再往前走。所以偶尔会遇见叫住我帮助我的人，我很感谢。/Tôi có khuyết tật ở mắt. Tuy lúc nào cũng chống gậy đi nhưng để dò đường đi bằng đầu gậy thì vẫn có giới hạn. Đặc biệt, vào ban đêm thì rất khó phán đoán được là có thể tiến lên phía trước hay không, có khi tôi bị bối rối nên tôi rất biết ơn khi thi thoảng có người lên tiếng cho tôi biết.

🔊 377

> 私は妊婦だ。昨日バスに乗ったとき、２人がけの優先席に空き
> を見つけたので座ろうとした。しかし、隣の人の脚が邪魔で、
> 私が座ろうとしていたスペースは、かなり狭くなっていた。しょ
> うがないと思い、その人の脚と足元の荷物を避けて座った。

| 1958 | 妊婦<br>にんぷ | 名 pregnancy/孕妇/thai phụ |
|---|---|---|
| 1959 | 優先[する]<br>ゆうせん | 名 動3他 priority, prioritize/优先[优先]/sự ưu tiên, ưu tiên |
| 1960 | 空き<br>あ | 名 vacancy/空/chỗ trống |
| 1961 | スペース | 名 space/空间/chỗ trống, không gian |
| 1962 | しょうがない | イ unavoidable, nothing else to do/没办法/đành chịu, không có cách |
| 1963 | 足元<br>あしもと | 名 at someone's feet, footing/脚边/dưới chân |
| 1964 | 避ける<br>さ | 動2他 avoid/避开/tránh |

I am pregnant. Yesterday, when I got on the bus, I found a vacant two-person priority seat and I tried to sit down. However, the person sitting there was blocking the seat with their legs, leaving only a tiny space for me to occupy. There was nothing else to do, so I just sat down, trying to avoid that person's legs and the bags at their feet./我是个孕妇。昨天我搭公交车时，看见2人位的优先位（爱心座）有空，想坐下，但隔壁的人的脚挡着，我想要坐的位置空间很小。我就想说没办法，只好避开那个的脚边的行李坐下。/Tôi là thai phụ. Hôm qua khi đi xe buýt, vì phát hiện ra ghế ưu tiên dành cho 2 người còn trống nên tôi định ngồi vào. Nhưng vì chân của người bên cạnh khá choáng chỗ nên khoảng trống mà tôi định ngồi khá chật. Nghĩ bụng đành chịu nên tôi ngồi mà phải tránh chân của người đó và hành lý dưới chân.

🔊 378

> A：今朝、電車でマスクをはずして、思いっきり咳をしている
> 人を見かけたんだよね。
> B：うわ、その人、咳エチケットって言葉を知らないのかな。
> A：本当にそうだよね。せめて手のひらで口元をしっかり塞い
> でほしいよ。

| 1965 | 見かける<br>み | 動2他 see, spot/看见/bắt gặp, thấy |
|---|---|---|
| 1966 | エチケット | 名 etiquette/礼仪/phép lịch sự |
| 1967 | 塞ぐ<br>ふさ | 動1他 close, cover, seal/挡住/che chắn, che |
| 1968 | 塞がる<br>ふさ | 動1自 be blocked, be obstructed/塞住/được chắn, ngập tràn, bị tắc |

A: This morning on the train, I saw a man who'd removed his mask and was coughing as hard as he could. B: Wow, sounds like he's never heard the phrase "cough etiquette." A: Yes, really. I wished he'd at least cover his mouth with his hand properly./A: 今天早上，我在电车里看见一个人摘掉口罩还很用力的在咳嗽。 B: 哇。那个人不知道咳嗽礼仪这句话吗？ A: 真的是。至少也要用手掌挡住嘴巴呀。/A: Sáng nay, trên tàu điện, tôi bắt gặp một người tháo khẩu trang ra mà ho hết sức luôn. B: Ôi trời, người đó không biết cái từ gọi là phép lịch sự khi ho sao? A: Đúng là vậy đó. Ít gì cũng phải dùng lòng bàn tay che miệng lại chứ.

🔊 379

今日、うちの会社に新入社員が入った。明日から早速営業に同
きょう　　　　　　　　かいしゃ　しんにゅうしゃいん　はい　　　　　あした　　　　　さっそくえいぎょう　　どう
行してもらう予定なので、不明な点は恥ずかしがらずに質問す
こう　　　　　　よてい　　　　　ふめい　てん　は　　　　　　　　　　　　　しつもん
ること、営業先では笑顔を崩さないことを強調しておいた。物
　　　　　えいぎょうさき　えがお　くず　　　　　　　きょうちょう　　　　　　　　もの
事は初めが大切だ。
ごと　はじ　　　たいせつ

| 1969 | 同行[する]<br>どうこう | 名 動3自 companion, accompany/陪同[陪同]/sự đi cùng, đi cùng |
|---|---|---|
| 1970 | 不明な<br>ふめい | ナ unclear/不知道的/không rõ |
| 1971 | 強調[する]<br>きょうちょう | 名 動3他 emphasis, emphasize/强调[强调]/sự nhấn mạnh, nhấn mạnh |
| 1972 | 物事<br>ものごと | 名 things, matters/事情/việc, sự việc |

Today, a new employee joined our company. Starting tomorrow, I plan to have her accompany me on sales visits, so I told her to ask questions if anything is unclear, and emphasized that when visiting clients, she should always keep smiling. In most things, first impressions are important./今天我们公司进了新职员。明天预定就要让他陪同一起去销售。所以我对他强调说，有不知道的事不要害羞一定要问，在客户前绝对要保持笑容。事情就是初期最重要。/ Hôm nay, có nhân viên mới vào công ty tôi. Do có dự kiến là từ ngày mai, nhanh chóng để người đó đi bán hàng chung nên tôi đã nhấn mạnh việc không ngại đặt câu hỏi về những điểm không rõ và luôn tươi cười ở nơi bán. Việc gì thì khởi đầu đều quan trọng.

◀》380

A：クラブってどうやって楽しむの？

B：お酒を飲みながら、どんどんナンパすればいいんだよ！

A：ええ、そんなことしたら<u>追い出され</u>そう。

B：そんなこと<u>恐れないで</u>！　あ、クラブのルールに<u>反しない</u>程度にね。クラブで出会ったカップルは長続きするって噂もあるよ。

A：そんな<u>迷信</u>、聞いたことないよ。

| 1973 | 追い出す<br>お　だ | 動1他 kick out, force out/赶出去/đuổi ra |
| 1974 | 恐れる<br>おそ | 動2他 be afraid/害怕/sợ, ngại |
| 1975 | ＋ 恐れ<br>おそ | 名 fear, concern/恐惧/mối lo sợ, sự ngại ngùng |
| 1976 | 反する<br>はん | 動3自 break, go against/违反/vi phạm, đi ngược lại |
| 1977 | 迷信<br>めいしん | 名 superstition/迷信/mê tín |

A: So how do you enjoy yourself at the club? B: You have a few drinks, try to pick up girls, that sort of thing! A: Yeah, I'd get kicked out if I did that. B: Don't be afraid of that! Just don't break the club's rules. They say that couples who meet at clubs tend to stay together longer. A: I've never heard that superstition./A: 在夜店要怎么样好玩呀？ B: 边喝酒边一直搭讪就好了呀！ A: 诶！？ 做出这种事会被赶出去吧。 B: 别害怕呀！啊，可是要在不违反夜店的规矩范围内呢。而且据说在夜店认识过的情侣很长久哦。 A: 我才没听说过这种迷信。/A: Câu lạc bộ đêm á, làm sao thì vui vậy? B: Uống rượu rồi cứ tán gái vô tư là vui! A: Hả? Làm vậy coi bộ bị đuổi ra thì có. B: Đừng có ngại mấy chuyện như thế! À, ở mức độ không vi phạm luật lệ ở câu lạc bộ đêm là được. Còn nghe đồn là mấy cặp gặp nhau ở câu lạc bộ đêm lại bền đấy. A: Tôi chưa từng nghe chuyện mê tín vậy đó.

◀》381

我が家の庭と、山本さんの庭の<u>境界</u>は<u>あいまいだ</u>。先日、うちの庭の<u>端</u>に、山本さんの家の柿の木が<u>はみ出し</u>ていた。私は<u>ラッキー</u>だと思って、柿を１つ取った。そうしたら、それは<u>法律違反</u>だと山本さんに叱られた。

| 1978 | 境界<br>きょうかい | 名 boundary/界限/ranh giới |

| 1979 | あいまいな | ナ ambiguous, not clear/模糊的/mơ hồ, không rõ ràng |
|---|---|---|

| 1980 | 端<br>はし | 名 edge/角落/đầu, mép, rìa |
|---|---|---|

| 1981 | ラッキーな | ナ lucky/幸运的/may mắn |
|---|---|---|

The boundary between our yard and Mr. Yamamoto's yard is not clear. The other day, a persimmon tree from his yard was overhanging the edge of our yard. I thought I'd gotten lucky and picked one of the persimmons. When I did, Mr. Yamamoto yelled at me for breaking the law./我们家的院子和山本家的院子的界限很模糊。前几天，山本家的柿子树长出了我们家庭院的角落。我就觉得很幸运，摘了一颗柿子。结果山本（先生/小姐）骂我说这是违反法律的。/Ranh giới giữa vườn nhà tôi và vườn nhà anh Yamamoto không rõ ràng. Hôm trước, cây hồng nhà anh Yamamoto vươn mép sang vườn nhà tôi. Tôi nghĩ thật là may mắn nên đã hái 1 trái. Thế là bị anh Yamamoto mắng làm vậy là vi phạm pháp luật.

◀)) 382

電車では、リュックは体の前にぴったり <u>くっつけて</u> 持つのがマ
ナーだ。しかし、先日満員電車に乗っていたら、学生が大きな
リュックを <u>背負った</u> まま、私と前の人の <u>隙間</u> に <u>乗り込んで</u> きた。

| 1982 | くっつける | 動2他 attach, stick/贴着/bám sát, theo sát |
|---|---|---|

| 1983 | ⑩ くっつく | 動1自 be attached/黏着/dính sát |
|---|---|---|

| 1984 | 背負う<br>せ お | 動1他 carry on one's back/背/đeo |
|---|---|---|

| 1985 | 隙間<br>すき ま | 名 gap, opening/缝隙/kẽ hở, khe hở |
|---|---|---|

| 1986 | 乗り込む<br>の こ | 動1自 board, get on/进入/lên tàu/xe |
|---|---|---|

On a train, you should hold your backpack by attaching it to the front of your body. However, the other day on a crowded train, a student carrying a large backpack on his back boarded into the gap between me and the person in front of me. /在电车里，把双肩包贴着自己背在前面是一种礼仪。但是前几天我在满员电车里，有个学生竟然背着很大的双肩包直接进入到我跟前面的人的缝隙。/Trên tàu điện, để ba lô phía trước sát người là phép lịch sự. Vậy mà hôm trước đi chuyển tàu kín người, có một sinh viên cứ đeo một cái ba lô to phía sau lên tàu chen vào giữa tôi và một người nữa.

🔊 383

リュックが何度もぶつかるのでその学生を<u>にらんだ</u>が、<u>無視さ</u>
<u>れた</u>ので、余計に<u>むかむか</u>した。

| 1987 | にらむ | 動 1 他 glare/瞪/liếc, lườm |
|---|---|---|
| 1988 | 無視[する] | 名 動 3 他 disregard, ignore/不理[不理]/sự lờ đi, lờ đi, bỏ qua |
| 1989 | むかむか | 副 frustratedly, in an offended manner/火冒三丈/khó chịu, ghê tởm |

I glared at the student as his backpack kept bumping into me, but he ignored me, which was frustrating./他的背包有好几次都撞到我，我就瞪他，但他竟然不理我。令我更加火冒三丈。/Do cái ba lô nhiều lần đụng vào tôi nên tôi đã lườm người sinh viên đó nhưng bị lờ đi, tự dưng cảm thấy khó chịu ghê.

🔊 384

夏休みの課題について説明します。日本社会で<u>異文化</u>理解を進
めるために、どのような点について人々が<u>意識</u>を高めるべきか、
<u>おのおの</u>考えて 2000 字以内でまとめてください。その際に、
日本社会が<u>抱え</u>ている問題にも触れてくださいね。参考文献を
<u>示す</u>ことも忘れずに。

| 1990 | 異文化 | 名 different cultures/异域文化/sự khác biệt văn hóa |
|---|---|---|
| 1991 | ＋ 異文化交流 [する] | 名 動 3 自 cross-cultural exchange, interact cross-cul- turally/异域文化交流[异域文化交流]/sự giao lưu về khác biệt văn hóa, giao lưu khác biệt văn hóa |
| 1992 | 意識[する] | 名 動 3 他 awareness, be conscious of/意识[意识]/ý thức, có ý thức |
| 1993 | おのおの | 名 each, each of you/各自/từng, mỗi |
| 1994 | 抱える | 動 2 他 hold, have/存在/đối mặt, mắc phải |
| 1995 | 示す | 動 1 他 indicate/展示/trình bày, thể hiện |

I'll explain your summer vacation assignment. In order to promote cross-cultural understanding in Japanese society, each of you should think about aspects that people need to be more conscious of and summarize these in 2000 words or less. In doing so, please mention some problems that Japanese society has. Don't forget to indicate your references./我来说明暑假作业。为了在日本社会推行异域文化的理解，各自想一下关于什么要点才是提高人们意识的地方，然后总结在2000字以内。到时候，也要提到存在于日本社会中的问题点。还有不要忘了展示参考文献。/Tôi sẽ giải thích về bài tập mùa hè. Để thúc đẩy hiểu biết sự khác biệt văn hóa trong xã hội Nhật Bản, con người ta phải nâng cao ý thức về điểm này như thế nào, từng người suy nghĩ và tóm tắt trong vòng 2000 chữ. Khi đó, hãy đề cập đến cả những vấn đề mà xã hội Nhật Bản đang đối mặt nhé. Cũng đừng quên trình bày tài liệu tham khảo nhé.

🔊 385

A：昨日終電に乗ろうとしたら、駅のホームでたばこを吸いながら、その灰を線路に捨てている酔っ払いがいたんだよ。
B：それは確実にアウトだね。火事にもなりかねないし。
A：しかも1人だけじゃなくて、複数人いたの。あんな人間にはなりたくないよ。

| 1996 | 終電／最終電車 しゅうでん／さいしゅうでんしゃ | 名 | last train/最终电车, 最后一班电车/chuyến tàu điện cuối/chuyến tàu cuối cùng trong ngày |
| 1997 | ↔ 始発 しはつ | 名 | first train/第一班车/chuyến đầu tiên |
| 1998 | 灰 はい | 名 | ash/烟灰/tro |
| 1999 | + 灰色 はいいろ | 名 | gray/灰色/màu xám |
| 2000 | アウト | 名 | out of line, unacceptable/要不得, 出局/không được |
| 2001 | 複数 ふくすう | 名 | multiple, several/复数, 好几个/số nhiều, nhiều, một số |
| 2002 | ↔ 単数 たんすう | 名 | single/单数, 一个/số ít, số đơn |

A: Yesterday, as I was about to catch the last train, I saw some drunken guy on the station platform smoking a cigarette and flicking ash onto the tracks. B: That's definitely out of line. He could have started a fire. A: And it wasn't just one guy, there were several. I'd never want to be that sort of person./A: 昨天我要搭最终电车时，有个喝醉酒的人在车站月台边抽烟，边把烟灰弹到铁轨上呢。 B: 那真是要不得。还有可能发生火灾。 A: 而且还不是一个人，有好几个人呢。我可不想成为那种人。/A: Hôm qua, lúc tôi định lên chuyến tàu cuối thì có người say rượu vừa hút thuốc lá trên sân ga vừa vứt tàn thuốc xuống đường ray đấy. B: Việc đó chắc chắn không được rồi. Có thể gây hỏa hoạn nữa. A: Chưa hết, đâu chỉ có 1 người mà là một số người luôn. Tôi chẳng muốn thành loại người như vậy chút nào cả.

285

A：昨日、居酒屋に行ったんだけど、隣の客がずっと大きい声で独り言を言ってたんだ。

B：へえ。

A：それで、急に怒鳴りながら暴れはじめて、ついには店員を殴っちゃってさ。

B：あらら…公共の場でやめてほしいね。

A：うん。私、正義感が強いから、思わず止めに入りそうだったよ。

| 2003 | 独り言<br>ひと ごと | 名 talking to oneself/自言自语/nói một mình |
|---|---|---|
| 2004 | 怒鳴る<br>ど な | 動1他 yell, shout/怒吼/gào, hét |
| 2005 | 暴れる<br>あば | 動2自 get violent/发狂/nổi giận, gây ầm ĩ |
| 2006 | 殴る<br>なぐ | 動1他 strike, hit/揍/đấm |
| 2007 | 公共<br>こうきょう | 名 public/公共/công cộng |
| 2008 | ＋公共料金<br>こうきょうりょうきん | 名 public utility fees/公共费用/tiền công cộng (tiền điện nước ga) |
| 2009 | 正義<br>せい ぎ | 名 justice/正义/chính nghĩa |

A: Yesterday, I went to an izakaya and the guy next to me was talking to himself loudly the whole time. B: Oh, really? A: Then suddenly he started yelling and getting violent, and finally he hit a waiter. B: Oh wow ... I wish people wouldn't do that in public. A: Yeah. I have a strong sense of justice, so without thinking, I was about to stop him./A: 昨天我去了居酒屋，但隔壁的客人一直很大声的自言自语。 B: 是哦。 A: 然后他突然边怒吼边发狂，最后还揍了店员。 B: 哎呀…在公共场所…真不应该。 A: 嗯，因为我比较有正义感，我差点就不由自主的去制止他了。/A: Hôm qua, tôi đi nhậu mà người khách bên cạnh cứ to tiếng nói một mình suốt. B: Thế à? A: Thế rồi thình lình ông ta gào lên và bắt đầu nổi giận, cuối cùng còn đấm nhân viên quán nữa … B: Ái chà, nơi công cộng thì mong là thôi mấy trò đó nhỉ. A: Ừm, vì tinh thần chính nghĩa khá mạnh nên suýt nữa thì tôi đã nhảy vào can rồi.

A：さっき、電車の通路の真ん中に座って、やかましい声で話
　　し続ける人たちがいたんだよ。

B：品がない人たちだね。

A：うん。そうしたら、車掌さんが周りの乗客に害があると判
　　断したからか、注意しに来てくれたんだよね。それで、う
　　るさい人たちが降りた後、車掌さんが周りの乗客にお詫び
　　してた。大変な仕事だよね。

Topic 20 ● マナー

| | | |
|---|---|---|
| 2010 ☐ | 通路 <br> つうろ | 名 aisle, corridor/通道/lối đi, đường đi |
| 2011 ☐ | やかましい | イ loud, noisy/喧哗/ầm ĩ, ồn ào |
| 2012 ☐ | 品 <br> ひん | 名 class, quality/品/phẩm cách |
| 2013 ☐ | 車掌 <br> しゃしょう | 名 conductor/乗务员/người soát vé |
| 2014 ☐ | 害 <br> がい | 名 harm, nuisance/威胁/hại, ảnh hưởng xấu |
| 2015 ☐ | お詫び[する] <br> わ | 名 動3他 apology, make an apology/赔礼道歉[赔礼道歉]/lời xin lỗi, xin lỗi |
| 2016 ☐ | ＋詫びる <br> わ | 動2他 apologize/道歉/xin lỗi |

"A: Just before, some people were sitting in the middle of the train aisle and talking loudly. B: Not very classy. A: No. Then the conductor came to warn them, probably because he thought they were being a nuisance to the other passengers. After the noisy people got off, the conductor apologized to the surrounding passengers. It's a tough job, isn't it?/A: 刚才有些人一直坐在电车通道中间，然后还很喧哗的在说话。 B: 那些人真没品。 A: 嗯，然后乘务员判断会对周围乘客造成威胁，就来警告他们。然后吵闹的人下车后，乘务员还向周围的乘客赔礼道歉。真是辛苦的工作。/A: Lúc nãy, có nhóm người ngồi ngay chính giữa lối đi của tàu điện mà liên tục nói chuyện ầm ĩ đấy. B: Mấy người không có phẩm cách nhỉ. A: Ừm, thế rồi, không biết có phải người soát vé cho rằng gây ảnh hưởng đến hành khách xung quanh không nên đã đến nhắc nhở họ. Vậy mà sau khi đám người ồn ào đó xuống tàu thì người soát vé lại xin lỗi hành khách xung quanh. Đúng là một công việc vất vả. "

今朝、地震の影響で東京駅－新橋駅の区間で電車が突然止まっ
た。このような状況で、車内アナウンスを聞くことは大切であ
る。しかし、乗客の中に大きいボリュームで話し続ける人たち
がいたので、アナウンスが聞き取れなかった。せめて、もう少
し小さい声で話してほしかった。

| | | |
|---|---|---|
| 2017 □ | 区間<br>く かん | 名 section/区间/đoạn, khoảng cách |
| 2018 □ | 状況<br>じょうきょう | 名 situation, circumstances/状况/tình trạng |
| 2019 □ | アナウンス[する] | 名 動3他 announcement, announce/广播[广播]/loa thông báo, thông báo |
| 2020 □ | ＋アナウンサー | 名 announcer/广播员/phát thanh viên |
| 2021 □ | 乗客<br>じょうきゃく | 名 passenger/乘客/hành khách |
| 2022 □ | ボリューム | 名 volume/音量, 声/âm lượng, lượng mức |
| 2023 □ | 聞き取る<br>き と | 動1他 hear, pick up/听到/nghe được |
| 2024 □ | せめて | 副 at least, at the very least/哪怕/ít nhất, giá mà |

This morning, due to an earthquake, trains suddenly stopped on the section between Tokyo
Station and Shinbashi Station. In such circumstances, it's important to listen to the train
announcements. But I couldn't hear the announcements because some other passengers were
talking at a high volume. At the very least, I would have liked them to speak a little more
quietly./今天早上，因为受地震的影响，电车突然停在东京车站到新桥车站区间。像这样的状
况，听车内广播是很重要的。但是乘客中还是有人一直在大声的说话，结果没听到广播。哪
怕是再小点声说话也好呀。/Sáng nay, do ảnh hưởng của động đất mà tàu điện ở đoạn giữa
ga Tokyo và ga Shinbashi thình lình dừng lại. Trong tình trạng như thế này thì quan trọng là
lắng nghe loa thông báo trong toa tàu. Nhưng vì trong số hành khách, có người vẫn tiếp tục
nói chuyện với âm lượng lớn nên tôi không nghe được loa thông báo. Tôi mong mấy người
đó ít gì cũng nói chuyện nhỏ lại một chút.

A：田中先生へのプレゼントに手紙を<u>添え</u>たいんだ。どんな相
談に対しても<u>的確な</u>アドバイスをしてくださる、みんなか
ら<u>敬われ</u>ていた先生で…。

B：いい先生なんだね。

A：うん。あ、先生への手紙に「田中<u>殿</u>」って書いてもいいの
かな。

B：ううん、先生に対して「殿」は使わないよ。

| | | |
|---|---|---|
| 2025 ☐ | 添える<br>そ | 動2他 attach, append/附/kèm, đính kèm |
| 2026 ☐ | 的確な<br>てきかく | ナ appropriate, sound/精准/xác đáng, đích xác |
| 2027 ☐ | 敬う<br>うやま | 動1他 respect/敬愛/kính trọng |
| 2028 ☐ | ～殿<br>どの | 接尾 ～dono [honorific suffix for names, often used for business or personal correspondence]/～殿（用于比自己地位低的人的敬称。/ngài/ông/bà ～ (gắn sau chức danh, họ tên của người đối diện để bày tỏ sự kính trọng. Thường dùng trong viết tên người nhận trong các công việc văn phòng, hoặc dùng với người có vai vế thấp hơn trong các thư từ riêng tư) |

A: I want to attach a letter to my present for Mr. Tanaka. He was respected by everyone and always gave such sound advice ... B: He's a great teacher, isn't he? A: Yes. I wonder if I should address him as "Tanaka-dono" in my letter. B: No, dono isn't used for teachers./A: 送给田中老师的礼物，我想附一封信在里面。他是因为很受大家敬爱的老师，不管找他商量什么，他都能给我们很精准的建议…。 B: 真是个好老师。 A: 嗯，啊，写给老师的信，可以写「田中殿」吗？ B: 不行。对老师不会用「殿」的。/A: Tôi muốn đính kèm lá thư trong quà tặng cô Tanaka. Vì cô là một giáo viên được mọi người kính trọng, luôn có lời khuyên xác đáng với bất kỳ sự trao đổi nào… B: Đúng là một cô giáo tốt nhỉ. A: Ừm, à, vậy trong thư gửi cô, tôi viết "Tanaka-tono" được không nhỉ? B: Không, không, không có dùng "tono" với thầy cô đâu.

# Topic 21

# 社会
しゃ かい

Society / 社会 / Xã hội

No. 2029-2158

🔊 390

今の日本では、所得が増えると、課税の対象になる額も増える。
いま に ほん　　　　しょとく　　ふ　　　　かぜい　たいしょう　　　がく　　ふ
資本主義における税制上の恩恵を得ているとは感じにくい。
し ほんしゅ ぎ　　　　　　　ぜいせいじょう　おんけい　え　　　　　　かん

| 2029 | 課税[する] かぜい | 名 動3自 taxation, tax/课税[课税]/thuế, đóng thuế |
|---|---|---|
| 2030 | 対象 たいしょう | 名 subject, target/对象/đối tượng |
| 2031 | 資本主義 し ほんしゅ ぎ | 名 capitalism/资本主义/chủ nghĩa tư bản |
| 2032 | ＋ 資本 し ほん | 名 capital/资本/tư bản, vốn |
| 2033 | 税制 ぜいせい | 名 taxation system/税制/chế độ |
| 2034 | 恩恵 おんけい | 名 benefit/恩惠/lợi ích, ơn huệ |
| 2035 | 得る え | 動2他 gain, acquire/得到/có được, nhận được |

In Japan today, as your income increases, the amount subject to taxation also increases. I don't really feel like anyone gains any benefits from the taxation system under capitalism./现在店日本，所得增加后，课税对象的金额也会增加。实在很难受到有得到资本主义中所谓的税制上的恩惠。/Tại Nhật Bản ngày nay, hễ thu nhập tăng thì số tiền thuộc đối tượng thuế khóa cũng tăng lên. Khó mà cảm nhận được là nhận được lợi ích từ chế độ thuế trong chủ nghĩa tư bản.

しばしば<u>盗難</u>が起きているので、<u>貴重品</u>と<u>身の回り</u>の品を一か
<sub>とうなん</sub> <sub>き ちょうひん</sub> <sub>み まわ</sub> <sub>しな いっ</sub>
所に<u>収める</u>のは<u>危険</u>だ。
<sub>しょ おさ</sub> <sub>き けん</sub>

| 2036 ☐ | しばしば | 副 frequently, often/频繁/thường, nhiều lần |
|---|---|---|
| 2037 ☐ | 貴重品<br><sub>き ちょうひん</sub> | 名 valuables/贵重物品/đồ quý giá |
| 2038 ☐ | +貴重な<br><sub>き ちょう</sub> | ナ valuable/贵重的/quý giá |
| 2039 ☐ | 身の回り<br><sub>み まわ</sub> | 名 one's person, personal belongings/身边/quanh mình |
| 2040 ☐ | 収める<br><sub>おさ</sub> | 動 2 他 store/收/cất, giữ |

It's not safe to store all your valuables and personal belongings in one place because theft
frequently occurs./盗窃发生的很频繁，身边的物品和贵重物品放在一起是很危险的。/Do
thường xảy ra trộm cắp nên việc giữ đồ quý giá và đồ xung quanh mình một chỗ là nguy
hiểm.

2021年、<u>急速</u>に<u>穀物</u>の<u>価格</u>が<u>上</u>がった。<u>穀物</u>の<u>用途</u>は<u>幅広</u>い
<sub>ねん</sub> <sub>きゅうそく</sub> <sub>こくもつ</sub> <sub>か かく</sub> <sub>あ</sub> <sub>こくもつ</sub> <sub>ようと</sub> <sub>はばひろ</sub>
ので、<u>需要</u>が<u>高</u>い。<u>供給</u>と<u>釣り合わ</u>なければ、ますます<u>価格</u>が
<sub>じゅよう</sub> <sub>たか</sub> <sub>きょうきゅう</sub> <sub>つ あ</sub> <sub>か かく</sub>
<u>上</u>がって、<u>売買</u>されにくくなるかもしれない。
<sub>あ</sub> <sub>ばいばい</sub>

| 2041 ☐ | 急速な<br><sub>きゅうそく</sub> | ナ rapid/急速的/nhanh, cấp tốc |
|---|---|---|
| 2042 ☐ | 穀物<br><sub>こくもつ</sub> | 名 grain/五谷，粮食/ngũ cốc |
| 2043 ☐ | 供給[する]<br><sub>きょうきゅう</sub> | 名 動 3 他 supply, supply/供给[供给]/sự cung cấp, cung cấp |
| 2044 ☐ | 釣り合う<br><sub>つ あ</sub> | 動 1 自 match, balance/匀称/cân bằng, cân đối, hợp |
| 2045 ☐ | 売買[する]<br><sub>ばいばい</sub> | 名 動 3 他 purchase and sale, buy and sell/买卖[买卖]/sự mua bán, mua bán |

In 2021, the prices of grain rose rapidly. Demand for grain is so high because of its wide
range of uses. If not matched with supply, prices may keep rising, making it harder to buy
and sell./2021年，五谷的价格急速上涨。粮食的用途很广泛，所以需要也高。如果供给不能
匀称，价格会上涨更高，说不定就更难买卖了。/Năm 2021, giá ngũ cốc tăng nhanh. Do ngũ
cốc được sử dụng rộng khắp nên nhu cầu cao. Nếu không cân bằng với cung cấp thì giá sẽ
tăng vùn vụt, có thể trở nên khó được mua bán.

🔊 393

今日、世界中のジャーナリストや報道機関が国からの圧力を受
けている。本来なら、公平な報道がされるために、表現の自由
は守られるべきである。このことについて、日本社会でも議論
を加速させていく必要があるだろう。

| | | |
|---|---|---|
| 2046 | 今日<br>こんにち | 名 these days/现今/ngày nay |
| 2047 | ジャーナリスト | 名 journalist/记者/phóng viên, nhà báo |
| 2048 | 公平な<br>こうへい | ナ fair/公平的/công bằng |
| 2049 | ↔ 不公平な<br>ふこうへい | ナ unfair/不公的/bất công |
| 2050 | 議論[する]<br>ぎろん | 名 動3他 discussion, discuss/讨论[讨论]/sự thảo luận, nghị luận |
| 2051 | 加速[する]<br>かそく | 名 動3他 acceleration, accelerate/加速[加速]/sự tăng tốc, tăng tốc |

These days, journalists and media organizations around the world are under pressure from states. Freedom of expression must be protected to ensure fair reporting. We need to accelerate discussion of this matter in Japanese society./现今，全世界的记者和报导机构都受到国家的压力。照理来说，为了公平的报导，应该要遵守自由的表现方式。关于这件事，在日本社会也需要加速的被讨论。/Ngày nay, phóng viên và các cơ quan truyền thông trên toàn thế giới đều chịu áp lực từ nhà nước. Lẽ ra để truyền thông công bằng thì tự do diễn đạt phải được bảo vệ. Có lẽ ngay cả xã hội Nhật cũng cần tăng tốc trong việc thảo luận về vấn đề này.

🔊 394

故・石山太郎氏は、国会議員と都知事も務めた人物だ。強気な
コメントで議論を招いたこともあったが、日本の誇りを守ろう
と、数多くの取り組みを行っていた。

| | | |
|---|---|---|
| 2052 | 務める<br>つと | 動2他 serve as, work as/担任/làm việc, đảm nhiệm |
| 2053 | 強気な<br>つよき | ナ aggressive/强势的/mạnh bạo, kiên định |
| 2054 | 誇り<br>ほこ | 名 pride/骄傲/niềm tự hào, lòng tự hào |
| 2055 | 取り組み<br>とく | 名 effort, initiative/挑战/sự nỗ lực, chương trình |

2056 + **取り組む**
とく（く）

動1自 take on, address/着手/nỗ lực, tổ chức

The late Taro Ishiyama served as a member of the Diet and also Governor of Tokyo. Although his aggressive comments sometimes invited controversy, he made consistent efforts to respect Japanese pride./先人、石山太郎氏是个担任过国会议员和都知事的人物。虽然他秉着强势的发言常常被人议论，但他为了保护日本的骄傲，做了很多挑战。/Cố Ishiyama Taro là nhân vật từng đảm nhiệm vai trò nghị sĩ Quốc hội và đô trưởng thủ đô. Tuy cũng từng có những nhận xét mạnh bạo gây tranh cãi nhưng ông đã tiến hành nhiều chương trình với mong muốn bảo vệ niềm tự hào của Nhật Bản.

A：<u>景気</u>が<u>悪化して</u>、店を<u>続けて</u>いくのが<u>難しく</u>なってきたよ。
けいき　あっか　　　　みせ　つづ　　　　　　　むずか

B：<u>借金</u>はしない<u>方</u>がいいよ。
しゃっきん　　　　ほう

A：それはもっともなんだけど、<u>現状</u>を<u>考え</u>たら<u>検討</u>しなきゃ。
げんじょう　かんが　　けんとう

B：<u>補助金</u>があるかは<u>調べて</u>みたの？
ほじょきん　　　　　しら

| 2057 | 景気 けいき | 名 economy/景气/tình hình kinh tế |
|---|---|---|
| 2058 | 悪化[する] あっか | 名 動3自 deterioration, get worse/恶化[化]/sự xấu đi, xấu đi |
| 2059 | 借金[する] しゃっきん | 名 動3他 debt, go into debt/借钱[借钱]/tiền nợ, vay nợ |
| 2060 | 現状 げんじょう | 名 current situation/现状/tình trạng hiện nay |
| 2061 | 補助金 ほじょきん | 名 subsidy/补助金/tiền hỗ trợ |

A: With the economy getting worse, it's getting harder and harder to keep the store going. B: It's not a good idea to go into debt. A: That's true, but considering the current situation, I have to consider it. B: Have you checked to see if there are any subsidies?/A: 因为景气恶化，我的店实在很难开下去了。 B: 我觉得不要借钱比较好。 A: 这是最好的，但想到现状就可能需要考虑了。 B: 你可以查查看看有没有补助金呀？ /A: Tình hình kinh tế xấu đi, duy trì cửa tiệm khó rồi đây. B: Không nên vay nợ đâu đấy. A: Chuyện đó đương nhiên rồi nhưng nghĩ đến tình trạng hiện nay thì phải cân nhắc. B: Anh đã tra thử xem có tiền hỗ trợ gì chưa?

🔊 396

入社早々、湿疹が出てしまった。慣れない生活からの疲労の現れなのだろう。早く病院に行ってさっさと治したいが、今日も上司に出社を命じられてしまった。

| 2062 | 早々<br>そうそう | 名 副 right away/马上/sớm, nhanh chóng |
| 2063 | 湿疹<br>しっしん | 名 eczema/湿疹/sự phát ban |
| 2064 | 現れ<br>あらわ | 名 sign/体现/biểu hiện |
| 2065 | さっさと | 副 quickly, immediately/赶紧/nhanh chóng |
| 2066 | 命じる／命ずる<br>めい　　　めい | 動2他 動3他 order, command/命令/ra lệnh, bổ nhiệm |

After I joined the new company, I developed eczema right away. It's probably a sign of fatigue from this lifestyle I'm not used to. I want to go to the clinic and get rid of it quickly, but my boss ordered me to come in and work again today./入职后马上就长了湿疹。可能是体现这种不习惯的生活疲劳。我想赶紧去医院治疗，但今天也被上司命令上班。/Vừa vào công ty chẳng bao lâu thì tôi bị phát ban. Có lẽ là biểu hiện của lao lực do chưa quen với cuộc sống mới. Tôi muốn đi bệnh viện sớm để nhanh chóng chữa trị mà hôm nay cũng bị cấp trên ra lệnh đi làm.

🔊 397

日本では「団塊の世代」と呼ばれる方々が全員75歳以上になると、人口全体の3分の1が65歳以上になると言われている。今後、医療や社会保障などの福祉に対する負担は、一層増大するだろう。

| 2067 | 世代<br>せだい | 名 generation/世代/thế hệ |
| 2068 | 方々<br>かたがた | 名 people/人们/những người |
| 2069 | 今後<br>こんご | 名 future/今后/tương lai, từ nay về sau |
| 2070 | 福祉<br>ふくし | 名 welfare/社会福利/phúc lợi |
| 2071 | 負担[する]<br>ふたん | 名 動3他 burden, burden/负担[负担]/gánh nặng, chịu gánh nặng, chi trả |

| 2072 □ | 一層 (いっそう) | 副 further, to another level/更加/một bậc, hơn hẳn |
|---|---|---|
| 2073 □ | 増大[する] (ぞうだい) | 名 動3他 increase/增加[增加]/sự gia tăng, gia tăng |

When all the people in Japan's "baby boomer" generation have reached the age of 75, apparently one-third of the entire population will be aged 65 or older. In the future, the burden of welfare such as medical care and social security will certainly increase further./在日本，被称为「团块の世代」的人们都到75岁以上时，65岁以上的人口会占全体人口的3分之1。今后关于医疗和社会保障等等的社会福利的负担将会更加的增加。/Người ta cho rằng ở Nhật, khi những người được gọi là "thế hệ Dankai" (thế hệ bùng nổ dân số sau Thế chiến thứ 2) tất cả đều 75 tuổi trở lên thì 1/3 trên toàn thể dân số sẽ là 65 tuổi trở lên. Trong tương lai, gánh nặng đối với phúc lợi như y tế, bảo hiểm xã hội v.v. có lẽ sẽ gia tăng một bậc.

◀)) 398

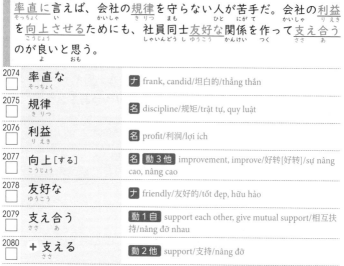

| 2074 □ | 率直な (そっちょく) | ナ frank, candid/坦白的/thẳng thắn |
|---|---|---|
| 2075 □ | 規律 (きりつ) | 名 discipline/规矩/trật tự, quy luật |
| 2076 □ | 利益 (りえき) | 名 profit/利润/lợi ích |
| 2077 □ | 向上[する] (こうじょう) | 名 動3他 improvement, improve/好转[好转]/sự nâng cao, nâng cao |
| 2078 □ | 友好な (ゆうこう) | ナ friendly/友好的/tốt đẹp, hữu hảo |
| 2079 □ | 支え合う (ささ あ) | 動1自 support each other, give mutual support/相互扶持/nâng đỡ nhau |
| 2080 □ | ＋支える (ささ) | 動2他 support/支持/nâng đỡ |

Frankly speaking, I don't like people who don't observe discipline in the workplace. In order to improve the company's profits, I think it's a good idea for employees to form friendly relationships and support each other./坦白说，我不喜欢不遵守公司规矩的人。为了让公司的利润好转，我觉得最好职员之间要建立友好的关系，相互扶持。/Thẳng thắn mà nói, tôi rất ngại những người không giữ gìn trật tự của công ty. Tôi nghĩ để nâng cao lợi ích cho công ty thì nên xây dựng mối quan hệ tốt đẹp và nâng đỡ giữa nhân viên với nhau.

295

🔊399

アルバイトであっても、<u>一定</u>の基準に<u>達し</u>ていれば、<u>有給休暇</u>
を取ることができるが、それを知らない人も多い。

| 2081 | 一定[する]<br>いってい | 名 動3自 certain (something), standardize, fix/一定[一定]/nhất định, cố định |
|---|---|---|
| 2082 | 達する<br>たっ | 動3自 reach, meet, achieve/到达/đạt |
| 2083 | 有給休暇／<br>有休<br>ゆうきゅうきゅうか／ゆうきゅう | 名 paid leave/带薪假, 带薪假期/nghỉ phép có lương |

Even part-time workers can take paid leave if they meet certain requirements, but many people do not know this./就算是临时工，只要到达一定的基准，也可以取得带薪假期。但很多人不知道。/Cho dù là công việc làm thêm thì nếu đạt tiêu chuẩn nhất định sẽ có thể xin nghỉ phép có lương nhưng cũng có nhiều người không biết điều đó.

🔊400

この<u>キャンペーン</u>は、新型コロナウイルスの流行によって<u>激減</u>
した観光客の数を回復させる狙いがあった。<u>同</u>キャンペーンの
<u>実施</u>によって、町の活気も<u>ほんの</u>少し戻りつつある。

| 2084 | キャンペーン | 名 campaign/活动/chương trình |
|---|---|---|
| 2085 | 激減[する]<br>げきげん | 名 動3自 plummet, drop sharply/急剧减少[急剧减少]/sự giảm mạnh, giảm mạnh |
| 2086 | ↔ 激増[する]<br>げきぞう | 名 動3自 skyrocket, rise sharply/急剧增加[急剧增加]/sự tăng mạnh, tăng mạnh |
| 2087 | 同～<br>どう | 接頭 same ~/同～/đồng ~, ~ trên |
| 2088 | 実施[する]<br>じっし | 名 動3他 implementation, run/实施[实施]/sự thực hiện, thực hiện |
| 2089 | ほんの | 連 just, mere/一点点/chỉ, chỉ là |

This campaign was aimed at restoring the number of tourists, which had plummeted due to the outbreak of COVID-19. Running the same campaign has also helped the town regain just a little of its vitality./这个活动是为了恢复因为新冠肺炎急剧减少的观光客人数。实施同活动后，城市的生气也一点点的在恢复。/Chương trình này nhằm đến mục tiêu hồi phục số lượng du khách đã giảm mạnh do dịch COVID-19. Nhờ vào thực hiện chương trình trên mà tình hình kinh tế của thị trấn cũng đang quay lại chỉ chút ít.

正直なところ、サービスの質が落ちているのではないだろうか。
お客様に対しての真心は忘れないでもらいたい。

| 2090 | 正直な<br>しょうじき | ナ honest/老实/thành thật, thật lòng |
|---|---|---|
| 2091 | 対する<br>たい | 動3自 be related to, in regard to/对待/đối với |
| 2092 | 真心<br>まごころ | 名 sincerity, devotion/真心/tấm lòng thành, chân tâm |
| 2093 | ＋真〜<br>ま | 接頭 true 〜/真〜/chân 〜 |

Honestly, I think the quality of your service has declined. I hope you don't neglect your devotion in regard to your customers./老实说，我觉得服务的品质在降低。希望不要忘记对待客人的真心。/Thành thật mà nói, chất lượng dịch vụ chẳng phải đang đi xuống sao? Tôi mong là các bạn đừn quên tấm lòng thành đối với khách hàng.

Topic 21 ● 社会

少子化対策に重点を置くなら、出産しやすくするだけでなく、
産後充実した育児ができるように、社会の構造そのものを大幅
に改善していく必要がある。

| 2094 | 少子化<br>しょうしか | 名 declining birth rate/少子化/giảm tỉ lệ sinh |
|---|---|---|
| 2095 | 重点<br>じゅうてん | 名 focus/重点/trọng tâm |
| 2096 | 充実[する]<br>じゅうじつ | 名 動3自 fullness, enhance, fulfill/充实[充实]/sự đẩy đủ, đẩy đủ |
| 2097 | 構造<br>こうぞう | 名 structure/构造/cấu trúc |
| 2098 | 大幅な<br>おおはば | ナ wide, significant/大幅度的/rộng, rộng khắp |
| 2099 | 改善[する]<br>かいぜん | 名 動3他 improvement, improve/改善[改善]/sự cải thiện, cải thiện |

Focusing on measures to combat the declining birth rate, we must not only make it easier to give birth, but also significantly improve the very structure of society itself to make raising children more fulfilling./如果要把重点放在少子化，并不仅要有生孩子的环境，还需要充实的产后育儿环境。我觉得整个社会构造都需要大幅度的改善。/Nếu đặt trọng tâm vào đối sách giảm tỉ lệ sinh thì không chỉ làm cho sinh con dễ dàng mà còn cần cải thiện rộng khắp cấu trúc xã hội để người dân có thể nuôi con đẩy đủ sau khi sinh.

🔊 403

この国では、親や子の介護を家族一人で行うことがあるが、家族だけで面倒をみることを当たり前のことにしてはいけない。国は、一人で苦しむことがないように、介護施設やサポートを利用するよう呼びかけている。

| 2100 | 介護[する]<br>かいご | 名 動3他 nursing care, give care/护理[护理]/sự chăm sóc, chăm sóc |
|---|---|---|
| 2101 | ＋介護士<br>かいごし | 名 caregiver/护理师/chuyên viên chăm sóc |
| 2102 | 面倒をみる<br>めんどう | 動2自 look after/看护, 侍奉/chăm lo |
| 2103 | ＋面倒<br>めんどう | 名 trouble/照顾/sự chăm sóc, trông nom |
| 2104 | 当たり前<br>あ まえ | 名 (something) taken for granted, a matter of course/理所当然/bình thường, đương nhiên |
| 2105 | 施設<br>しせつ | 名 facility/机构/cơ sở |
| 2106 | サポート[する] | 名 動3他 support, support/支援[支援]/sự hỗ trợ, hỗ trợ |
| 2107 | 呼びかける<br>よ | 動2他 call out, encourage/呼吁/kêu gọi |

In this country, a family member might be the sole caregiver for a parent or child, but it shouldn't be taken for granted that the family alone will look after the person. The government encourages people to use nursing care facilities and support so that they do not have to suffer alone./在这个国家，护理父母和孩子的事都是靠其中一位家人来进行。但我觉得靠家人来照顾的这件事，并不是理所当然的。国家正在呼吁大家不要一个人感到痛苦，要多利用护理机构和支援制度。/Ở đất nước này, có khi chỉ 1 người chăm sóc cha mẹ và con cái, nhưng không được để việc chỉ người nhà trông nom là chuyện đương nhiên. Nhà nước đang kêu gọi sử dụng cơ sở chăm sóc và hỗ trợ để không xảy ra việc chỉ một người phải khổ sở vất vả.

🔊 404

国内輸送の中心はトラックだ。ガソリンの価格が上がれば、それに伴って輸送コストも上がってしまう。今から案を練っておく必要がある。

| 2108 | 輸送[する]<br>ゆそう | 名 動3他 transportation, transport/运送[运送]/sự vận chuyển, vận chuyển |
|---|---|---|
| 2109 | 伴う<br>ともな | 動1他 follow, accompany/伴随/theo, tương ứng |
| 2110 | コスト | 名 cost/成本/chi phí |
| 2111 | 案<br>あん | 名 plan, proposal/方案/phương án, đề xuất |

Trucks are at the very heart of domestic transportation. If the price of gasoline goes up, the cost of transportation will follow. We need to come up with a plan now./国内运送的中心是卡车。只要燃料的价格涨价，运送成本也会伴随着增加。我觉得从现在开始有必要想方案。/Trung tâm của vận chuyển trong nước là xe tải. Nếu giá xăng tăng thì theo đó, chi phí vận chuyển cũng tăng lên theo. Từ bây giờ cần phải thu gọn các phương án.

◀) 405

子どもを産みたい、子孫を残したいと望み、それを実現しよう
こ                う        し そん   のこ         のぞ             じつげん
とすることも、人権の一つである。どんな理由があっても、そ
          じんけん ひと                       りゆう
の権利を尊重すべきで、奪ってはならない。
  けんり そんちょう        うば

| 2112 | 産む<br>う | 動1他 bear, give birth/生/sinh, đẻ |
|---|---|---|
| 2113 | 子孫<br>しそん | 名 offspring, progeny/子孙/con cháu, đời sau |
| 2114 | 実現[する]<br>じつげん | 名 動3他 achievement, realize/实现[实现]/sự thực hiện, thực hiện |
| 2115 | 人権<br>じんけん | 名 human right/人权/nhân quyền, quyền con người |
| 2116 | 尊重[する]<br>そんちょう | 名 動3他 respect, respect/尊重[尊重]/sự tôn trọng, tôn trọng |
| 2117 | 奪う<br>うば | 動1他 deprive/夺取/cướp |

The desire to bear children and leave behind offspring, and the ability to realize this desire, is a basic human right. We must respect this right and not deprive anyone of it, no matter the reason./实现生孩子，留下子孙的愿望，也是一种人权。不管有什么理由，都不能夺取，应该要尊重这个权利。/Nguyện vọng muốn sinh con, để lại con cháu đời sau, việc thực hiện điều đó cũng là 1 quyền của con người. Cho dù có lý do gì đi nữa, phải tôn trọng chứ không được cướp đi quyền đó.

🔊 406

ＳＮＳを使っていると、少数の人に発信しているつもりでも、
一斉に広まってしまうこともある。ひょっとしたら誰かを傷つ
けているかもしれないと仮定して、慎重に言葉を選ぶべきだ。

| 2118 | 少数 (しょうすう) | 名 a few/少数/thiểu số, số ít |
|---|---|---|
| 2119 | 一斉に (いっせい) | 副 all at once/同时/đồng loạt |
| 2120 | ひょっとしたら | 副 perhaps, possibly/说不定/biết đâu, không chừng |
| 2121 | 仮定[する] (かてい) | 名 動3他 assumption, assume/假设[假设]/sự giả định, giả định |
| 2122 | 慎重な (しんちょう) | ナ careful/慎重的/thận trọng |

When you use social media, you may think you're sending a message to only a few people, but it could spread all at once. You should choose your words carefully with the assumption that you could possibly hurt someone./使用社交媒体时，就算你只想公开给少数人看，但同时也会有扩散的可能。要假设说不定会伤到某个人，慎重的选择用语才可以。/Khi sử dụng mạng xã hội, dù chỉ định truyền đi cho một số ít người nhưng có khi bị lan rộng đồng loạt. Chúng ta phải giả định rằng không chừng sẽ làm ai đó tổn thương để lựa chọn từ ngữ cho thận trọng.

🔊 407

危険薬物の使用や詐欺などの罪を犯す未成年が急増している。
薬物の売買は、インターネットを用いて間接的に行われており、
逮捕は難しいが、警察が全力を尽くしている。

| 2123 | 罪 (つみ) | 名 crime, sin/罪/tội |
|---|---|---|
| 2124 | 急増[する] (きゅうぞう) | 名 動3自 rapid increase, increase rapidly/急增[急增]/sự gia tăng nhanh chóng, gia tăng nhanh chóng |
| 2125 | 間接的な (かんせつてき) | ナ indirect/间接的/mang tính gián tiếp |
| 2126 | ↔ 直接的な (ちょくせつてき) | ナ direct/直接的/mang tính trực tiếp |
| 2127 | 尽くす (つ) | 動1他 do one's best/尽/dốc hết, cạn kiệt |

The number of minors committing crimes such as fraud and use of dangerous drugs is increasing rapidly. Drug trafficking is done indirectly via the Internet, and although this crime is difficult to apprehend, the police are doing their best./未成年使用危险药物和诈骗等的犯罪急增。药物的买卖是使用网络来间接的进行。虽然很困难，但警察会尽力逮捕。/Trẻ vị thành niên phạm các tội như sử dụng chất kích thích nguy hiểm hay lừa đảo v.v. đang gia tăng nhanh chóng. Việc mua bán chất kích thích được tiến hành gián tiếp qua internet, nên việc bắt được rất khó khăn nhưng cảnh sát đang dốc toàn lực.

🔊 **408**

農業や漁業は深刻な人手不足が問題で、必要な労働力が外国人によって補われている。さらに、農業では農村の発展、いわばＩＣＴの活用などが遅れていることも問題となっている。

| 2128 | 漁業 ぎょぎょう | 名 fishing industry/渔业/ngư nghiệp |
|---|---|---|
| 2129 | 深刻な しんこく | ナ serious/深刻的/nghiêm trọng |
| 2130 | 労働力 ろうどうりょく | 名 work force/劳动力/sức lao động |
| 2131 | + 労働[する] ろうどう | 名 動3自 labor, work/劳动[劳动]/sự lao động, lao động |
| 2132 | 補う おぎな | 動1他 cover, supplement/填补/bù, bổ sung |
| 2133 | 農村 のうそん | 名 farming community/农村/nông thôn |
| 2134 | 発展[する] はってん | 名 動3自 development, develop/发展[发展]/sự phát triển, phát triển |
| 2135 | いわば | 副 so to speak/也就是/có thể nói |

The agriculture and fishing industries are facing serious labor shortages, and the required work force is being supplemented by foreign workers. Furthermore, in agriculture, development in farming communities—the use of ICT, so to speak—is lagging, which is also causing problems./关于农业，渔业深刻的人手不足问题，只能靠外国人来填补需要的劳动力。并且农村于农业的发展，也就是运用ICT等都跟不上，这也是个问题。/Việc thiếu nhân lực nghiêm trọng trong nông nghiệp và ngư nghiệp là một vấn đề và lực lượng lao động cần thiết đang được bổ sung bằng những người nước ngoài. Hơn thế nữa, trong nông nghiệp, sự phát triển của nông thôn, có thể nói sự áp dụng ICT v.v. đang chậm trễ cũng là một vấn đề.

🔊 409

あの会社は、工場の<u>爆発</u>に対する<u>過失</u>を<u>認め</u>ていなかったが、
<u>裁判</u>でようやく<u>決着</u>がついた。

| 2136 | 爆発[する]<br>ばくはつ | 名 動3自 explosion, explode/爆炸[爆炸]/vụ nổ, phát nổ |
|---|---|---|
| 2137 | 過失<br>かしつ | 名 fault, error/过失/sai lầm, sơ sót |
| 2138 | 認める<br>みと | 動2他 admit, recognize/承认/công nhận |
| 2139 | 裁判[する]<br>さいばん | 名 動3他 court, judge/审判[审判]/tòa án, phán xét |
| 2140 | 決着[する]<br>けっちゃく | 名 動3自 resolution, settle/结果[了结]/hối kết, kết thúc, chấm dứt |

The company never admitted fault for the explosion at the factory, but the matter was finally settled in court./那个公司虽然不承认关于工厂爆炸的过失，但审判终于有结果了。/Công ty đó không công nhận sơ sót trong vụ nổ nhà máy nhưng ở tòa án thì cuối cũng đi đến hối kết.

🔊 410

部下は、人がまだ話をしていても、言葉を<u>かぶせて</u>しまうとき
がある。部下に<u>威張っ</u>ていると思われたくないが、<u>どうにか</u>し
てやめさせたい。どう伝えたらいいだろうか。

| 2141 | かぶせる | 動2他 overlap, cover, go over (something)/盖过/che, phủ, cắt ngang |
| 2142 | 威張る<br>いば | 動1自 be overbearing, throw one's weight around/摆架子/hách dịch, hống hách |
| 2143 | どうにか | 副 somehow, in some way/设法/bằng cách nào đó |

There's a guy who works for me who talks over other people while they're still speaking. I don't want him to think I'm overbearing, but I want to make him stop somehow. What should I say?/有时候就算人家还在说话，下属也会盖过人家的话。虽然我不想让下属认为我在摆架子，但我得设法让他别这么做。我要怎么跟他说比较好呢？/Cấp dưới của tôi có khi người khác còn đang nói chuyện cũng cắt ngang lời họ. Tuy không muốn bị cho là hách dịch với cấp dưới nhưng tôi muốn bằng cách nào đó chấm dứt chuyện này. Tôi phải nói thế nào thì được?

数多くの国がそうであったように、近代日本も、既婚者である
ことが良いとされていた。また、性役割、すなわちジェンダーロー
ルも固定されていた。ジェンダーロールは、今もなお存在し続
けている。男性、女性に関係なく、多様な生き方が受け入れら
れるようになってほしい。

| 2144 | 近代<br>きんだい | 名 modern times, present day/近代/cận đại |
|---|---|---|
| 2145 | 既婚<br>きこん | 名 marriage/已婚/đã lập gia đình, đã kết hôn |
| 2146 | ＋未婚<br>みこん | 名 unmarried (not yet married) state/未婚/chưa lập gia đình, chưa kết hôn |
| 2147 | 性<br>せい | 名 sex, gender/性別/giới tính |
| 2148 | すなわち | 接続 that is to say/也就是说/nghĩa là |
| 2149 | なお | 副 still/仍然/lưu ý, ngoài ra |
| 2150 | 多様な<br>たよう | ナ diverse/各式各样的/đa dạng |
| 2151 | 受け入れる<br>う い | 動2他 accept/接受/đón nhận |

In modern Japan, as in many other countries, being married has been considered a good thing. Also, expectations of gender—that is to say, gender roles—have been fixed. Gender roles still continue to exist today. It's my hope that more diverse lifestyles will become accepted, regardless of whether one is male or female./近代日本也像很多国家一样，一直认为已婚是一件好事。并且性别作用，也就是说性别角色也很固定。现在仍然存在着性别角色。我希望不管男性女性，大家都能够接受各式各样的生活方式。/Cũng như nhiều quốc gia, thời cận đại, Nhật Bản cũng cho là người đã lập gia đình thì tốt. Ngoài ra, vai trò giới tính, nghĩa là vai trò giới cũng được cố định. Vai trò giới đến bây giờ vẫn tiếp tục tồn tại. Những mong là cách sống đa dạng bất kể nam hay nữ đều được tiếp nhận.

🔊 412

自分の居場所がないように感じてしまうと、困難に遭ったとき、
ＳＯＳの合図が出せなくなり、必要な援助を得ることもできな
くなってしまう。限界を超えると、自殺してしまうこともある。

| | | |
|---|---|---|
| 2152 ☐ | 居場所<br>い ば しょ | 名 place where one belongs, place to be/属于自己的地方/<br>nơi chốn |
| 2153 ☐ | 困難な<br>こんなん | ナ difficult/困难的/khó khăn, hoạn nạn |
| 2154 ☐ | 遭う<br>あ | 動 1 自 encounter/遭遇/gặp, gặp phải |
| 2155 ☐ | 合図[する]<br>あい ず | 名 動 3 他 signal, signal/信号[发信号]/tín hiệu, đưa ra<br>tín hiệu |
| 2156 ☐ | 援助[する]<br>えんじょ | 名 動 3 他 help, assist/救援[救援]/sự trợ giúp, trợ giúp |
| 2157 ☐ | 限界<br>げんかい | 名 limit/极限/ngưỡng giới hạn |
| 2158 ☐ | 自殺[する]<br>じ さつ | 名 動 3 自 suicide, commit suicide/自杀[自杀]/sự tự<br>sát, tự sát |

When people feel like there's nowhere they belong, they can be unable to send SOS signals
when they encounter difficulties, which may prevent them from getting the help they need.
And if they reach their limit, they could even commit suicide./感觉没有属于自己的地方时,
遭遇困难也没办法发出SOS信号, 无法得到需要的救援。超过极限, 也会有自杀的现象。/Khi
cảm thấy như thể không có nơi chốn cho mình thì có khi người ta không thể đưa ra tín hiệu
SOS và không nhận được sự trợ giúp cần thiết khi gặp phải khó khăn. Nếu vượt ngưỡng giới
hạn, còn có trường hợp tự sát.

# 政治
せいじ

politics / 政治 / Chính trị

No. 2159-2216

🔊 413

> A : 人種や民族が違うから差別するなんて、ひどい話だよね。
>    じんしゅ みんぞく ちが    さべつ               はなし
> B : そうだね。今でも国家間の外交問題に繋がったり、デモが
>         いま  こっかかん がいこうもんだい つな
>    起きたりしてるもんね。
>    お

| 2159 | 人種<br>じんしゅ | 名 race/人种/nhân chủng, chủng tộc |
|---|---|---|
| 2160 | 民族<br>みんぞく | 名 ethnicity/民族/dân tộc |
| 2161 | 差別[する]<br>さべつ | 名 動3他 discrimination, discriminate/歧视[歧视]/sự phân biệt đối xử, phân biệt đối xử |
| 2162 | 外交<br>がいこう | 名 diplomacy/外交/ngoại giao |
| 2163 | + 外交官<br>がいこうかん | 名 diplomat/外交官/nhà ngoại giao |
| 2164 | デモ | 名 demonstration, protest/游行/biểu tình |

A: Discriminating against people because of race or ethnicity is a terrible thing. B: Yes, it is. And even now, it leads to protests and diplomatic problems between nations./A: 就因为人种或民族不一样就要歧视，真是可恶。 B: 对呀。现在还牵连到国家的外交问题，还会发生游行呢。/A: Việc phân biệt đối xử do khác chủng tộc, dân tộc ấy à, đúng là chuyện tồi tệ nhỉ. B: Đúng rồi đấy. Bây giờ mà vẫn còn kết nối với vấn đề ngoại giao giữa các quốc gia, rồi xảy ra biểu tình nhỉ.

🔊414

全国の18歳以上を対象とした世論調査で、今の憲法を改正する必要があると思うかが、毎年問われている。

| 2165 | 世論 よろん | 名 public opinion/舆论/dư luận, quần chúng |
|---|---|---|
| 2166 | 憲法 けんぽう | 名 constitution/宪法/Hiến pháp |
| 2167 | 改正[する] かいせい | 名 動3他 amendment, amend/修改[修改]/sự cải chính, sửa đổi |

In the nationwide public opinion poll of people over the age of 18, people are asked whether they think the current Constitution needs to be amended./每年以全国18岁以上为对象的舆论调查中都会被问到关于现今的宪法需不需要修改。/Trong cuộc điều tra quần chúng mà đối tượng là người 18 tuổi trở lên trên toàn quốc, hằng năm mọi người đều được hỏi bạn có nghĩ cần sửa đổi Hiến pháp hiện nay không

🔊415

市の議会では市長や議員などが議題を提案する。議長は議員に対し議案に賛成、反対の意思表示を求める。原則として議員の過半数が賛成するか否かで結果が決まる。

| 2168 | 議会 ぎかい | 名 council meeting/议会/chương trình nghị hội |
|---|---|---|
| 2169 | 議題 ぎだい | 名 agenda, matter/议程/đề tài thảo luận |
| 2170 | 議長 ぎちょう | 名 chairperson/议长/nghị trưởng |
| 2171 | 過半数 かはんすう | 名 majority/过半数/số quá bán |

At city council meetings, the mayor and council members propose the agenda. The chairperson asks the council members to indicate their approval or disapproval of the agenda. In principle, the result is determined by approval or disapproval of a majority of the council members./在市议会，市长和议员们可以对议程提出建议。议长会要求议员们表示赞成反对。原则上，结果就是按照议员过半数的赞否表决。/Trong chương trình nghị hội của thành phố, thị trưởng và các nghị sĩ sẽ đề xuất các đề tài thảo luận. Nghị trưởng sẽ yêu cầu các nghị sĩ thể hiện suy nghĩ tán thành hay phản đối các đề xuất. Về nguyên tắc, kết quả sẽ được quyết định tùy vào số nghị sĩ quá bán tán thành hay không.

先進国の定義はさまざまだが、「ＧＤＰが１万ドル以上である
国」という基準に従えば、世間一般的には新興国とされる国も、
多くの国が先進国に分類される。

| 2172 ☐ | 先進国<br>せんしんこく | 名 developed country/先进国家/nước tiên tiến |
|---|---|---|
| 2173 ☐ | 従う<br>したが | 動1自 follow/遵从/theo |
| 2174 ☐ | 新興国<br>しんこうこく | 名 emerging country, developing country/新兴国家/nước đang phát triển |

The definition of a developed country varies, but following the criterion of "a country with a GDP of $10,000 or more," many countries end up classified as developed countries, even those that are generally considered emerging countries./先进国家的定义有各式各样的，但只要遵从「GDP1万美金以上的国家」这个标准，世间普遍被称为新兴国家之中，也有很多会被分类到先进国家吧。/Định nghĩa nước tiên tiến thì đa dạng nhưng nếu theo tiêu chuẩn "là nước có GDP 10 ngàn đô trở lên" thì cả những nước được cho là nước đang phát triển theo thông thường cũng sẽ có nhiều nước được phân vào nước tiên tiến.

A：公務員が無免許運転で捕まったんだって。

B：知ってる。７年も運転してたらしいよ。本当にあきれた話だよな。

A：７年も！相当ひどいね。

| 2175 ☐ | 捕まる<br>つか | 動1自 be caught, be arrested/逮捕/bị bắt |
|---|---|---|
| 2176 ☐ | あきれる | 動2自 be scandalous, be outrageous/无语/sốc, ngạc nhiên |
| 2177 ☐ | 相当<br>そうとう | 副 quite, considerably/真/tương ứng, quá |

A: I heard that a government employee was arrested for driving without a license. B: I know. I heard he's been driving like that for seven years. It's scandalous. A: Seven years! That's really quite bad./A: 听说有个公务人员因为无照驾驶被逮捕了。 B: 我知道，听说他开了7年的车呢。真是无语的事件。 A: 7年这么久！真差劲。/A: Nghe nói có nhân viên Nhà nước bị bắt vì lái xe không giấy phép hả? B: Tôi biết. Nghe đâu lái xe những 7 năm đấy. Đúng là chuyện sốc thật nhỉ. A: Những 7 năm á? Quá tệ!

◀)) 418

衆議院解散の前に実施された国民への意識調査では、自由民主
しゅう ぎ いん かいさん     まえ じっし         こくみん     い しきちょう さ          じ ゆうみんしゅ
党が現在最も支持されているという結果が出たと報道された。
とう   げんざいもっと   し じ                   けっ か   で   ほうどう

| 2178 ☐ | 解散[する]<br>かいさん | 名 動3他 dispersal, dissolve/解散[解散]/sự giải tán,<br>giải tán |
|---|---|---|
| 2179 ☐ | 支持[する]<br>し じ | 名 動3他 support, support/支持[支持]/sự ủng hộ, ủng<br>hộ |
| 2180 ☐ | ＋支持率<br>し じ りつ | 名 support rate/支持率/tỉ lệ ủng hộ |
| 2181 ☐ | 報道[する]<br>ほうどう | 名 動3他 reporting, report/报道[报导]/sự đưa tin,<br>truyền thông, đưa tin |

It has been reported that a survey of public attitudes conducted prior to the dissolution of
the House of Representatives showed that the Liberal Democratic Party currently enjoys the
most support./据报道，众议院解散前实施的国民意识调查结果显示，现在最受支持的是自由
民主党。/Người ta đưa tin rằng trong cuộc điều tra ý thức dành cho người dân được thực
hiện trước khi giải tán chúng nghị viện, kết quả là hiện nay Đảng Tự do Dân chủ được ủng
hộ nhiều nhất.

◀)) 419

Ａ：先生、「前首相」と「元首相」ってどう違うんですか？
せんせい  ぜんしゅしょう    もとしゅしょう        ちが
Ｂ：面白いところに気づきましたね。現首相の前に首相だった
おもしろ          き          げんしゅしょう まえ しゅしょう
人はみな元首相で、一つ前に首相だった人だけを前首相と
ひと    もとしゅしょう ひと まえ しゅしょう    ひと    ぜんしゅしょう
言うんですよ。
い

| 2182 ☐ | 前～<br>ぜん | 接頭 previous ~/上～/tiền ~, ~ trước |
| 2183 ☐ | 元～<br>もと | 接頭 former ~/前～/nguyên ~ |
| 2184 ☐ | 現～<br>げん | 接頭 current ~/现～/~ hiện nay |

A: Sir, what is the difference between "previous prime minister" and "former prime minister"?
B: You've picked up on an interesting point. Everyone who was prime minister before the
current prime minister is called a "former prime minister," but only the most recent prime
minister before this one is called the "previous prime minister."/A: 老师，请问「上一任首相」
和「前首相」有什么不同？ B: 你发现了很有趣的地方。现任首相之前的所有首相都可以称为
「前首相」，但上一位首相就称为上一任首相。/A: Cô ơi, "tiền thủ tướng" và "nguyên thủ
tướng" khác nhau thế nào ạ? B: Em đã nhận ra điều thú vị đấy. Những người đã là thủ tướng
trước thủ tướng hiện nay đều là nguyên thủ tướng, còn chỉ có người đã là thủ tướng nhiệm
kỳ trước thì gọi là tiền thủ tướng.

日本の出生数の増減を見ると、第２次世界大戦前は増加傾向で
あったが、昭和24年の270万人をピークに減少している。

| 2185 | 増減[する]<br>ぞうげん | 名 動3他 fluctuation, fluctuate/增减[增减]/sự tăng giảm, tăng giảm |
|---|---|---|
| 2186 | 世界大戦<br>せかいたいせん | 名 World War/世界大战/chiến tranh thế giới |
| 2187 | ＋大戦<br>たいせん | 名 major war/大战/đại chiến, chiến tranh |
| 2188 | ピーク | 名 peak/巅峰/đỉnh, đỉnh điểm |

Fluctuations in Japan's birth rate show an increasing trend prior to World War II, but after peaking at 2.7 million in 1949, the number of births has declined ever since./看日本的出生数增减，虽然2次世界大战前是增加倾向，但昭和24年到达270万人巅峰后就开始减少。/Xem sự tăng giảm tỉ lệ sinh của Nhật Bản thì thấy trước chiến tranh thế giới thứ 2 có khuynh hướng gia tăng và năm Showa 24 (1949) là đỉnh điểm với 2 triệu 700 nghìn, sau đó giảm đi.

Topic 22 ● 政治

A：最近の野党についてどう思う？
B：なんか余計なことばかり話してない？不景気で所得が減っ
て、生活の質が下がっているんだから、解決策を考えてほ
しいな。

| 2189 | 余計な<br>よけい | ナ redundant, unnecessary/多余的/vô nghĩa, dư thừa |
|---|---|---|
| 2190 | 不景気<br>ふけいき | 名 recession/不景气/kinh tế suy thoái |
| 2191 | 所得<br>しょとく | 名 income/所得/thu nhập |
| 2192 | 質<br>しつ | 名 quality/品质/chất lượng |

A: What do you think about the opposition parties these days? B: Everything they're saying is so redundant, isn't it? I wish they'd come up with solutions to this recession, decreasing incomes, and decreasing quality of life./A: 你觉得最近的在野党怎么样？ B: 他们说的都是多余的话吧？不景气所得也少了，生活品质一直降低，希望能想个解决方案吧。/A: Anh thấy đảng phản đối dạo này thế nào? B: Chẳng phải toàn nói chuyện vô nghĩa gì đó sao? Tình hình kinh tế suy thoái, thu nhập giảm, chất lượng đời sống giảm sút nên mong là họ nghĩ đến phương sách giải quyết nhỉ.

🔊 422

日本では、総理大臣は国会議員の中から選ばれ、天皇によって
にほん　　　そうりだいじん　　こっかいぎいん　　なか　　えら　　　　てんのう
任命される。
にんめい

| 2193 ☐ | 総理大臣 そうりだいじん | 名 prime minister/总理大臣/thủ tướng |
|---|---|---|
| 2194 ☐ | 国会 こっかい | 名 Diet (Japan's national assembly)/国会/Quốc hội |
| 2195 ☐ | 議員 ぎいん | 名 member/议员/nghị sĩ |
| 2196 ☐ | 天皇 てんのう | 名 Emperor/天皇/Thiên hoàng |

In Japan, the Prime Minister is chosen from among the members of the Diet and appointed by the Emperor./在日本，总理大臣是从国会议员当中被选出，然后由天皇来任命的。/Ở Nhật Bản, thủ tướng được chọn từ các nghị sĩ Quốc hội và được Thiên hoàng bổ nhiệm.

🔊 423

予算委員会の国会中継を見ると、より公正な分配のためにいろ
よさんいいんかい　こっかいちゅうけい　み　　　　　　こうせい　　ぶんぱい
いろと提案している議員もいれば、政党の利害を先に考えてい
　　ていあん　　　　ぎいん　　　　　せいとう　りがい　さき　かんが
る議員もいるようだ。
　ぎいん

| 2197 ☐ | より | 副 more (comparison)/更/hơn |
| 2198 ☐ | 公正な こうせい | ナ fair, equitable/公正的/công chính, công bằng và chính xác |
| 2199 ☐ | 政党 せいとう | 名 political party/政党/chính đảng |
| 2200 ☐ | 利害 りがい | 名 interests/利害/lợi hại |

Watching parliamentary coverage of the Budget Committee, it seems that some legislators are proposing various measures for more equitable distribution, while others are prioritizing political party interests./看着预算委员会的国会转播，发现有为了更公正的分配提出各种建议的议员，但也有先考虑政党利害关系的议员。/Hễ xem truyền hình quốc hội của ủy ban ngân sách, có vẻ như nếu có nghị sĩ để xuất nhiều việc để phân phối công bằng và chính xác hơn thì cũng có nghị sĩ nghĩ đến lợi hại của chính đảng trước.

🔊 424

アメリカの新しい大使が来日し、外務大臣と初めて面会した。
　　　　あたら　　たいし　らいにち　がいむだいじん　はじ　　めんかい
およそ1時間、日本の米軍基地に関して話し合いが行われた。
　　　　じかん　にほん　べいぐんきち　かん　　はな　あ　　おこな

| 2201 | 大使<br>たいし | 名 ambassador/大使/đại sứ |
|---|---|---|
| 2202 | 大臣<br>だいじん | 名 minister/大臣/bộ trưởng |
| 2203 | 基地<br>きち | 名 (military) base/基地/căn cứ |

The new U.S. ambassador arrived in Japan and met for the first time with the Foreign Minister. For about one hour, they engaged in discussion about U.S. military bases in Japan./美国的新大使来日本，第一次和外务大臣面会。关于日本的美军基地的谈话，大概持续了1小时。/Đại sứ mới của Hoa Kỳ đã đến Nhật và lần đầu diện kiến Bộ trưởng Bộ Ngoại giao. Cuộc nói chuyện về căn cứ quân sự Hoa Kỳ tại Nhật diễn ra trong khoảng 1 tiếng.

◀)) 425

首相は、COP26 の会合に出席し、発展途上国の温暖化対策を
しゅしょう　　コップ　　　かいごう　しゅっせき　　はってん と じょうこく　おんだん か たいさく
支援する方法について演説した。
しえん　　ほうほう　　　　えんぜつ

**Topic 22** ● 政治

| 2204 | 会合[する]<br>かいごう | 名 動3自 assembly, gather/集会[集会]/cuộc hội họp, hội họp |
|---|---|---|
| 2205 | 対策[する]<br>たいさく | 名 動3自 action, countermeasure/対策[应对]/biện pháp đối phó, giải quyết |
| 2206 | 演説[する]<br>えんぜつ | 名 動3自 address, make a speech/演说[演讲]/bài diễn thuyết, diễn thuyết |

The Prime Minister attended the COP26 gathering and gave a speech on countermeasures to help developing countries fight global warming./首相出席了COP26集会，演讲了关于支援发展中国家温暖化对策的方法。/Thủ tướng có mặt trong buổi họp COP26 và diễn thuyết về phương pháp hỗ trợ các biện pháp đối phó với sự nóng lên toàn cầu ở các nước đang phát triển.

◀)) 426

日本の封建的な政治は、1200 年代から約 700 年に渡って続い
にほん　ほうけんてき　せいじ　　　　　　　ねんだい　　やく　　ねん わた　　つづ
たが、明治政府によって廃止された。
めいじせいふ　　　　　はいし

| 2207 | 封建的な<br>ほうけんてき | ナ feudal/封建的/mang tính phong kiến |
|---|---|---|
| 2208 | ↔ 民主的な<br>みんしゅてき | ナ democratic/民主的/mang tính dân chủ |
| 2209 | ～年代<br>ねんだい | 接尾 ~ era, era of ~/~年代/những năm ~ |

311

Feudal rule in Japan lasted for about 700 years, starting from the era of the 1200s, but was abolished by the Meiji government./从1200年代开始的700年，日本一直是封建的政治。但明治政府将此废止。/Chính trị mang tính phong kiến của Nhật Bản tuy đã kéo dài khoảng 700 năm từ những năm 1200, nhưng đã bị bãi bỏ bởi chính phủ Minh Trị.

◁)) 427

「民主主義」とは「国のあり方を決める権利は国民が持っている」
と考える政治体制のことである。民主主義において、政治家は
我々国民の代理人である。しかし、実際には、その権力を自分
のために使い、不正を行う役人も少なくない。

| | | |
|---|---|---|
| 2210 民主主義<br>みんしゅしゅぎ | | 名 democracy/民主主义/chủ nghĩa dân chủ |
| 2211 体制<br>たいせい | | 名 system/体制/thể chế |
| 2212 我々<br>われわれ | | 名 we, us/我们/chúng ta |
| 2213 代理人<br>だいりにん | | 名 agent, representative/代理人/người đại diện |
| 2214 ＋代理[する]<br>だいり | | 名 動3他 proxy, act as proxy/代理[代理]/sự đại diện, thay thế, đại diện |
| 2215 不正<br>ふせい | | 名 injustice/不正当/bất chính |
| 2216 役人<br>やくにん | | 名 government official, bureaucrat/公职人员/quan chức, viên chức Nhà nước |

Democracy is a political system that holds that citizens have the right to decide the state of their nation. In a democracy, politicians are the representatives of us, the people. In reality, however, there are many government officials who use their power for their own benefit and act unjustly./所谓「民主主义」的政治体制思想就是「国民有权决定国家应有的样子」。在民主主义当中，政治家只是我们国民的代理人。但实际上却有不少公职人员把权力用在自己身上，进行不正当行为。/"Chủ nghĩa dân chủ" là thể chế chính trị cho rằng "quyền quyết định cách tồn tại của quốc gia do người dân nắm giữ". Trong chủ nghĩa dân chủ, chính trị gia là người đại diện người dân chúng ta. Nhưng thực tế, cũng không ít quan chức sử dụng quyền đó cho bản thân để làm việc bất chính.

# 環境・科学
かんきょう・かがく

Environment & Science /
环境・科学 /
Môi trường – Khoa học

No. 2217-2360

◀)) 428

九州は比較的温暖な気候であるが、大陸の砂漠から黄砂が飛ん
きゅうしゅう ひかくてき おんだん きこう たいりく さばく こうさ と
でくる。黄砂がひどいときには遠くの山脈が隠れて見えなくな
こうさ とお さんみゃく かく み
ることもある。また、黄砂は人間の循環器や呼吸器の病気に影
こうさ にんげん じゅんかんき こきゅうき びょうき えい
響するとの報告もある。
きょう ほうこく

| | | | |
|---|---|---|---|
| 2217 | 温暖な<br>おんだん | ナ | mild/温暖的/ôn hòa |
| 2218 | 砂漠<br>さばく | 名 | desert/沙漠/sa mạc |
| 2219 | 山脈<br>さんみゃく | 名 | mountain range/山脉/dãy núi |
| 2220 | 循環[する]<br>じゅんかん | 名 動3他 | circulation, circulate/循环[循环]/sự tuần hoàn, tuần hoàn |

The island of Kyushu has a relatively mild climate, but yellow sand often blows in from continental deserts. When this yellow sand is severe, it can even obscure distant mountain ranges from view. Reports also suggest that it can impair human circulatory and respiratory functions./相比之下，九州的气候比较温暖。但从大陆沙漠会飞来黄沙。黄沙严重时，还会看不见远处的山脉。还有，有报告说黄沙会对人类的循环器官，呼吸器官有影响导致生病。/Kyushu có khí hậu tương đối ôn hòa nhưng có hoàng sa bay đến từ sa mạc ở lục địa. Khi hoàng sa nhiều thì có khi dãy núi ở xa bị che khuất, không nhìn thấy được. Ngoài ra, còn có báo cáo cho rằng hoàng sa ảnh hưởng đến các bệnh về hệ tuần hoàn và hệ hô hấp của con người.

🔊 429

A：久しぶり。この前の<u>学会</u>以来だね。都市と公園に<u>関する論文</u>は書けた？

B：まあね。<u>構成</u>に少し悩んだけれど、なんとか書き上げて、今は細かいところをチェックしてる<u>段階</u>だよ。後は<u>要約</u>も書かないと。論文を出すからには<u>完璧な</u>ものを目指さないとね。

A：そうだね。ちゃんと論文の<u>要点</u>が伝わるようにね。

| | | |
|---|---|---|
| 2221 ☐ | 学会<br>がっかい | 名 (academic) conference/学术会议/học hội, hội nghị khoa học |
| 2222 ☐ | 関する<br>かん | 動3自 be related to, be about/关于/về, liên quan đến |
| 2223 ☐ | 論文<br>ろんぶん | 名 paper, essay/论文/luận văn |
| 2224 ☐ | 構成[する]<br>こうせい | 名 動3他 structure, compose/构思[构思]/cấu trúc, xây dựng |
| 2225 ☐ | 段階<br>だんかい | 名 stage/阶段/giai đoạn |
| 2226 ☐ | 要約[する]<br>ようやく | 動3他 abstract, summarize/摘要[概括]/khái quát, tóm lược |
| 2227 ☐ | 完璧な<br>かんぺき | ナ perfect/完美的/hoàn hảo |
| 2228 ☐ | 要点<br>ようてん | 名 key point/要点/điểm quan trọng |

A: It's been a while. Since the last conference, I think. Did you write that paper about cities and parks? B: Well, yes. I had a little trouble with the structure of the paper, but I managed to finish it and now I'm just at the detail-checking stage. I also need to write an abstract. I want to make sure it's perfect before I submit it. A: Well, that's right. Make sure you communicate all your key points./A: 好久不见。上次的学术会议之后就没见了。关于都市和公园的论文写好了吗？ B: 差不多。虽然我有点烦恼论文的构思，但还是写出来了。现在是检查细节的阶段。之后还得写摘要。目标当然是交完美的论文。 A: 说的也是，你要传递论文的要点才行哦。/A: Lâu ngày quá. Kể từ hội nghị khoa học lần trước nhỉ. Chị đã viết được luận văn về đô thị và công viên chưa? B: Tàm tạm. Tuy có đau đầu ở cấu trúc luận văn nhưng rồi cũng viết xong, giờ đang ở giai đoạn kiểm tra những chi tiết. Sau đó còn phải viết khái quát. Một khi nộp luận văn thì phải hướng đến bài viết hoàn hảo chứ đúng không. A: Đúng vậy, phải làm sao để truyền tải được điểm quan trọng của luận văn chứ.

A：マイクロプラスチックによる海洋汚染が南極にまで広がっていることが観測されたんだって。

B：マイクロプラスチックって何？

A：極小のプラスチックのこと。貝やウミガメが誤って吸い込んじゃうんだ。だからプラスチックごみを減らす必要があってね。

B：なるほど。私も再利用できるエコバッグとか使おうかな。

| 2229 | 海洋 かいよう | 名 ocean, sea/海洋/hải dương, biển |
| 2230 | 汚染[する] おせん | 名 動3他 pollution, pollute/污染[污染]/sự ô nhiễm, ô nhiễm |
| 2231 | 南極 なんきょく | 名 Antarctic, South Pole/南极/Nam Cực |
| 2232 | ↔ 北極 ほっきょく | 名 Arctic, North Pole/北极/Bắc Cực |
| 2233 | 観測[する] かんそく | 名 動3他 observation, observe/预测[观测]/sự quan sát, quan sát |
| 2234 | 極〜 ごく | 接頭 extra ~, extremely ~/极~/cực ~ |
| 2235 | 再利用[する] さいりよう | 名 動3他 reuse, reuse/再利用[再利用]/sự tái sử dụng, tái sử dụng |
| 2236 | エコバッグ | 名 eco-bag/环保袋/túi sinh thái, |
| 2237 | + エコ | 名 eco (ecological)/环保/sinh thái |

A: Ocean pollution caused by microplastics has been observed spreading to the Antarctic. B: What are microplastics?/A: 听说观测到因为微塑料，海洋污染已经扩大到南极了。 B: 微塑料是什么？ A: 就是极小的塑料。贝壳，海龟会误食到。所以需要减少塑料垃圾才行。 B: 原来如此。那我也用可以再利用的环保袋好了。/A: Nghe nói người ta đo được ô nhiễm biển do vi nhựa lan rộng đến tận Nam Cực rồi đấy. B: Vi nhựa là gì? A: Là nhựa cực nhỏ. Nghêu sò hay rùa biển này kia nuốt nhầm luôn đấy. Cho nên cần phải giảm rác nhựa. B: Ra là vậy. Chắc tôi cũng phải dùng túi sinh thái có thể tái sử dụng.

Topic 23 環境・科学

🔊 **431**

A：地球温暖化で赤道近くの島が沈むって本当なの？
 ちきゅうおんだんか せきどうちか しま しず ほんとう

B：今、二酸化炭素のような温室効果ガスが増えて地球の気温
 いま にさんかたんそ おんしつこうか ふ ちきゅう きおん
が高まる傾向にあるんだ。その影響の一つとして、南極の
 たか けいこう えいきょう ひと なんきょく
氷が解けて海水面が2050年には20cmも上がると予測さ
 こおり と かいすいめん ねん あ よそく
れているんだよ。

A：そうなんだ。地球は危機的な状況にあるんだね。
 ちきゅう ききてき じょうきょう

| | | |
|---|---|---|
| 2238 ☐ | 地球温暖化<br>ち きゅうおんだん か | 名 global warming/地球温暖化/tình trạng trái đất nóng lên |
| 2239 ☐ | 赤道<br>せきどう | 名 equator/赤道/đường xích đạo |
| 2240 ☐ | 二酸化炭素<br>に さん か たん そ | 名 carbon dioxide/二氧化碳/khí cacbon dioxit (CO2) |
| 2241 ☐ | 温室効果ガス<br>おんしつこう か | 名 greenhouse gas/温室气体/khí nhà kính |
| 2242 ☐ | ✛温室<br>おんしつ | 名 greenhouse/温室/nhà kính |
| 2243 ☐ | 傾向<br>けいこう | 名 tendency/傾向/khuynh hướng |
| 2244 ☐ | 予測[する]<br>よ そく | 名 動3他 prediction, predict/预测[预测]/sự dự đoán, dự đoán |
| 2245 ☐ | 危機<br>き き | 名 crisis/危机/nguy cơ, nguy hiểm |

A: Is it true that global warming will cause inundation of islands near the equator? B: At the moment, the Earth's temperature has a tendency to rise due to an increase in greenhouse gases such as carbon dioxide. One effects of this is the melting of Antarctic ice, and sea levels are predicted to rise 20 cm by 2050. A: That's true. Right now, the Earth is in crisis./A: 因为地球温暖化导致赤道附近的岛要沉了，是真的吗？ B: 现在像二氧化碳这种温室气体的增加，让地球的气温有升高的倾向。其中一个影响，就是预测到南极的冰会融化，到2050年海水面会升高20厘米呢。 A: 是哦。地球处在危机状况呀。/A: Việc một hòn đảo gần đường xích đạo bị chìm do tình trạng trái đất nóng lên có thật không vậy? B: Bây giờ, khí nhà kính như CO2 tăng lên, nhiệt độ trái đất có khuynh hướng tang cao mà. Một trong những ảnh hưởng đó là băng ở Nam Cực tan chảy, mặt nước biển được dự đoán sẽ tăng những 20cm vào năm 2050 đấy. A: Vậy à? Thì ra trái đất đang ở trong tình trạng nguy hiểm nhỉ.

A：あれ、異常な値が出た。100未満の値になるはずなのに。
引用した文献の値が異なってるのかなぁ。

B：数式を確認してみよう。…ほら、このイコールの後の値が
誤ってるよ。

A：あ、ほんとだ。よし、これでもう一度やってみよう。

B：よろしくね。結果は小数点第1位まで四捨五入しないといけないよ。

| 2246 | 異常な<br>いじょう | ナ unusual, abnormal/异常的/kỳ lạ, bất thường |
|---|---|---|
| 2247 | 引用[する]<br>いんよう | 名 動3他 citation, quote/引用[引用]/sự trích dẫn, trích dẫn |
| 2248 | 文献<br>ぶんけん | 名 reference, literature/文献/tài liệu |
| 2249 | 異なる<br>こと | 動1自 differ/不同/khác biệt |
| 2250 | イコール | 名 equal sign/等于/dấu bằng |
| 2251 | 誤る<br>あやま | 動1他 be wrong/错/sai, nhầm |
| 2252 | ＋誤り<br>あやま | 名 mistake, error/错误/lỗi sai, sự sai |
| 2253 | 四捨五入[する]<br>ししゃごにゅう | 名 動3他 rounding, round off, round up/四舍五入[四舍五入]/sự làm tròn số, làm tròn số |

A: Hey, I got an abnormal value. It should be under 100. I wonder if this differs from the values in the cited references. B: Let's check the formula. Oh, I see. The value after the equal sign here is wrong. A: Oh, really? Okay, I'll try it again./A: 诶，出现异常数值了。应该是未满100的数值才对呀。难道引用文献的数值不同。 B: 我来确认公式。你看…这个等于后面的数值错了呀。 A: 啊，真的耶。好，我再试一次看看。 B: 拜托了哦。答案要在小数点第一位四舍五入哦。/A: Ủa, ra chỉ số kỳ lạ quá. Phải là chỉ số dưới 100 chứ? Chỉ số tài liệu trích dẫn bị sai khác hay sao ta? B: Kiểm tra lại công thức tính đi. …Đây này, chỉ số phía sau dấu bằng này sai rồi. A: Ờ, đúng rồi nhỉ. Rồi, thử làm lại bằng cái này xem sao. B: Phiền anh nhé. Phải làm tròn số lên hàng đơn vị 1 sau dấu thập phân đấy nhé.

A：ねえ、この記事見て。1891年に統計が始まって以来、二
　　酸化炭素濃度が高まるのに比例して、世界の平均気温が
　　2021年までに約0.95度も上がったんだって。

B：そうなんだ。確かにこの図表を見てもはっきりと分かるね。

A：この研究所もパリ協定に基づいた目標を掲げて、翌年以降
　　の達成を目指してるよ。

| | | |
|---|---|---|
| 2254 □ | 統計<br>とうけい | 名 statistics/统计/thống kê |
| 2255 □ | 濃度<br>のうど | 名 concentration, density/浓度/nồng độ |
| 2256 □ | 比例[する]<br>ひれい | 名 動3自 proportion, be proportional to/比例[比例]/tỉ lệ, đưa ra ví dụ để so sánh |
| 2257 □ | 図表<br>ずひょう | 名 diagram/图表/biểu đồ |
| 2258 □ | 基づく<br>もと | 動1自 base/基于/dựa vào |
| 2259 □ | 翌年<br>よくねん/よくとし | 名 following year/第二年/năm sau, năm tiếp theo |
| 2260 □ | 達成[する]<br>たっせい | 名 動3他 accomplishment, achieve/达成[达成]/sự đạt được, đạt được |

A: Hey, look at this article. It says that since statistics were first collected in 1891, the world's average temperature has risen by about 0.95°C by 2021, proportionally to the increase in concentration of carbon dioxide. B: I see. That's certainly clear looking at this diagram. A: This research institute has also declared goals based on the Paris Agreement, and aims to achieve them from the following year./A: 你看这个报导。自1891年开始统计以来，和二氧化碳浓度增加成比例，2021年为止世界的平均温度也提高了0.95度呢。 B: 这样呀。的确，看这个图表也很清楚。 A: 这个研究所表明目标是基于巴黎和平协约，争取在第二年以后达成目标呢。/A: Nè, xem bài phóng sự này đi. Kể từ khi bắt đầu thống kê vào năm 1891, so với nồng độ CO2 tăng cao thì nhiệt độ trung bình của thế giới tăng khoảng 0,95 độ cho đến năm 2021 đó. B: Vậy sao? Đúng là nhìn biểu đồ này cũng hiểu rõ nhỉ. A: Viện nghiên cứu này sẽ đưa ra mục tiêu dựa vào Hiệp định Paris và hướng đến đạt được mục tiêu từ năm tiếp theo trở đi đó.

A：ねえ、聞いた？ 例の地域の<u>水質</u>調査結果。検査<u>機関</u>による
　と汚染物質の濃度が<u>平均</u>より<u>およそ</u>５倍も高かったんだって。一応は<u>基準</u>値<u>未満</u>だったみたいだけど。

B：それはびっくりだね。

A：基準値未満とは言え、この<u>事実</u>をどう<u>解釈</u>するかが<u>重要</u>だね。今後は汚染物質を<u>薄める</u>ための対策をとらないと。

| | | |
|---|---|---|
| 2261 □ | 水質<br>すいしつ | 名 water quality/水质/chất lượng nước |
| 2262 □ | 機関<br>きかん | 名 agency, institute/机构/cơ quan |
| 2263 □ | およそ | 名 副 approximately/大概/ước tính |
| 2264 □ | 基準<br>きじゅん | 名 standard/标准/tiêu chuẩn |
| 2265 □ | ～未満<br>みまん | 接尾 below ~/少于～/dưới ~ |
| 2266 □ | 事実<br>じじつ | 名 fact/事实/sự thật |
| 2267 □ | 解釈[する]<br>かいしゃく | 名 動3他 interpretation, interpret/说明[说明]/sự giải thích, giải thích, diễn giải |
| 2268 □ | 薄める<br>うす | 動2他 dilute, weaken/稀释/làm cho nhạt đi, làm giảm (nồng độ) |

A: Hey, did you hear about the results of the water quality survey in the sample area?
According to the survey agency, the concentration of pollutants was approximately five times higher than average. Although it seems to be below the standard value. B: That's surprising./
A: 诶，你听说了吗？那个地区的水质调查结果，听检查机构说，污染物质的浓度比平均要高大概5倍左右呢。但还是少于标准数值。B: 那真是会吓一跳。A: 虽然说是少于标准数值，但要怎么解释这个事实才是最重要的。今后要想对策稀释污染物质才行。/A: Nè, nghe gì chưa?
Kết quả vụ điều tra chất lượng nước của khu vực lần trước á. Theo cơ quan kiểm nghiệm thì nồng độ chất ô nhiễm cao hơn đến những 5 lần số liệu trung bình đấy. Tuy là hình như dưới mức tiêu chuẩn nhưng mà.. B: Đúng là bất ngờ nhỉ. A: Cho dù là dưới mức tiêu chuẩn thì quan trọng là giải thích sự thật này thế nào đây? Trong tương lai, phải có biện pháp để làm giảm nồng độ chất ô nhiễm nữa.

◁)) 435

彼は幼い頃から毎日琵琶湖に通っては<u>顕微鏡</u>を覗き続けた。周
<small>かれ おさな ころ まいにち び わ こ かよ　　　けん び きょう　　のぞ　　つづ　　　まわ</small>
りに<u>けなされたり</u>、からかわれたりしても、<u>めげず</u>に努力を重ね、
<small>　　　　　　　　　　　　　　　　　　　　　　　　ど りょく かさ</small>
ついに世界的なプランクトンの研究者になった。
<small>　　せ かいてき　　　　　　　　　　　　　けんきゅうしゃ</small>

| 2269 ☐ | 顕微鏡<br><small>けん び きょう</small> | 名 microscope/显微镜/kính hiển vi |
| --- | --- | --- |
| 2270 ☐ | けなす | 動1他 ridicule/瞧不起/gièm pha, chê bai |
| 2271 ☐ | めげる | 動2自 be discouraged/气馁/nản lòng |

Ever since he was a child, he'd go to Lake Biwa every day and observe things through a
microscope. People ridiculed and teased him, but he never got discouraged, and he finally
became a world-renowned plankton researcher./他从小时候开始就每天往返琵琶湖，一直看
显微镜。周围的人都瞧不起他，嘲笑他，他也不气馁的一直努力。终于成为了世界上有名的浮
游生物研究者。/Từ nhỏ, anh ấy đã lui tới hồ Biwa mỗi ngày và liên tục soi kính hiển vi. Cho
dù có bị xung quanh gièm pha, trêu chọc, anh ấy cũng không nản lòng mà liên tục nỗ lực,
cuối cùng trở thành nhà nghiên cứu sinh vật trôi nổi tầm cỡ thế giới.

◁)) 436

A：あの、この大きな<u>装置</u>は何ですか？
<small>　　　　　　　おお　　そうち　　なん</small>
B：顕微鏡だよ。よかったら覗いてみる？
<small>　けん び きょう　　　　　　　　　のぞ</small>
A：はい。…わあ、<u>大小</u>さまざまなプランクトンが<u>無数</u>にいま
<small>　　　　　　　　だいしょう　　　　　　　　　　　　　　む すう</small>
　すね。どれも<u>ユニーク</u>な形をしてるなあ。
<small>　　　　　　　　　　　　かたち</small>
B：でしょう。そっちの引き出しにはプランクトンの<u>標本</u>がた
<small>　　　　　　　　　ひ だ　　　　　　　　　　　　　ひょうほん</small>
　くさん入ってるよ。
<small>　　　はい</small>

| 2272 ☐ | 装置<br><small>そう ち</small> | 名 device, apparatus/设备/thiết bị |
| --- | --- | --- |
| 2273 ☐ | 大小<br><small>だいしょう</small> | 名 all sizes/大小/lớn nhỏ |
| 2274 ☐ | 無数な<br><small>む すう</small> | ナ countless/无数的/vô số |
| 2275 ☐ | ユニークな | ナ unique/有趣的/độc đáo |
| 2276 ☐ | 標本<br><small>ひょうほん</small> | 名 specimen/标本/tiêu bản |

A: What is this large device? B: It's a microscope. Would you like to take a look through it? A: Yes. Wow, there are countless plankton of all sizes. They all have such unique shapes. B: That's right. That drawer contains many specimens of plankton./A: 请问，这个大设备是什么？ B. 是显微镜。如果你想看可以看看。 A: 是。唯…，有无数个大小不一，各式各样的浮游生物。每个都是有趣的形状。 B: 是吧。那个抽屉里有很多浮游生物的标本哦。/A: Xin lỗi, cái thiết bị lớn này là gì vậy? B: Là kính hiển vi đấy. Anh có thể xem qua nếu muốn? A: Vâng… Ôi, có vô số sinh vật trôi nổi lớn nhỏ khác nhau nhỉ. Con nào cũng có hình dáng độc đáo. B: Đúng không? Trong học tủ đó có nhiều tiêu bản sinh vật trôi nổi lắm đấy.

🔊 **437**

A：猫は固体か液体かってテーマで論じたものがあるんだ。見方によっては、猫は液体だって証明しててね。なんとあのイグ・ノーベル賞をとったんだよ！
B：その研究俺も知ってる。まさに学問は疑うことから始まるって感じだよね。

| 2277 | 固体 こたい | 名 solid/固体/thể rắn |
| 2278 | 論じる／論ずる ろん／ろん | 動2他 動3他 argue/讨论/lập luận, tranh cãi |
| 2279 | 証明[する] しょうめい | 名 動3他 proof, prove/证明[证明]/sự giải thích, giải thích |
| 2280 | ＋ 証明書 しょうめいしょ | 名 certificate/证明书/giấy giải thích, giấy hướng dẫn |
| 2281 | 学問 がくもん | 名 learning/知识/học vấn |
| 2282 | 疑う うたが | 動1他 doubt/质疑/nghi ngờ |
| 2283 | ＋ 疑い うたが | 名 doubt/怀疑/sự nghi ngờ |

A: There's a paper that argues the subject of whether cats are solid or liquid. And it proves that, depending on how you look at it, cats are liquid. It even won the Ig Nobel Prize! B: Oh, I heard about that research. It seems to me that learning begins with doubting./A: 曾经有个主题讨论说猫到底是固体还是液体。结果因看法不同竟然证明了猫是液体，还拿到了那个搞笑诺贝尔奖呢！ B: 我也知道那个研究。这种感觉就是知识是从质疑开始。/A: Trong quá khứ từng có người lập luận với đề tài mèo là thể rắn hay thể lỏng đó. Tùy theo cách nhìn mà họ giải thích mèo là thể lỏng. Và nào ngờ là giành giải Ig Nobel đó! B: Nghiên cứu đó tôi cũng biết. Cảm thấy đúng là học vấn thì phải bắt đầu từ nghi ngờ nhỉ.

🔊 438

この地域では以前、汚染された魚を住民が食べたことで病気に
なるという<u>大規模な</u> <u>公害</u>が<u>起こった</u>。<u>やがて</u>その地域において
伝染病が広まっていると<u>でたらめな</u>ことを言う人が現れ、混乱
が<u>生じる</u>結果となった。

| 2284 | 大規模な<br>だい き ぼ | ナ large-scale/大规模的/qui mô lớn |
|---|---|---|
| 2285 | ↔ 小規模な<br>しょう き ぼ | ナ small-scale/小规模的/qui mô nhỏ |
| 2286 | 公害<br>こうがい | 名 environmental pollution/公害/gây hại, ô nhiễm môi trường |
| 2287 | やがて | 副 eventually/不久后/chẳng mấy chốc |
| 2288 | でたらめな | ナ nonsensical, baseless/胡说八道/bừa bãi, linh tinh |
| 2289 | 生じる／<br>しょう<br>生ずる<br>しょう | 動2自 動3自 arise, occur/发生/sinh ra, tạo ra |

In the past, there was a large-scale incident of environmental pollution in the area, in which residents became ill after eating contaminated fish. Eventually, some people started making nonsensical claims that an epidemic was spreading in the area, causing confusion to arise./以前在这个地方，有居民吃了被污染的鱼而生病，引起了大规模的公害。不久后开始有人出来胡说八道的说那个地方发生了传染病，结果发生混乱。/Lúc trước, ở khu vực này đã xảy ra vụ ô nhiễm môi trường qui mô lớn gây bệnh do cư dân ăn cá bị ô nhiễm. Chẳng bao lâu sau thì đã xuất hiện những người nói những chuyện linh tinh là bệnh truyền nhiễm lan rộng ở khu vực đó, kết quả là sinh ra hỗn loạn

🔊 439

地球温暖化に対し、我々が<u>直ちに</u>できることとしてエアコンの
温度管理がある。設定温度を管理することで<u>省エネ</u>を目指し、
発電所から出る二酸化炭素排出量を減らすのである。<u>具体的に</u>
は、冷房は<u>室温</u>28度、暖房は20度に設定するのが目安である。

| 2290 | 直ちに<br>ただ | 副 immediately, right now/马上/ngay lập tức |
| 2291 | 省エネ(ルギー)<br>しょう | 名 energy conservation/节约能源/tiết kiệm năng lượng |

| 2292 | 具体的な<br>ぐ たいてき | ナ specific, concrete/具体的/mang tính cụ thể, chi tiết |
|---|---|---|
| 2293 | ↔ 抽象的な<br>ちゅうしょうてき | ナ abstract/抽象的/mang tính trừu tượng |
| 2294 | 室温<br>しつおん | 名 room temperature/室温/nhiệt độ phòng |

One thing we can do right now to combat global warming is adjust the air conditioning temperature. By controlling the temperature settings, we aim to conserve energy and reduce carbon dioxide emissions from power plants. Specifically, the standard room temperature for air-conditioning should be set at 28℃ when cooling and 20℃ when heating./关于地球温暖化，我们马上可以做到的就是空调的温度管理。争取管理温度实现节约能源，发电厂的二氧化碳排出量也会减少。具体来说，参考温度是冷气调成室温28度，暖气调成室温20度。/Đối với tình trạng nóng lên toàn cầu, điều mà chúng ta có thể làm được ngay là quản lý nhiệt độ của máy điều hòa. Tức là hướng đến tiết kiệm năng lượng, làm giảm lượng khí thải CO2 từ nhà máy điện bằng cách quản lý nhiệt độ thiết lập. Cụ thể là máy lạnh thì để nhiệt độ phòng là 28 độ và máy sưởi thì để ở 20 độ.

◀))440

A：あ、この池アカミミガメがいるね。こんな身近（みぢか）な池（いけ）にもいるなんて。

B：カメなんてどの池にもいるじゃん。

A：あのアカミミガメは外来（がいらい）種で、原産（げんさん）はアメリカなんだよ。

B：えっ、そうなんだ。日本（にほん）のカメだと思（おも）い込（こ）んでいたよ。

| 2295 | 外来<br>がいらい | 名 imported, non-native/外来/ngoại lai |
|---|---|---|
| 2296 | 原産<br>げんさん | 名 origin (place of origin)/原产/nguồn gốc |
| 2297 | 思い込む<br>おも こ | 動1他 assume/以为/cho rằng, mặc định |

A: Hey, there are pond slider turtles in this pond. I can't believe they're in a local pond like this. B: You can find turtles in every pond. A: But the pond slider is a non-native species, originating from the United States. B: Oh, really? I'd assumed they were Japanese turtles./A: 啊，这个池塘里有红耳彩龟。没想到在眼皮下的池塘就有。 B: 不管哪个池塘都有乌龟吧。 A: 那个红耳彩龟是外来物种，是美国原产呢。 B: 诶，是哦。我一直以为是日本的乌龟。/A: Á, trong cái ao này có con rùa tai đỏ nhỉ. Không ngờ là nó có mặt ở cái ao gần gũi thế này. B: Ao nào mà chẳng có rùa? A: Rùa tai đỏ đó là chủng ngoại lai, nguồn gốc của nó ở Mỹ đó. B: Hả, vậy sao? Tôi cứ mặc định nó là rùa Nhật cơ.

🔊 441

水素と酸素は、生命の生存に重要な水を構成する気体だ。近年
ではその性質が自動車にも活用されている。水の電気分解の原理
を応用し、水素と酸素を化学反応させると、水に変化する過程で
電気が発生する。その電気を使って自動車を動かすのである。

| 2298 | 水素<br>すいそ | 名 hydrogen/氢/hydro |
|---|---|---|
| 2299 | 酸素<br>さんそ | 名 oxygen/氧气/oxy |
| 2300 | 生命<br>せいめい | 名 life/生命/sinh mệnh |
| 2301 | 生存[する]<br>せいぞん | 名 動3自 existence, exist/生存[生存]/sự sinh tồn, sinh tồn |
| 2302 | 気体<br>きたい | 名 gas/气体/chất khí |
| 2303 | 性質<br>せいしつ | 名 property/性质/tính chất |
| 2304 | 原理<br>げんり | 名 principle/原理/nguyên lý |

Hydrogen and oxygen are gases that comprise water, which is crucial for life to exist. In recent years, their properties have been utilized in automobiles. Using the principle of electrolysis of water, when hydrogen and oxygen react chemically, electricity is generated in the process of transforming the water, which is then used to power automobiles./氢和氧气是生命生存中最重要的水来构成的气体。近年也有车子利用这个性质。应用水的电解原理，让氢和氧气有了化学反应后，在水的变化过程中产生电。就是用这个电来实现车子的动力。/Hydro và oxy là chất khí tạo nên nước, là chất quan trọng trong sự sinh tồn của sinh mệnh. Những năm gần đây, tính chất đó cũng được sử dụng hiệu quả trong xe ô tô. Khi áp dụng nguyên lý phân giải điện của nước, cho hydro và oxy phản ứng hóa học thì điện phát sinh trong quá trình thay đổi thành nước. Người ta sử dụng điện đó để cho xe ô tô chạy.

🔊 442

A：ねえ、この記事見て。この子、磁石にひっつくかどうかでア
ルミ缶とスチール缶を分別するごみ箱を発明したんだって！
B：それは実用的だね！なるほど、磁石の引力を利用したんだ。
A：なんと、その発明で省資源活動の賞まで受賞したらしいよ。

| 2305 | 磁石<br>じしゃく | 名 magnet/磁铁/nam châm |

| 2306 □ | ひっつく | 動 1 自 stick to, adhere/黏住/dính, bị hít vào |
|---|---|---|
| 2307 □ | アルミ(ニウム) | 名 aluminum (in the UK, aluminium)/铝/nhôm |
| 2308 □ | 引力 いんりょく | 名 attraction/引力/sức hút |
| 2309 □ | 省〜 しょう | 接頭 〜 conservation/节约 〜/Bộ 〜 |
| 2310 □ | 受賞[する] じゅしょう | 名 動 3 他 award, win a prize/获奖[获奖]/sự đạt giải, đạt giải |

A: Hey, look at this article. This kid has invented a garbage can that separates aluminum cans from steel cans based on whether or not they stick to a magnet. B: That's very practical! I see. It uses magnetic attraction. A: I heard he even won a prize for resource conservation for his invention./A: 我说，你看这个报导。这孩子利用磁铁会不会粘住的特性，发明了分类铝罐和铁罐的垃圾桶！ B: 这好实用呀！原来如此，就是利用磁铁的引力。 A: 而且没想到这个发明还在节约资源活动中获奖了呢。/A: Nè, đọc bài phóng sự này đi. Đứa bé này dựa vào việc có bị hít vào nam châm hay không mà đã phát minh ra thùng rác phân loại lon nhôm và lon thép đấy! B: Thực tế nhỉ! Ra là vậy, lợi dụng sức hút của nam châm. A: Nghe đâu là không ngờ phát minh đó đã đạt được cả giải hoạt động của Bộ Tài nguyên đó.

🔊 443

原子力発電には放射線物質が利用される。この放射線物質が放射線を出す能力のことを放射能と呼び、放射能は年月が経つにつれ弱まる性質を持っている。

| 2311 □ | 原子力発電 げんしりょくはつでん | 名 nuclear power generation/原子能发电/nhà máy điện hạt nhân |
|---|---|---|
| 2312 □ | ＋発電[する] はつでん | 名 動 3 他 power generation, generate power/发电[发电]/sự phát điện, phát điện |
| 2313 □ | 放射能 ほうしゃのう | 名 radioactivity/放射能/phóng xạ |
| 2314 □ | 年月 ねんげつ | 名 time (months and years)/岁月/thời gian, năm tháng |

Radioactive materials are used in nuclear power generation. The ability of radioactive materials to emit radiation is called radioactivity, and this radioactivity weakens with the passing of time./原子能发电需要用到放射线物质。这个放射线物质发出放射线的能力被称为放射能。而放射能的特质就是会通过岁月衰弱。/Trong nhà máy điện hạt nhân có vật chất phóng xạ được sử dụng. Người ta gọi năng lực phát ra tia phóng xạ của vật chất phóng xạ này là phóng xạ, phóng xạ có tính chất yếu dần theo thời gian.

🔊 444

原子力発電は二酸化炭素を排出しない、他の発電方法に比べて
発電コストが安定するという魅力がある一方、その危険さから
反原発運動が続いている。

| 2315 | 排出 [する] はいしゅつ | 名 動3他 emission, discharge/排出[排出]/sự thải ra, thải ra |
| --- | --- | --- |

| 2316 | 反〜 はん | 接頭 anti-/反〜/phản 〜, phản đối 〜 |
| --- | --- | --- |

While nuclear power is attractive because it emits no carbon dioxide and is more cost-effective than other methods of power generation, its dangers have led to the ongoing anti-nuclear power movement./原子能发电的魅力就是不会排出二氧化碳，和其他发电方式相比发电成本低又稳定。但另一方面，因为实在太危险至今都持续着反原子能发电运动。/Nhà máy điện hạt nhân có sức hấp dẫn là không thải ra khí CO2, chi phí ổn định so với các phương pháp phát điện khác, nhưng mặt khác, phong trào phản đối phát điện hạt nhân vẫn tiếp tục đó tính chất nguy hiểm nói trên.

🔊 445

原始時代、火の発見は人類の進化に大きく貢献した。ヒトの祖
先は摩擦を用いて火を起こすことを覚え、そこから火を使うい
ろいろな道具が発明された。こうして、ヒトと火の密接な関係
が今も続いている。

| 2317 | 原始 げんし | 名 primitive state, origin/原始/nguyên thủy |
| --- | --- | --- |

| 2318 | 人類 じんるい | 名 humanity, human species/人类/nhân loại, loài người |
| --- | --- | --- |

| 2319 | 祖先 そせん | 名 ancestor/祖先/tổ tiên |
| --- | --- | --- |

| 2320 | 摩擦 まさつ | 名 friction/摩擦/ma sát |
| --- | --- | --- |

| 2321 | 用いる もち | 動2他 use, utilize/用/dùng |
| --- | --- | --- |

| 2322 | こうして | 接続 in this way, thus/就这样/cứ như thế, như thế đó |
| --- | --- | --- |

| 2323 | 密接な みっせつ | ナ close/密切的/mật thiết |
| --- | --- | --- |

In primitive times, our discovery of fire contributed greatly to humanity's evolution. Our ancestors learned to make fire using friction, and from there invented various tools that use fire. In this way, the close relationship between humans and fire continues to this day./原始时代发现火，贡献了人类很大的进步。人类的祖先学习用摩擦生火，然后使用火来发明了各式各样的道具。就这样，至今人类和火还是保持着密切的关系。/Thời nguyên thủy, việc phát hiện ra lửa đã cống hiến lớn cho sự tiến hóa của nhân loại. Tổ tiên loài người đã ghi nhớ việc lợi dụng ma sát để tạo ra lửa, từ đó, nhiều công cụ khác nhau có sử dụng lửa được chế tạo ra. Cứ như thế, mối quan hệ mật thiết giữa con người và lửa vẫn tiếp tục đến tận ngày nay.

🔊 **446**

A：複写の申請してた論文が、やっと届いたよ。

B：このデジタル時代に大変だったね。

A：まったくだよ。今度から真空発生装置を使った実験をするんだけど、まずはこの論文と同じ結果が出るか試すんだ。

B：あの装置全然使ってないよね。維持費高いのに。

A：だから使えるか確認から。確認項目いくつあったっけ。

| 2324 | 複写[する] ふくしゃ | 名 動3他 duplicate, copy/复印[复印]/sự sao chép, photo |
|---|---|---|
| 2325 | 真空 しんくう | 名 vacuum/真空/chân không |
| 2326 | 維持[する] いじ | 名 動3他 maintenance, maintain/维持[维持]/sự duy trì, duy trì |
| 2327 | 項目 こうもく | 名 item/项目/hạng mục |

A: That paper I applied for a copy of finally arrived. B: That's rough, in this digital age. A: Exactly. I'm going to do an experiment using a vacuum generator, but first I want to see if I can get the same results as in this paper. B: You haven't used that apparatus at all, have you? It costs a lot to maintain. A: That's why I'll start by confirming it's ready to use. Now, how many items did I have to check?/A: 我申请复印的论文终于寄来了。B: 在这个数码时代，真辛苦。A: 真的是。下次我要使用真空发生器做实验，首先我要试试看结果会不会和这个论文一样。B: 那个设备维持费用那么高，结果根本没人用。A: 所以我还要确认能不能用，确认项目有几个来着？/A: Cuối cùng thì luận văn mà tớ xin photo đã đến rồi đấy. B: Ở thời điện tử này thì vất vả nhỉ. A: Hoàn toàn đúng. Từ lần tới, tớ sẽ làm thí nghiệm dùng thiết bị phát sinh chân không để trước tiên là thử xem có kết quả giống với luận văn này không. B: Cậu không hề dùng đến thiết bị đó nhỉ. Phí duy trì đắt thế mà lại… A: Cho nên mới kiểm tra xem có sử dụng được không. Không biết có mấy hạng mục kiểm tra nhỉ.

🔊 447

A：岡島大学の先生の講演面白かったよ。私哲学に関しては
素人なんだけど、とっても分かりやすかったんだ。

B：それはよかったね。

A：評判通りのすごい先生だったよ。特に言葉の使い方につい
て述べていたところが面白かったなあ。

| 2328 | 哲学 てつがく | 名 philosophy/哲学/triết học |
| 2329 | 素人 しろうと | 名 amateur/门外汉/người nghiệp dư, không chuyên |
| 2330 | 述べる の | 動2他 express, explain, speak/叙述/trình bày |

A: I enjoyed the professor's lecture at Okajima University. I'm only an amateur at philosophy, but it was very easy to understand. B: That's great. A: He's a great teacher, as his reputation suggests. I especially enjoyed it when he spoke about the use of language./A: 冈岛大学老师的演讲有有趣哦。关于哲学我是门外汉，但我觉得他说的好易懂哦。 B: 那真是太好了。 A: 就如大家赞赏的一样，是个好厉害的老师。尤其是关于叙述说话的用语那里，好有趣。/A: Giờ giảng của giảng viên ở trường đại học Okajima thú vị lắm đấy. Tôi là đứa không chuyên về triết học mà cũng thấy dễ hiểu quá trời. B: Vậy tốt quá rồi. A: Giảng viên tuyệt vời đúng như đánh giá. Đặc biệt, chỗ trình bày về cách sử dụng từ ngữ thật thú vị.

🔊 448

A：本施設には天然ガスが貯蔵されています。通常は発電用の
燃料として使用されていますが、場合によっては都市ガス
の原料としても利用されます。

B：この施設の敷地面積はどのくらいなんですか。

A：そうですね。おおよそ東京ドーム17個分です。

| 2331 | 本〜 ほん | 接頭 this ~/本~/~ này, ~ chúng tôi |
| 2332 | 天然 てんねん | 名 natural/天然/thiên nhiên |
| 2333 | 貯蔵[する] ちょぞう | 名 動3他 stockpile, store/储藏[储藏]/sự tích trữ, tích trữ |
| 2334 | 通常 つうじょう | 名 usual situation/通常/thông thường |

| 2335 □ | おおよそ | 名 副 approximation, roughly/大约/khoảng, đại khái |

| 2336 □ | ドーム | 名 dome/巨蛋/mái vòm |

A: Natural gas is stored at this facility. It's usually used as fuel for generating power, but in some cases it's also used for the city's gas supply. B: How large in area is the facility site? A: Right. It's roughly the size of 17 Tokyo Domes./A: 本机构储藏了天然气。通常来说是用于发电用的原料。但有时候也会使用于都市煤气的原料。B: 这个机构占地大概多大呢？ A: 嗯～。大约是17个东京巨蛋。/A: Ở cơ sở chúng tôi có tích trữ khí thiên nhiên. Thông thường thì nó được sử dụng như nhiên liệu để phát điện nhưng tùy trường hợp mà còn được sử dụng như nguyên liệu của gas đô thị. B: Diện tích mặt bằng của cơ sở này khoảng bao nhiêu? A: Ừ nhỉ, khoảng 17 phần sân vận động mái vòm Tokyo Dome đó.

◀)) 449

2050 年には地球 上の人口が 97 億人になると言われ、その際に食糧不足が起きる恐れがある。これを乗り越える方法として、たんぱく質の豊富な昆虫 食が注目されている。しかし、普及のためには、昆虫が苦手、あるいは、生理的に受け付けないという人がいるという問題を解決する必要がある。

| 2337 □ | 食糧 しょくりょう | 名 food/粮食/lương thực |

| 2338 □ | あるいは | 接続 or else/又或者/hoặc là |

| 2339 □ | 生理的な せい り てき | ナ physiological/生理上/mang tính sinh lý |

Apparently, the population of the earth will reach 9.7 billion by 2050, and there are concerns that food shortages will occur at that time. As one way to overcome this, protein-rich insect diets are attracting attention. However, to spread this notion, certain problems need to be addressed—some people dislike insects, or else find them physiologically unacceptable./据说，2050年地球上的人口会高达97亿人，那时候有可能会引起粮食不足的问题。为了度过这个难关，蛋白质丰富的昆虫食品受到瞩目。但是有人害怕昆虫，也有人生理上无法接受，为了普及还得解决这些问题。/Người cho rằng năm 2050, dân số trên trái đất sẽ là 9,7 tỉ người, khi đó sẽ có nguy cơ xảy ra thiếu lương thực. Việc ăn côn trùng có nhiều protein được quan tâm như một cách vượt qua điều này. Nhưng để phổ biến, cần phải giải quyết vấn đề là có người không thích côn trùng, hoặc là không tiếp nhận chúng về mặt sinh lý.

🔊 450

A：<u>学者</u>ってどうすればなれるの？ 新しい<u>理論</u>や<u>法則</u>を見つけ出すとかして有名になればいいのかな。

B：<u>安易</u>な考えだなあ。まず<u>少なくとも</u><u>博士</u>号は取っておきたいね。そして何より<u>批判</u>に負けない心を持つことが重要だよ。

A：そうなんだ。<u>意志</u>が強くないと難しそう。

| 2340 | 学者<br>がくしゃ | 名 academic, scholar/学者/học giả |
|---|---|---|
| 2341 | 理論<br>りろん | 名 theory/理论/lý thuyết |
| 2342 | ＋ 理論的な<br>りろんてき | ナ theoretical/理论的/mang tính lý thuyết |
| 2343 | 法則<br>ほうそく | 名 principle, law/规律/quy luật, định luật |
| 2344 | 少なくとも<br>すく | 副 at least/至少/tối thiểu là, chí ít là |
| 2345 | 博士<br>はくし | 名 doctorate/博士/tiến sĩ |
| 2346 | 批判[する]<br>ひはん | 名 動3他 criticism, criticize/批评[批评]/sự phê phán, phê phán |
| 2347 | 意志<br>いし | 名 will/意志力/ý chí |

A: How can I become an academic? I just have to discover a new theory or principle or something and get famous. B: That's too simplistic. You should at least get a doctorate first. And more than anything, it's important to have a mindset that's not easily overcome by criticism. A: I see. It sounds difficult if you don't have a strong will./A: 要怎么样才能当学者呢？只要能发现新理论或规律，出名就可以了吗？ B: 你想的太简单了。首先，你至少要考个博士，然后重要的是，要有被批评也不动摇的决心。 A: 是哦，那意志力要坚强才行。/A: Làm sao để trở thành học giả vậy? Tìm ra mấy cái lý thuyết hay định luật mới rồi nổi tiếng là được hả? B: Suy nghĩ đơn giản quá đó. Trước tiên, ít nhất cũng phải lấy được học vị tiến sĩ. Sau đó, quan trọng hơn hết là phải có tinh thần không chịu thua bất kỳ sự phê phán nào. B: Vậy à? Ý chí không mạnh mẽ thì có vẻ khó ta.

ある液体が<u>酸性</u>か<u>アルカリ性</u>かを見分けるのに、<u>電流</u>を使うのは賢い方法とは言えない。どちらの液体も電流を通すからだ。<u>したがって</u>、ｐｈ試験紙を用いて、試験紙の色がどの色見本と<u>一致</u>するか調べるのが有効である。<u>前者</u>であれば赤色に、<u>後者</u>なら青色に近くなるはずである。

| 2348 | 酸性 さんせい | 名 acidity/酸性/axit |
|---|---|---|
| 2349 | アルカリ性 せい | 名 alkalinity/碱性/ba-zơ |
| 2350 | 電流 でんりゅう | 名 electric current/电流/dòng điện |
| 2351 | したがって | 接続 therefore, accordingly/因此/do đó |
| 2352 | 一致[する] いっち | 名 動3自 consistency, match/一致[一致]/sự trùng hợp, trùng hợp |
| 2353 | 前者 ぜんしゃ | 名 former/前者/điều được đề cập trước, đối tượng trước |
| 2354 | 後者 こうしゃ | 名 latter/后者/điều được đề cập sau, đối tượng sau |

Using an electric current to tell whether a liquid is acidic or alkaline is not a smart way to do it. This is because both kinds of liquid are conductive. Therefore, it is more effective to use a pH test paper and match the test strip with the color sample. If it is the former, it should appear red, and if the latter, it should be closer to blue./怎么分辨某液体是酸性还是碱性，使用电流并不是一个聪明的方法。因为需要两种液体都通电。因此，可以使用PH试纸，然后对比试纸的颜色和标准卡色的一致性是最有效的。前者的话是红色，后者就是会接近蓝色。/Để phân biệt một chất lỏng là axit hay ba-zơ, không thể nói việc dùng dòng điện là cách thông minh. Vì chất lỏng nào thì dòng điện cũng chạy qua. Do đó, cách hữu hiệu là dùng giấy thí nghiệm PH và kiểm tra xem giấy thí nghiệm trùng với mẫu màu nào. Nếu là chất trước (axit) thì giấy thí nghiệm chắc chắn thành màu đỏ, còn nếu là chất sau (ba-zơ) thì gần với màu xanh.

Topic 23 ● 環境・科学

A：また大型の台風が日本に接近してるって。怖いなあ。

B：でも、前回と同様、日本に上陸するまでに温帯低気圧に変わるって話もあるよ。

A：でも断定はできないんでしょ。対策をしておくに越したことはないよ。

| 2355 | 接近[する]<br>せっきん | 名 動3自 approach, draw near/接近[靠近]/sự tiến đến gần, tiếp cận |
|---|---|---|
| 2356 | 前回<br>ぜんかい | 名 last time/上次/lần trước |
| 2357 | 同様<br>どうよう | 名 same, just like/一样/tương tự |
| 2358 | 上陸[する]<br>じょうりく | 名 動3自 landfall, hit (land)/登陆[登陆]/sự đổ bộ, lên bờ, đổ bộ |
| 2359 | 温帯<br>おんたい | 名 temperate zone/温带/ôn đới |
| 2360 | 断定[する]<br>だんてい | 名 動3他 decision, conclude/断定[断定]/sự khẳng định, khẳng định |

A: Another major typhoon is approaching Japan. It's frightening. B: People are saying it will turn into a temperate low-pressure storm by the time it hits Japan, just like last time. A: But we can't just conclude that, can we? It's best to take precautions./A: 又有大型台风在靠近日本了。好可怕。 B: 可是听说会像上次一样，登陆日本前就转成温带低气压了。 A: 可是不能断定吧。最好还是先做好防范措施。/A: Nghe nói một cơn bão lớn lại tiến đến gần Nhật Bản nhỉ. Sợ quá. B: Nhưng cũng có người nói là tương tự lần trước, cho đến trước khi đổ bộ vào Nhật Bản thì nó đổi thành áp thấp ôn đới đấy. A: Nhưng không thể khẳng định đúng không? Cứ phòng sẵn, không thừa đâu.

# 索引
さく いん

Index / 索引 / Mục lục tra cứu

335

## く

## さ

| | し | |
|---|---|---|

| | | |
|---|---|---|
| ものおと | 物音 | 990 |
| ものがたる | 物語る | 1390 |
| ものごと | 物事 | 1972 |
| ものさし | 物差し | 1571 |
| ものたりない | 物足りない | 13 |
| もむ | もむ | 1861 |
| もらす | 漏らす | 1020 |
| もりあがる | 盛り上がる | 869 |
| もる | 盛る | 446 |
| もれる | 漏れる | 1019 |
| もんく | 文句 | 107 |

<table>
<tr><td colspan="3" align="center">や</td></tr>
<tr><td>やがて</td><td>やがて</td><td>2287</td></tr>
<tr><td>やかましい</td><td>やかましい</td><td>2011</td></tr>
<tr><td>やかん</td><td>夜間</td><td>1956</td></tr>
<tr><td>やく</td><td>役</td><td>495</td></tr>
<tr><td>〜やく</td><td>〜薬</td><td>1858</td></tr>
<tr><td>やくしゃ</td><td>役者</td><td>496</td></tr>
<tr><td>やくにん</td><td>役人</td><td>2216</td></tr>
<tr><td>やくひん</td><td>薬品</td><td>1547</td></tr>
<tr><td>やくめ</td><td>役目</td><td>1804</td></tr>
<tr><td>やくわり</td><td>役割</td><td>1535</td></tr>
<tr><td>やこうバス</td><td>夜行バス</td><td>1346</td></tr>
<tr><td>やっつける</td><td>やっつける</td><td>507</td></tr>
<tr><td>やど</td><td>宿</td><td>1343</td></tr>
<tr><td>やとう</td><td>雇う</td><td>1663</td></tr>
<tr><td>やばい</td><td>やばい</td><td>1598</td></tr>
<tr><td>やぶく</td><td>破く</td><td>336</td></tr>
<tr><td>やぶれる</td><td>敗れる</td><td>867</td></tr>
<tr><td>やまみち</td><td>山道</td><td>1328</td></tr>
<tr><td>やめる</td><td>辞める</td><td>1597</td></tr>
<tr><td>やや</td><td>やや</td><td>1136</td></tr>
<tr><td>やりとり[する]</td><td>やりとり[する]</td><td>376</td></tr>
<tr><td>やるき</td><td>やる気</td><td>1438</td></tr>
<tr><td colspan="3" align="center">ゆ</td></tr>
<tr><td>ゆいいつ</td><td>唯一</td><td>872</td></tr>
<tr><td>ゆうきゅう</td><td>有休</td><td>2083</td></tr>
<tr><td>ゆうきゅうきゅうか</td><td>有給休暇</td><td>2083</td></tr>
</table>

| | | |
|---|---|---|
| ゆうこうな | 有効な | 161 |
| ゆうこうな | 友好な | 2078 |
| ゆうせん[する] | 優先[する] | 1959 |
| ゆうそう[する] | 郵送[する] | 759 |
| ユーターン[する] | Uターン[する] | 1174 |
| ゆうだち | 夕立 | 1242 |
| ゆうのうな | 有能な | 1633 |
| ゆうひ | 夕日 | 1352 |
| ユーモア | ユーモア | 684 |
| ゆうやけ | 夕焼け | 1279 |
| ゆうりな | 有利な | 1773 |
| ゆうりょくな | 有力な | 849 |
| ゆうれい | 幽霊 | 528 |
| ゆかいな | 愉快な | 755 |
| ゆかた | 浴衣 | 782 |
| ゆきみち | 雪道 | 1400 |
| ゆくえ | 行方 | 762 |
| ゆげ | 湯気 | 78 |
| ゆけつ[する] | 輸血[する] | 1847 |
| ゆそう[する] | 輸送[する] | 2108 |
| ゆだん[する] | 油断[する] | 1268 |
| ユニークな | ユニークな | 2275 |
| ゆるい | 緩い | 1530 |

<table>
<tr><td colspan="3" align="center">よ</td></tr>
<tr><td>よあけ</td><td>夜明け</td><td>1300</td></tr>
<tr><td>よういな</td><td>容易な</td><td>443</td></tr>
<tr><td>ようき</td><td>容器</td><td>155</td></tr>
<tr><td>ようきな</td><td>陽気な</td><td>694</td></tr>
<tr><td>ようきゅう[する]</td><td>要求[する]</td><td>1594</td></tr>
<tr><td>ようご</td><td>用語</td><td>822</td></tr>
<tr><td>ようしき</td><td>洋式</td><td>1409</td></tr>
<tr><td>ようじん[する]</td><td>用心[する]</td><td>1113</td></tr>
<tr><td>ようするに</td><td>要するに</td><td>378</td></tr>
<tr><td>ようそ</td><td>要素</td><td>474</td></tr>
<tr><td>ようちな</td><td>幼稚な</td><td>499</td></tr>
<tr><td>ようてん</td><td>要点</td><td>2228</td></tr>
<tr><td>ようと</td><td>用途</td><td>416</td></tr>
<tr><td>ようふう</td><td>洋風</td><td>22</td></tr>
</table>

## 著者　話題別コーパス研究会

● 中俣 尚己 （なかまた なおき）
　大阪大学 国際教育交流センター 准教授

● 李 在鉉 （い じぇひょん）

● 乾 乃璃子 （いぬい のりこ）

● 大谷 つかさ （おおたに つかさ）

● 岡崎 渉 （おかざき わたる）

● 加藤 恵梨 （かとう えり）

● 小口 悠紀子 （こぐち ゆきこ）

● 帖佐 幸樹 （ちょうさ ひでき）

● 寺田 友子 （てらだ ともこ）

● 道法 愛 （どうほう まな）

● 濵田 典子 （はまだ のりこ）

● 藤村 春菜 （ふじむら はるな）

● 三好 優花 （みよし ゆうか）

● 本書は JSPS 科研費 18H00676 の助成を受けました。
● 品詞の分類は内田康太さん、下村咲さんにご協力いただきました。
● WEB でダウンロードできる模擬テストの作成は、鈴木拓馬さん、
　山田香織さん、岡田祐希さんにご協力いただきました。